AF751875

TẠP CHÍ VIÊN GIÁC
SỐ 271 - THÁNG 2/2026

VIÊN GIÁC

TẠP CHÍ CỦA NGƯỜI VIỆT TỴ NẠN & PHẬT TỬ VIỆT NAM
TẠI CỘNG HÒA LIÊN BANG ĐỨC

Chủ nhiệm Sáng lập: H.T. Thích Như Điển
Chủ bút: Nguyên Đạo | Quản lý Tòa soạn: Thị Tâm
Tòa soạn: Chùa/Pagode Viên Giác
Karlsruher Str. 6 - 30519 Hannover - Germany
Tel. +49 511 87 96 30 | Fax : +49 511 87 941 200
Website: https://www.viengiac.info

VIÊN GIÁC

TẠP CHÍ CỦA NGƯỜI VIỆT TỴ NẠN VÀ PHẬT TỬ VIỆT NAM TẠI CỘNG HÒA LIÊN BANG ĐỨC
Zeitschrift der vietnamesischen Flüchtlinge und Buddhisten in der Bundesrepublik Deutschland

CHỦ TRƯƠNG (HERAUSGEBER)
Congregation d. Vereinigten Vietn. Buddh. Kirche (gem.) e. V.
Karlsruher Str.6 - 30519
Hannover - Deutschland

QUẢN LÝ TÒA SOẠN
Thị Tâm Ngô Văn Phát

CHỦ NHIỆM SÁNG LẬP
Hòa Thượng Thích Như Điển

CHỦ BÚT
Cư sĩ Nguyên Đạo

KỸ THUẬT
Nguyên Đạo – Quảng Hạnh Tuệ

CÙNG SỰ CỘNG TÁC CỦA (Mitwirkung von)
Hội Phật Tử VNTN tại Cộng Hòa Liên Bang Đức
Vereinigung der Buddhistische-Vietnamflüchtlinge i. d. BRD

TÒA SOẠN
Chùa/Pagode Viên Giác
Karlsruher Str. 6 - 30519 Hannover
Tel. 0511 - 87 96 30 - Fax: 0511 - 87 941 200
Website: https://www.viengiac.info
Email Chùa: todinh@viengiac.info
Email văn phòng: pagodevg2020@gmail.com
Email bài vở: chubut.viengiac@gmail.com

Trương mục ngân hàng:
Tên (Kontoinhaber): Pagode Vien Giac
Bank: Sparkasse Hannover
IBAN: DE40 2505 0180 0910 4030 66
BIC: SPKHDE2HXXX

MỤC LỤC số 271

Bìa: Họa sĩ Đình Khải | **Hình minh họa:** ViVi Võ Hùng Kiệt, Cát Đơn Sa, Lương Nguyên Hiền, U. Ostlaender
Ấn loát: Gutenberg Beuys Feindruckerei GmbH

* Viên Giác số 272 kỳ tới, chủ đề 30.04.1975-2026, sẽ phát hành vào 04.2026. Hạn chót nhận bài 10.03.2026

* Vì số trang báo có giới hạn nên một số bài viết cũng như Phương danh Cúng dường... không thể đăng hết trong một kỳ. Chúng tôi sẽ lần lượt đăng trong các số báo tới. Xin quý vị thông cảm.

Thư Tòa Soạn
Báo Viên Giác số 271

Người xưa nói: "Hết cơn bĩ cực đến hồi thái lai." Đó không chỉ là lời an ủi trong gian nan, mà còn là niềm tin vào nhân quả và sự nhẫn nại. Khi thời gian chờ đợi kéo dài, nếu vẫn giữ được niềm tin và tâm kiên định, thì ngày hội đủ nhân duyên nhất định sẽ đến.

Ý tưởng xây dựng Học Viện Phật Giáo Viên Giác tại Hannover, Đức Quốc đã được Thầy Trò chúng tôi ấp ủ từ rất lâu. Bởi lẽ, con đường Giáo dục là con đường nhân bản nhất của đời sống. Giáo dục giúp soi sáng nhận thức, làm cho con người bớt nhọc nhằn và mở rộng tầm nhìn. Khi cánh cửa Giáo dục được khai mở, thì màn vô minh che lấp tri thức cũng dần được thu ngắn lại.

Học Viện được hình thành không chỉ để đào tạo Tăng tài, mà còn nhằm trao cho người con Phật một hướng đi rõ rệt khi chọn Phật giáo làm nền tảng cho đời sống tâm linh hôm nay và mai hậu. Ý thức được tầm quan trọng đó, Chi Bộ GHPGVNTN tại Đức – hay nói đúng hơn là Thầy Trò chúng tôi – đã mang trong lòng hoài bão xây dựng Học Viện Phật Giáo suốt hơn mười năm qua. Dù đã nỗ lực bằng nhiều hình thức và kế hoạch khác nhau, nhưng mọi việc vẫn chưa đạt được kết quả như mong đợi. Mãi cho đến cuối tháng 12 năm 2023, chùa Viên Giác mới chính thức nhận được giấy phép xây dựng từ Bộ Xây dựng thành phố Hannover. Niềm vui và nỗi lo khi ấy cùng song hành: mừng vì sự chờ đợi đã được đáp đền, nhưng cũng lo vì không biết rồi sẽ còn những trở ngại nào phía trước.

Quả thật, đúng vào dịp Phật Đản năm 2024, chùa đã cử hành Lễ Đặt viên đá đầu tiên khởi công xây dựng Học Viện. Ngay sau đó chúng tôi nhận được thông báo từ Tòa Hành chánh Hannover: một Công ty Hóa chất cách chùa khoảng 250 mét đệ đơn khởi kiện thành phố Hannover và Sở Xây dựng, lý do được đưa ra xoay quanh các quy định an toàn đối với khu vực có cơ sở hóa chất. Tuy nhiên, qua thẩm định của chuyên gia độc lập có uy tín, cũng như các biện pháp an toàn bổ sung, thành phố Hannover vẫn xác nhận dự án là hợp pháp và bảo đảm an toàn. Dẫu vậy, phía nguyên đơn vẫn tiếp tục khiếu nại và chính thức khởi kiện vào đầu năm 2025.

Mặc dù chúng ta có đầy đủ cơ sở pháp lý và sự ủng hộ của các Ty, Sở chuyên môn của chính quyền, nhưng với tinh thần của người con Phật, chúng tôi không muốn tranh tụng. Thắng kiện

THƠ XUÂN

春曉
睡起啟窗扉，
不知春已歸。
一雙白蝴蝶，
拍拍趁花飛。

XUÂN HIỂU
Thụy khởi khải song phi
Bất tri xuân dĩ quy
Nhất song bạch hồ điệp
Phách phách sấn hoa phi

Thơ Phật Hoàng Trần Nhân Tông

SÁNG SỚM MÙA XUÂN
Thức dậy ra mở cửa
Xuân về vẫn chẳng hay
Một đôi bươm bướm trắng
Phất phới dựa hoa bay

Thiền sư Lê Mạnh Thát dịch Việt

BUỔI SỚM MÙA XUÂN
Sáng mai thức giấc ngỡ ngàng,
Mở tung cánh cửa sáng toan lọt vào.
Xuân đà đến đấy hay sao,
Mà ta chẳng biết, ra vào chẳng hay.

Bướm kia bay lượn suốt ngày,
Báo cho ta biết xuân này vui chung.
Hoa kia là chốn trùng phùng,
Để ta theo với như cùng cánh tiên ./.

HT Thích Như Điển phóng tác thể thơ lục bát

—

TẠP CHÍ VIÊN GIÁC CHÚC XUÂN *BÍNH NGỌ*

Nhân dịp Xuân Bính Ngọ, Tạp Chí Viên Giác kính chúc chư Tôn đức Tăng Ni pháp thể khinh an, Phật sự viên thành. Kính chúc quý độc giả và thân hữu gần xa một năm mới an lành, thân tâm thường lạc, gia đạo bình an.

Nguyện cầu ánh sáng Chánh pháp lan tỏa, góp phần nuôi dưỡng đời sống tỉnh thức, từ bi và trí tuệ trong cộng đồng, để đạo và đời cùng được lợi lạc trong năm mới.

Nam Mô Đương Lai Hạ Sanh Di Lặc Tôn Phật.

Ban Biên Tập & Cộng Tác Viên Viên Giác.

cũng đồng nghĩa với việc tạo thêm sự tổn thất cho người khác – điều mà người con Phật luôn dè dặt. Hơn nữa, việc kiện tụng kéo dài sẽ ảnh hưởng đến tiến độ xây dựng, trong khi Hòa thượng Phương trượng tuổi đã cao, chỉ mong sớm thấy Học Viện đi vào sinh hoạt. Vì vậy, chùa đã đề nghị Tòa án hướng đến giải pháp hòa giải. Tòa đã lên lịch cho Ngày hòa giải là 20 tháng 01 năm 2026.

Nhưng nhờ sự gia hộ của Tam Bảo và sự cầu nguyện bền bỉ trong suốt thời gian dài, vào sáng ngày 19 tháng 01 năm 2026, Tòa án Hannover đã điện thoại thông báo cho Văn phòng chùa và Kiến trúc sư biết rằng: bên nguyên đơn đã chính thức rút đơn kiện, không nêu lý do. Nghe tin ấy, Thầy Trò chúng tôi vân tập lên Chánh điện, thành kính dâng hương tạ ơn Tam Bảo đã gia hộ cho Phật sự trọng đại này được hanh thông.

Điều đó có nghĩa là dự án Học Viện Phật Giáo Viên Giác tiếp tục triển khai ngay trên khu đất rộng 2.500 mét vuông, với công trình gồm 5 tầng, mỗi tầng khoảng 1.000 mét vuông như dự định ban đầu. Hiện nay, chùa đã hoàn toàn đầy đủ pháp lý để xây dựng; vấn đề còn lại là tiếp tục vận động tài chánh và tổ chức thi công. Phần khung sườn (Rohbau) sẽ do một công ty chuyên môn đã đấu thầu với giá 2,5 triệu Euro đảm trách. Riêng những công đoạn nhẹ kế tiếp, chùa sẽ kêu gọi thợ chuyên môn người Việt phát tâm công quả. Tổng kinh phí dự trù không dưới 7 triệu Euro. Vào khoảng tháng 3 hay 4, chùa sẽ cho bốc đất nền để xây tầng hầm trước. Dự kiến vào ngày 30.5.2026 lúc 11 giờ sẽ tổ chức Lễ đổ bê-tông Cột trụ đầu tiên của Học Viện. Kính mời quý Phật tử sắp xếp thì giờ về Chùa tham dự.

Có thể nói, đây là một sự kiện lớn đối với Tổ đình Viên Giác nói riêng và Phật sự tại Âu Châu nói chung trong thời gian qua và các năm tới.

Song song đó trong thời gian qua, sinh hoạt Giáo hội có Lễ An Cư Kiết Đông 10 ngày của GHPGVNTN Âu Châu, đã được tổ chức từ 08–17.12.2025 tại Đại Tự Khánh Anh, Évry – ngoại ô

Nguyên Đạo

RUE TRÈS VÉNÉRABLE THÍCH MINH TÂM - DI SẢN PHẬT GIÁO VIỆT NAM GIỮA TRỜI TÂY

Con đường mang tên Trưởng Lão Hòa thượng Thích Minh Tâm là niềm tự hào của Phật giáo Việt Nam.

Trong lịch sử hình thành và phát triển của các cộng đồng tôn giáo ở hải ngoại, hiếm có sự kiện nào mang tính biểu tượng sâu sắc như việc một chính quyền thế tục Tây Phương đặt tên đường mang tên của một bậc tu hành. Sau sự kiện đặt tên đường "Thích Nhất Hạnh Way" ở New York vào tháng 4 năm 2025 (VG đã đưa tin); giờ tiếp nối đến sự kiện thành phố Évry-Courcouronnes, ngoại ô Paris, nước Pháp, quyết định đặt tên một đoạn đường cạnh Đại Tự Khánh Anh là Rue Très Vénérable Thích Minh Tâm – Đường Hòa Thượng Thích Minh Tâm. Đây không chỉ là một sự kiện mang tính hành chánh thông thường, mà còn việc xác lập một giá trị: Giá trị của đạo đức, của phụng sự và trí tuệ Phật giáo đã được xã hội Tây phương

Hòa Thượng THÍCH MINH TÂM
(1940-2013)

Paris, Pháp quốc. Khóa An Cư có sự hiện diện của nhị vị Hòa thượng Đệ Nhất và Đệ Nhị Chủ tịch Hội đồng Điều hành, cùng 120 chư Tăng Ni và 80 Phật tử tùng duyên, phần lớn đã thọ Bồ-tát giới tại gia. Sinh hoạt chính trong 10 ngày An Cư là trì tụng Kinh Đại Bảo Tích và niệm Phật miên mật. Ngoài ra, còn có các thời thuyết pháp và thảo luận, tiêu biểu là buổi thảo luận ngày 12 tháng 12 năm 2025 với chủ đề Tư tưởng Đại thừa. Đến ngày 17 tháng 12 năm 2025, chư Tăng Ni tác pháp tự tứ, giải chế An Cư trong tinh thần hòa hợp, đúng như lời Phật dạy: "Tập trung trong hòa hợp và giải tán trong hòa hợp."

Một sự kiện có ý nghĩa khác đối với Phật giáo Việt Nam tại Âu Châu là vào ngày 11 tháng 12 năm 2025, Hội đồng thành phố Évry-Courcouronnes đã chính thức thông qua nghị quyết đặt tên đoạn đường tiếp giáp khuôn viên Đại Tự Khánh Anh là: Rue du Très Vénérable Thích Minh Tâm – để tưởng niệm công hạnh của Trưởng lão Hòa thượng Thích Minh Tâm. Đây là một niềm vinh dự lớn lao cho Phật giáo Việt Nam tại Âu Châu. Lễ khánh thành đoạn đường này sẽ được long trọng tổ chức vào ngày 07 tháng 02 năm 2026.

Ngoài ra, vào ngày 19.12.2025 trên hệ thống Zoom Meeting, Đại hội Hội Đồng Hoằng Pháp lần thứ III đã diễn ra đồng thời tại nhiều múi giờ trên thế giới: 4 giờ sáng giờ Âu Châu, 10 giờ sáng giờ Việt Nam, và các nơi khác trên thế giới. Đã có 60 vị Tôn Đức Tăng Ni và Phật tử trên bốn châu lục tham dự. Đại Hội đã tổng kết hoạt động của HĐHP trong năm qua và đề ra các hoạt động trong năm 2026.

Thưa quý độc giả.

Khi số báo Viên Giác này đến tay quý vị, thì Xuân Bính Ngọ cũng đang trở về. Ban Biên tập và Tòa soạn Viên Giác xin kính chúc chư Tôn đức Thân tâm an lạc, Phật sự viên thành; kính chúc quý độc giả cùng toàn gia quyến dồi dào sức khỏe, vạn sự kiết tường. Mã Đáo Thành Công.

Ban Biên Tập Báo Viên Giác

nhìn nhận như một phần di sản văn hóa chung của cả nhân loại.

Từ Một Nghị Quyết Chính Quyền Địa Phương Đến Ý Nghĩa Lịch Sử

Ngày 11 tháng 12 năm 2025, Hội đồng thành phố Évry-Courcouronnes chính thức thông qua nghị quyết đặt tên đoạn đường thuộc phố François Mauriac, nằm tiếp giáp khuôn viên Đại Tự Khánh Anh, mang tên một Tu sĩ Phật Giáo Việt Nam: Trưởng Lão Hòa thượng Thích Minh Tâm (1940–2013). Đối với Cộng đồng Phật giáo Việt Nam tại Pháp và Âu châu, đây là một thời khắc có ý nghĩa lịch sử: Lần đầu tiên, tên của một vị cao Tăng Việt Nam được ghi dấu chính thức trong không gian công cộng tại một đô thị Cộng Hòa Pháp, chỉ nằm cách biểu tượng tháp Eifel của thủ đô Paris khoảng 40 cây số.

Ngày chủ nhật 14.12.2025, Ông Michel Bonnafous, đại diện Chính quyền thành phố đã đích thân đến Chùa Khánh Anh trao Quyết định ký ngày 11.12.2025 của thành phố Évry-Courcouronnes về sự kiện này. Tại ngôi Chánh điện của Đại tự Khánh Anh chư Tôn Đức đại diện Hội Đồng Điều Hành GHPGVNTN tại Âu Châu đã trân trọng tiếp nhận văn bản quyết định. Gồm có: Hòa thượng Đệ Nhất Chủ Tịch Thích Tánh Thiệt, Hòa thượng Đệ Nhị Chủ Tịch Thích Như Điển, Hòa thượng Thích Quảng Hiền, Hòa thượng Thích Thông Trí, cùng Thượng Tọa Thích Quảng Đạo, Trụ trì Đại Tự Khánh Anh, và chư Tôn Đức Tăng Ni, Phật tử tham dự.

Bảng tên đường này sẽ được Đại diện của Tỉnh Essonnes và Thành phố Évry-Courcouronnes, cũng như các Tăng Ni và Phật tử Việt Nam khánh thành vào thứ bảy 07.02.2026.

Sự kiện này vượt ra ngoài khuôn khổ của một buổi lễ vinh danh cá nhân. Nó mang chở cả một tiến trình hội nhập lâu dài của Phật giáo Việt Nam tại hải ngoại – một tiến trình được xây dựng không chỉ bằng những sự kiện lịch sử, mà bằng hành động bền bỉ, âm thầm và liên tục qua nhiều thập niên.

Trưởng Lão Hòa thượng Thích Minh Tâm là một trong những bậc tôn túc tiêu biểu của Phật giáo Việt Nam hải ngoại trong nửa sau thế kỷ XX và đầu thế kỷ XXI. Cuộc đời tu học và hành đạo của Ngài gắn liền với vận mệnh của cộng đồng người Việt sau các biến cố lịch sử, khi hàng triệu người rời quê hương và phải tái kiến tạo đời sống tinh thần nơi xứ người.

Qua nhiều năm tu học và nghiên cứu Phật học và giảng dạy tại Việt Nam, Nhật Bản và Pháp, Hòa thượng sớm nhận ra rằng: sự tồn tại lâu dài của cộng đồng Việt nơi hải ngoại không thể chỉ dựa vào ký ức văn hóa, mà cần có những trung tâm tâm linh vững chắc để nuôi dưỡng đạo đức và đời sống tinh thần cho các thế hệ tiếp nối. Từ nhận thức đó, Ngài đã dành trọn đời mình cho sự nghiệp hoằng pháp, đào tạo Tăng Ni và xây dựng nền móng cho Phật giáo Việt Nam tại Âu châu.

Một Ngôi Nhà Tâm Linh Hình Thành Giữa Bối Cảnh Lịch Sử Đầy Thử Thách

Tháng 6 năm 1995, Hòa thượng Thích Minh Tâm khởi xướng công trình xây dựng Chùa Khánh Anh tại Évry trong bối cảnh còn quá nhiều giới hạn về pháp lý, tài chính và nhân lực. Sau 20 năm xây dựng ngôi Đại Tự Khánh Anh khánh thành vào 16.08.2015. Công trình ấy không chỉ nhằm kiến tạo một không gian lễ bái, mà còn hướng đến việc hình thành một Trung tâm Văn hóa – Giáo dục – Tâm linh mang tầm vóc quốc tế.

Trải qua nhiều năm hình thành và phát triển, Đại Tự Khánh Anh đã trở thành ngôi chùa có quy mô lớn nhất châu Âu, là trung tâm sinh hoạt tôn giáo và văn hóa của cộng đồng Phật giáo Việt Nam, đồng thời là điểm gặp gỡ tâm linh của Phật tử quốc tế. Dưới sự lãnh đạo của Hòa thượng, ngôi chùa đã đóng vai trò cầu nối giữa các truyền thống Phật giáo, giữa Phật giáo và xã hội đa văn hóa của nước Pháp.

Việc chính quyền thành phố Évry-Courcouronnes đặt tên đường mang tên Trưởng Lão Hòa thượng Thích Minh Tâm là một biểu hiện rõ nét cho thấy những giá trị mà Phật giáo mang lại đã được xã hội thế tục trân trọng và ghi nhận. Trong một quốc gia đề cao nguyên tắc và giá trị văn hóa thế tục như Cộng hòa Pháp, sự vinh danh này không đến từ góc nhìn tôn giáo, mà đến từ những hiệu quả của sự đóng góp cụ thể cho đời sống xã hội: tinh thần hòa bình, bao dung, đối thoại và phụng sự cộng đồng.

Con đường mang tên Hòa thượng vì thế trở thành một biểu tượng. Biểu tượng cho sự gặp gỡ hài hòa giữa đạo và đời, giữa truyền thống tâm linh Á Đông và nền văn minh phương Tây.

Riêng đối với Phật giáo Việt Nam, sự kiện này là một niềm tự hào không chỉ mang tính cộng đồng. Nó khẳng định rằng Phật giáo Việt Nam đang hiện diện nơi xứ người không chỉ như một di sản tôn giáo của quá khứ, mà đã và đang đóng góp tích cực cho xã hội sở tại, được nhìn nhận như một điểm son văn hóa và tâm linh đáng trân trọng. Di sản này cần thiết cho đời sống của mọi con người trên hành tinh này, không kể màu da hay sắc tộc.

Tên tuổi của Trưởng Lão Hòa thượng Thích Minh Tâm vì thế không chỉ gắn với một ngôi chùa hay một địa danh, mà gắn với cả một thế hệ Tăng Ni đã dấn thân xây dựng đạo pháp trong hoàn cảnh tỵ nạn xa quê hương, bằng trí tuệ, từ bi và tâm nguyện phụng sự không mệt mỏi.

Ông Michel Bonnafous trao Quyết định ký ngày 11.12.2025 của thành phố Évry-Courcouronnes về việc đặt tên đường (Ảnh: Bản Tin Khánh Anh số 147 - 1/26)

Như Những Đợt Sóng - Lớp Sau Nối Lớp Trước

Trong cùng dịp này, Thượng tọa Thích Quảng Đạo, Trụ trì Đại Tự Khánh Anh, một đệ tử của Hòa Thượng, cũng đã được Quốc hội Cộng hòa Pháp trao tặng Huy chương danh dự nhằm ghi nhận những đóng góp thiết thực của Thượng tọa cho cộng đồng trong giai đoạn đại dịch Covid-19. Sự ghi nhận ấy không chỉ mang ý nghĩa cá nhân, mà còn cho thấy tính kế thừa liên tục của một hạnh nguyện đã được khởi xướng và ươm mầm từ thế hệ đi trước.

Giữa những ngày xã hội Pháp đối diện khủng hoảng y tế chưa từng có, hình ảnh một vị tu sĩ Phật giáo dấn thân vào công tác cứu trợ, an ủi tinh thần, hướng dẫn tang lễ cho người quá vãng đã thể hiện rõ tinh thần nhập thế của Phật giáo Việt Nam. Phật Giáo không đứng ngoài nỗi đau của xã hội, mà hiện diện như một vai trò hỗ trợ tinh thần có ý nghĩa đối với cộng đồng nhân loại trong giai đoạn khủng hoảng, không phân biệt chủng tộc, tôn giáo.

Khi bảng tên Rue Très Vénérable Thích Minh Tâm được gắn lên, con đường mang tên Hòa thượng Thích Minh Tâm sẽ không chỉ dẫn bước cho người qua lại, mà còn âm thầm chuyển tải một thông điệp. Thông điệp gì? Đó là thông điệp về một đời sống phụng sự không tìm cầu danh xưng, về một lý tưởng xây dựng đạo pháp gắn liền với lợi ích của xã hội. Con đường này vì thế mang ý nghĩa biểu trưng đặc biệt đối với cộng đồng Phật giáo Việt Nam tại Âu châu.

Di sản mà Trưởng Lão Hòa thượng Thích Minh Tâm để lại không dừng ở công trình kiến trúc, không chỉ ở Khánh Anh và nhiều ngôi Già Lam khác trên cả Âu Châu. Không chỉ là danh xưng hay sự vinh danh, mà nằm ở con đường tu tập hành trì Phật Pháp, phụng sự và xiển dương Bồ Tát hạnh mà Ngài đã khai mở. Sáng kiến của Ngài về các Khóa Tu Học Âu Châu hằng năm – đến cuối năm 2025 đã 36 lần - trong các Khóa Tu Học luôn có một „Đại Học Oanh Vũ", như tổ chim gieo những hạt giống đạo đức đầu đời cho các cháu thiếu nhi. Hay truyền thống „An Cư Kiết Đông" hằng năm cho Tăng Ni Phật Tử ở Âu Châu, nhằm gìn giữ huyết mạch Đạo pháp.

Trách nhiệm của các thế hệ Tăng Ni và Phật tử chúng ta hôm nay và mai sau không chỉ dừng lại ở việc tưởng niệm, mà là tiếp bước. Tiếp bước theo bước chân Ngài bằng hành động cụ thể, bằng sự dấn thân tỉnh thức và bằng tinh thần Lục độ Ba-la-mật mà Ngài đã suốt đời xây đắp và vun bồi.

Trong bối cảnh xã hội Âu châu nhiều biến động, những gì Trưởng Lão Hòa thượng Thích Minh Tâm để lại, đã được chính quyền và xã hội sở tại ghi nhận như một giá trị chung, vượt qua ranh giới tôn giáo và chủng tộc. Con đường mang tên Hòa thượng ở thành phố Évry-Courcouronnes, ngoại ô thủ đô Paris, vì thế không chỉ giới hạn trong ý nghĩa một địa danh, một bảng tên đường.

Đó chính là một lời nhắc nhở lặng lẽ nhưng đầy sức thuyết phục rằng: khi Chánh pháp được hành trì bằng trọn vẹn từ bi và trí tuệ, thì không bao giờ bị đóng khung trong bất kỳ phương xứ hay biên cương nào. Ở đâu có người sống đúng Chánh pháp, ở đó tuệ đăng tỏa sáng, nhân sinh được thừa hưởng nhiều phước lạc". ■

Thích Như Điển

VĂN HÓA HÀNH TRÌ, LỄ BÁI, ĐỌC, TỤNG KINH, SÁCH

Nhớ lại ngày xưa khi còn Sư Phụ Thích Long Trí, đi từ Sài Gòn về Đà Nẵng bằng máy bay, trên tay tôi cầm tờ báo "Lập Trường" đang đọc thì có một bà lão trông cũng sáng sủa đi ngang qua hàng ghế tôi ngồi liếc mắt và bảo rằng: "Thầy chùa cũng biết đọc báo sao?". Đó là thời điểm của Việt Nam vào thập niên 60.

Cách đây chừng 10 năm khi tôi đi Phật sự tại Đài Loan, có Thầy Hạnh Bổn tháp tùng theo và khi ngồi tại phi trường Đài Bắc để chờ lên máy bay, bay về Đức thì có một mệnh phụ phu nhân người Á Châu đi ngang thấy Thầy Hạnh Bổn đang mở máy Computer để xem tin tức. Bà ta nhìn với hai mắt nheo lại, dường như có ý trách khéo rằng: "Tại sao người tu cũng dùng máy Computer nữa?".

Quả thật thế giới văn minh ngày nay không thiếu một phương tiện nào cho người muốn tìm kiếm học hỏi; nhất là phương tiện Internet, iPad và bây giờ còn cả AI nữa (thông minh nhân tạo) và tương lai còn thêm gì nữa thì chưa biết; nhưng chắc chắn rằng còn khá nhiều sự thay đổi về kỹ thuật, khi con người còn hiện hữu nơi quả địa cầu này.

Tôi không dám quyết đoán; nên phải vào hỏi thăm AI về số người đọc Kinh, sách, Thánh Kinh trên thế giới ra sao? AI trả lời như sau:

Người Ấn Độ siêng đọc sách nhất. Cứ mỗi tuần lễ họ dành ra 10,42 giờ để đọc; người Thái Lan đọc mỗi tuần là 9,4 giờ. Người Mỹ đọc mỗi năm 17 cuốn và tương đương với 357 giờ. Trong 61 quốc gia ưa chuộng đọc sách thì chưa thấy Việt Nam. AI cho biết là người Việt đọc 4,6 đầu sách trong một năm, đa phần là sách giáo khoa và sách tham khảo. Nếu là sách phổ thông thì chỉ có một quyển trong một năm. Trong khi đó người Mã Lai đọc mỗi năm 17 đầu sách.

Còn người Đức thì sao? AI cho biết rằng 44,6% người Đức đọc ít nhất 1 cuốn mỗi tuần và mỗi người Đức đọc từ 10 đến 20 cuốn mỗi năm. Mỗi người Đức đều sở hữu 100 cuốn sách và cả Gia Đình có độ 300 cuốn sách trong tủ sách Gia Đình của mình có đủ thể loại. Theo hiệp hội xuất bản sách thì mỗi năm có độ 90.000 đầu sách được xuất bản.

Riêng về Phật Giáo Việt Nam thì AI thống kê như sau: Dân Tộc Khmer ở Đồng Bằng Sông Cửu Long vào năm 2020 cho biết là có 1,3 triệu tín đồ Phật Giáo theo Nam Tông và 7.000 Tăng Sĩ cư ngụ trong 462 chùa. Đây là dân tộc siêng năng tụng Kinh và hành trì hằng ngày nhất. Trong khi đó Đại Thừa Phật Giáo thì đa dạng như: trì tụng Kinh Lăng Nghiêm, cầu siêu, cầu an hằng ngày, hằng tuần, hằng tháng, hằng năm. Đặc biệt trong các lễ Tết, Rằm Tháng Giêng, Phật Đản, Vu Lan thì chư Tăng Ni cũng như Phật Tử trì tụng kinh Vu Lan, Địa Tạng, Báo Ân Phụ Mẫu, Pháp Hoa, Dược Sư nhiều hơn. Trong khi đó ai theo Thiền Tông thì ít tụng Kinh hơn là thực tập Thiền Định.

Bước qua phần đọc Thánh Kinh của Thiên Chúa Giáo thì dân Philippines là dân tộc siêng đọc tụng lời Chúa nhất. Có đến 72% người theo Thiên Chúa Giáo đọc Thánh Kinh hằng ngày.

Trên đây chỉ là một số thông tin cơ bản hỏi qua hệ thống máy móc và được trả lời như vậy; nhưng trên thực tế chắc chắn sẽ có nhiều kết quả khác nhau theo từng quốc gia, từng dân tộc có thói quen đọc Kinh, sách hay hành trì theo lời phát nguyện của mỗi người.

Có người hỏi tôi rằng: "Làm sao Thầy có thể viết và dịch được nhiều Kinh, sách như vậy?". Tôi mỉm cười và đáp rằng: "Vì nhờ đọc được nhiều Kinh và sách". Chỉ đơn giản vậy thôi; nhưng bao nhiêu là nhiều?

Thật tình khi còn nhỏ tôi rất lười đọc sách lúc còn học Tiểu Học; cho nên khi tốt nghiệp Tiểu Học trường Làng không nằm ở hạng khá nhất mà là tệ nhất. Đến khi đi xuất gia lúc 15 tuổi mới bắt đầu đi học Trung Học đệ nhất cấp ở Hội An và quan sát thấy bạn bè mình tại sao có người học giỏi hơn mình như vậy? và từ đó tôi tự tìm ra cho mình một câu trả lời. Té ra Chú này, cậu kia, cô nọ sở dĩ học giỏi như vậy vì siêng năng nghe lời Thầy, Cô giảng ở trường. Lúc về nhà ôn tập lại những bài đã học và chuẩn bị cho bài mới của ngày hôm sau. Lúc đến trường, vào lớp tự tin trả lời và làm bài không có gì do dự, suy nghĩ lâu dài nữa; nên được điểm cao và cứ mỗi cuối tháng được xếp hạng tốt. Từ đó tôi bắt đầu hạ thủ công phu học tập. Thế là từ giữa năm đệ thất đế hết bậc Trung Học đệ nhất và đệ nhị cấp cho đến thi Tú Tài hai, ngay cả khi sau này học Đại Học tại Nhật Bản tôi đều đứng thứ hạng từ nhất đến 5, đôi khi cũng xuống hàng thứ 7 hay 8 trong lớp. Hầu như chưa bao giờ đứng ra khỏi số 10 trong 50 hay 60 học sinh cùng lớp.

Nguyên tắc để học cho giỏi không khó lắm. Chỉ cần chăm chỉ, đều đặn, cố gắng là có thể đứng đầu lớp như Chú Phạm Phú Chín thuở nào. Bây giờ là Hòa Thượng Thích Như Phẩm, Trụ Trì Tổ Đình Long Tuyền tại Hội An. Ở trong Đạo, Hòa Thượng là Sư Huynh, đệ tử của Sư Bác, Hòa Thượng Thích Chơn Phát, Giám Đốc Phật Học Viện Long Tuyền. Nhưng có một điều là ai cũng học, cũng thuộc bài; nhưng làm sao để nhớ lâu là một vấn đề. Đây cũng có thể là chuyện bẩm sinh; nhưng cũng có thể là chuyện huân tập chủng tử của mỗi người. Nhiều người thường nói: "Học để quên; chứ không phải để nhớ". Đây có thể là câu nói để bảo vệ cho cái hay quên của mỗi người. Riêng phần tôi cũng hơi lạ. Nghĩa là không cố gắng nhớ một bài Kinh, một bài thơ, một bài văn, một bài vạn vật hay một bài toán lý hóa, cách giải một phương trình v.v... nhưng khi cần đến, không cần suy nghĩ, trong đầu cứ thốt ra như bài học mới học ngày nào. Mặc dầu bài ấy đã học từ thời Tiểu học, cách đây chừng 65 năm về trước.

Ví dụ như bài: "Thà làm quỷ nước Nam còn hơn làm Vương đất Bắc" chẳng hạn.

Trần Bình Trọng anh hùng ngàn thu trước
Đem tấm thân bảy thước chống sơn hà
Mãi lo đền nợ nước trả thù nhà
Trong tâm khảm nặng tình yêu tổ quốc
Nhưng than ôi! Tài trai dầu thao lược
Hùm thiêng kia không địch một bầy hồ
Vì sa cơ nên bị bắt cầm tù
Tan mộng đẹp anh hùng đành thất thế
Lũ giặc thấy người tài nên rất nể
Đem quan sang tước trọng dụ Ngài hàng
Quân bây lầm dầu dâng cả ngai vàng
Khó lay chuyển vì lòng ta thờ cố quốc
Hễ bắt được ta thôi chớ nói gì lâu
Cứ đem chém ta không hề than tiếc
"Thà làm quỷ nước Nam còn hơn làm vương đất Bắc"

(Tác giả: Khuyết danh)

Ông sinh năm 1259 và mất ngày 26.2.1285.

Đó là chưa kể học Thần Chú Thủ Lăng Nghiêm, rất khó và rất khó. Người ta bảo rằng: "Đi lính sợ ải, làm Sãi sợ Lăng Nghiêm"; nhưng với tôi cũng là chuyện bình thường, học ba tháng thuộc lòng (có người chỉ học trong vòng một tuần lễ thuộc; nhưng không hành trì; nên đã chóng quên). Riêng phần tôi hơn 60 năm nay (1964-2025) hầu như ngày nào cũng trì tụng; nên Thần Chú này nằm lòng, không thể nào quên được; kể cả 4 quyển luật tiểu, trước khi thọ Sa Di như: Tỳ Ni, Oai Nghi, Sa Di và Cảnh Sách. Đó là chưa kể Kinh, Luật Luận sau khi đã thọ giới Tỳ Kheo. Nhiều và nhiều lắm. Nếu có ai đó bước vào rừng Kinh sách của Phật Giáo thì mới thấy được cái vĩ đại về sách vở cũng như văn học của Phật Giáo. Cho nên càng đọc, càng học, chúng ta càng không biết gì cả là vậy. Vì cái học là vô cùng, sự siêng năng chính là bờ bến.

Học và Tập, Tu và Hành là những từ đơn mà đa phần chúng ta chỉ sử dụng làm từ kép. Chúng ta hay nói: học tập, tu hành; nhưng trên thực tế thì hai từ này phải nói riêng ra mới đúng. Nếu có tu mà không có hành thì trí tuệ khó phát sanh. Có học mà không có tập thì chúng ta sẽ mau quên mà ít nhớ. Đó chỉ là kinh nghiệm bản thân của tôi mà thôi. Còn quý vị có nhiều người còn giỏi nhớ hơn tôi nhiều; nhất là thế hệ trẻ Việt Nam sau này, khi xem chương trình "Siêu Trí tuệ Việt Nam" phải nói là quá thán phục. Ví dụ như về lịch sử đời nhà Trần, tôi có thể nói là mình nhớ gần như tất cả các vị vua và các cuộc chiến tranh giành độc lập với quân Nguyên Mông vào những năm 1258, 1285 và 1287; nhưng khi nghe hỏi rằng: "Có vị nào không làm vua ở Việt Nam chúng ta mà được ở ngôi vị Thái Thượng Hoàng không?" thì tôi cũng đành chịu; nhưng có em lại đáp đúng. Đó là: Trần Thừa, cha của Trần Cảnh và Trần Liễu. Ông ta đâu có làm vua; nhưng Trần Thái Tông đã phong cho cha mình làm Thái Thượng Hoàng...

Kinh, luật hay luận nếu Thầy, Cô nào vẫn hành trì hằng ngày thì sẽ dễ nhớ thôi. Đây là cái nhớ tự nhiên, không cần phải cố gắng. Học ngôn ngữ cũng vậy. Thật sự ra không có ai giỏi cả. Nếu chúng ta cố gắng hết mình, chúng ta sẽ đạt được mục đích mà thôi. Nếu chúng ta tự tin rằng: mình có thể tự làm được. Đi thi mà không tự tin ở mình thì rớt hay bị điểm kém là cái chắc. Chúng ta tự biết rằng: mình phải nắm vững vấn đề, khi câu hỏi được đặt ra và từ đó sẽ trả lời theo điều người muốn hỏi. Kết quả sẽ đậu trên 90% rồi. Người mình hay nói :"Học tài thi phận" nhưng với tôi thì không đồng tình với câu nói này mấy. Học và thi là phải nắm chắc phần thắng về mình. Khi mình có sự tự tin tuyệt đối nơi khả năng tu và học của mình.

Người xưa nói: "Thư trung hữu ngọc"; nghĩa là: "trong sách, vở có vàng". Đúng vậy! Những lời vàng ngọc của Thánh Hiền nằm trong sách vở; chứ không nằm ngoài chợ đời mà ta thường gặp. Do vậy hãy cố gắng đọc, tụng, hành trì Kinh, Luật, Luận thì chúng ta sẽ tự tin mình và mình sẽ giỏi hơn ngày hôm qua. Sách nào cũng phải nên đọc; ngoại trừ những sách nhảm nhí xem tốn thì giờ; còn đa phần là những sách hay. Nếu không hay thì người cầm viết đã không viết nên một tác phẩm. Bởi đó là tâm huyết của họ. Chỉ cần mỗi tác phẩm, sau khi đọc chúng ta tìm ra một hai ý hay là quá tuyệt vời rồi. Cầm quyển sách phải xem tổng quát trước Mục Lục gồm những chương nào, so với tựa đề sách. Những chương nào đã đọc ở những sách khác rồi, thì không cần phải đọc ở sách này nữa, chỉ tốn thêm thời gian và hãy đọc lời nói đầu trước, ắt ta sẽ hiểu nội dung của sách sẽ viết gì; chứ xin đừng xem hình ảnh trước. Đó chỉ là những minh họa mà thôi.

Người xưa nói: "Văn tức người". Có nghĩa là khi chúng ta đọc văn của ai viết, chúng ta sẽ biết được tư tưởng của người đó như thế nào rồi. Điều này cũng đúng với câu "dùng văn để tải Đạo" là vậy. Viết một quyển sách phải có một mục đích gì và mong mỏi ở độc giả điều gì? Nếu không phải là vậy thì phí thời gian của người đọc nhiều quá. Do vậy người muốn viết sách phải đọc nhiều sách là vậy.

Tụng kinh cũng như đọc sách là một thói quen. Có nhiều thói quen đáng trân quý như: thói quen hay dậy sớm, thói quen giúp người, thói quen hành trì, thói quen chỉ nên biết lỗi mình và không nên xem xét lỗi người, thói quen không nhiều lời v.v... và cũng có những thói quen nên càng rời xa nó chừng nào thì tốt chừng ấy. Ví dụ như thói quen ngủ nướng, thói quen ở dơ, thói quen lười biếng, thói quen ganh tị đố kỵ, thói quen vạch lỗi người v.v... Nếu những thói quen này không có thì tâm ta sẽ trống rỗng, dễ thâu nhận nhiều điểm hay, điểm tốt. Do vậy Đức Đạt Lai Lạt Ma thứ 14 hay nói rằng: "Nếu tâm của bạn lòng từ bi ngự trị thì hận thù sẽ không có chỗ để tồn tại". Hãy thực hành ngay điều này bạn sẽ có nhiều kết quả tốt cho cả hai lãnh vực Đời lẫn Đạo.

Nếu mỗi năm mỗi người Việt Nam chúng ta ở trong cũng như ngoài nước trung bình chỉ đọc một quyển sách phổ thông như AI (trí tuệ nhân tạo) đã nhận định thì quá ít so với nhiều dân tộc khác trên thế giới. Hãy học cách đọc sách của người Nhật, người Đức, người Mỹ, người Do Thái để trí tuệ được nâng cao lên hàng có thể bình đẳng với họ. Nhưng khi nghĩ đến cái bao tử bị đói thì làm sao đọc và học được? Đó cũng là một vấn đề cần phải giải quyết trước hết. Dĩ nhiên là chúng ta cũng không nên tin vào hoàn toàn nơi trí tuệ nhân tạo. Vì con người làm ra máy; chứ máy không làm ra con người. Bao giờ con người cũng là chủ tể của muôn loài và thành Phật, thành Thánh cũng từ con người, mà thành kẻ đọa lạc trầm luân trong sanh tử cũng chính chúng ta; chứ không có ai khác cả. Hãy nhớ rõ điều này để tự tin nơi mình; chứ đừng đợi chờ nơi người khác hay vận mệnh hên xui may rủi. Có đó; nhưng là những mệnh đề phụ của một câu văn; chứ chẳng phải là một mệnh đề chính.

Để kết luận bài này tôi xin mang kinh nghiệm bản thân của mình ra để trình bày và giới thiệu với Quý Vị và đây chỉ là ý kiến riêng của mình thôi; chứ không phải là chuyện chung cho tất cả mọi người. Nếu chư Tăng cũng như Quý Phật Tử đọc đến bài viết này, quý vị ứng dụng được chừng nào quý chừng đó và tôi vẫn luôn khẳng định với mình ở tuổi trên 75 gần 80 rằng: "Kinh điển, Đại Tạng Kinh Phật Giáo là Thầy của tôi và sách vở chính là bạn của mình". Do vậy suốt ngày, suốt tháng, suốt năm, ở đâu cũng có Thầy và bạn tôi theo cùng để khuyên bảo nhắc nhở.

Xin cầu chúc cho tất cả chúng ta ai ai cũng tự nỗ lực tu tập, hành trì, tụng Kinh, đọc sách, nghiên cứu v.v... thì con đường phía trước sẽ từ từ rút ngắn lại và bảo sở sẽ chẳng còn xa. ■

Viết xong vào lúc 16 giờ ngày 11 tháng 11 năm 2025 tại Phương Trượng Đường Tổ Đình Viên Giác Hannover, Đức Quốc.

Đào Văn Bình

THIỀN TRONG KINH ĐIỂN PALI

Đây là cuốn sách do Ni Sư Tiến Sĩ Sarah Shaw hiện đang giảng dạy tại Đại Học Oxford (Anh Quốc) trước tác từ nghiên cứu kinh tạng Pali và được giới thiệu như là:

"Đây là cuốn sách tổng hợp đầu tiên giới thiệu cho người đọc về sự đa dạng của giáo huấn về Thiền trong kinh điển Pali. Điều đó chứng tỏ rằng truyền thống Thiền của Đức Phật vẫn mở ra một con đường hành Thiền bí ẩn, nhưng đầy cảm hứng nhưng vẫn dễ tiếp cận như bản chất Thiền vốn có từ nhiều thế kỷ trước đây và thu hút sự quan tâm từ các thiền sinh, học giả, và cả những người tu hành theo đạo Phật".

Sách dày 435 trang ấn loát rất mỹ thuật do NXB Tri Thức trong nước xuất bản, bao gồm 12 chương và phần mở đầu, kết luận. Các dịch giả đều đã tốt nghiệp Cử Nhân Phật Học ở trong nước, một số đang theo học ban Cao Học (Thạc Sĩ) hay Tiến Sĩ ở ngoại quốc.

Phần Mở Đầu (bản dịch của Cô Minh Châu)

Trong phần mở đầu, tác giả (Sarah Shaw) nói rằng, "Một số người thực hành Thiền Phật Giáo Theravada ở phương Tây rất ngạc nhiên khi thấy có rất ít tài liệu để đọc về đề tài này…" Và tác giả nói, giống hệt như các Tổ thiền sư Trung Hoa đã nói, "Hơn bốn mươi năm hoằng pháp độ sanh, với lòng từ bi rộng lớn, Ngài đã đưa ra pháp hành trực chỉ, thực tiễn và từ bi để hướng dẫn cho những người hữu duyên. Đôi khi việc ứng dụng hành trì này đã bị lãng quên trong các nghiên cứu khi tách ra, chỉ tập trung vào các tư tưởng chính yếu trong việc bàn luận về triết học và trao đổi học thuật".

Đúng vậy! Như chư Tổ đã nói, vái lạy Phật, ca ngợi Phật thì ngàn đời vẫn là chúng sinh. Biết kinh điển rồi thì dẹp bỏ nó đi và hãy "Trực chỉ nhân tâm kiến tánh để thành Phật". Bàn luận, phân tích cũng tốt nhưng không thể thành Phật, mà phải hành trì (làm theo và giữ gìn).

***

Chương 1 (bản dịch của Sư Cô Vỹ Nghiêm)

Chương có các đề mục:

1. Thiền là gì?

Trong mục này, tác giả nói rằng không có gì nói hơn được về Thiền là hình ảnh một Đức Phật ngồi kiết già tĩnh tọa trong tư thế hoa sen. Theo tác giả,"Trọng tâm của giáo lý Thiền, sau này được hình thành trong nguyên lý Trung Đạo nằm ở một giả định rất thông thường: Chính tâm trí thoải mái và bình an thì sẽ dễ dàng đạt được trí tuệ hơn là một tâm trí căng thẳng…". Chữ Thiền mà Tây Phương dịch là " meditation" nhưng trong tiếng Pali không có từ đối nghĩa rõ ràng. Và, "Đức Phật dạy Thiền không khuyến khích mọi người lãng quên cuộc sống thế tục hoặc tự cô lập chính mình như chúng ta thường nghĩ mà là sự thực tập chánh niệm liên tục, ý thức và đem chánh niệm vào trong mọi sinh hoạt hằng ngày nhiều hơn".

2. Về hai bộ luận Thanh Tịnh Đạo và Giải Thoát Đạo

Trong mục này tác giả nói về Ngài Phật Âm (Buddhaghosa) - một đại luận sư về Thiền (Thế Kỷ Thứ Năm Tây Lịch), là một học giả, nhà văn vĩ đại sống ở Tích Lan đã để lại bộ chú giải Thanh Tịnh Đạo (Visuddhimagga) là phương tiện chính mà các giáo lý Thiền từ thời Đức Phật được phổ biến một cách thực tiễn và có thể tiếp cận (thực hành) được. Mặc dù những chú giải này không nằm trong kinh Phật nhưng chúng đã xuất hiện trong truyền thống như một sản phẩm của nhiều năm thực hành và trải nghiệm Thiền.

Một tác phẩm về Thiền rất quan trọng nữa đó là bộ luận Giải Thoát Đạo (Vimuttimagga) của ngài Ưu-ba-đế-sa (Upatissa) - một nhân vật bí ẩn, không biết ngài sống ở đâu, thời gian nào và cũng không biết đã viết bằng ngôn ngữ nào và được biết tới qua các bản dịch sang tiếng Trung Hoa và Pali mà Tây Phương gọi là The Path of Freedom.

3. Phân Loại Các Đối Tượng Thiền

Theo tác giả, "…danh sách các đề mục Thiền được dùng cho đến ngày nay ở tất cả các quốc gia Phật Giáo Nam Truyền gồm có: Mười Biến Xứ, Mười Pháp Môn Quán Bất Tịnh, Mười Pháp Tùy Niệm, Bốn Phạm Trú, Bốn Tâm Vô Lượng, Bốn Thiền Vô Sắc, Quán Vật Thực Bất Tịnh, Quán Tứ Đại (có một bài kinh nói Năm Đại chứ không phải Tứ Đại).

4. Những Căn Tánh Khác Nhau

Qua lời dạy của Đức Phật thì, "Con người được chia thành các căn tánh khác nhau… một số phương pháp thực hành Thiền phù hợp với một số hành giả này, đôi khi không phù hợp với một số người khác.

5. Thân cận với minh sư hoặc thiện tri thức

Ngài Upatissa nói rằng, một người đi đường mà không có người hướng dẫn giống như người đi một mình trên hành trình vạn lý. Đức Phật cũng thường đến thăm những hành giả đang gặp khó khăn như giúp Ngài Mục Kiền Liên nhiều phương pháp khác nhau để vượt qua chứng hôn trầm thụy miên (buồn ngủ). Tác giả cũng nhắc lại kinh luật chống lại việc lạm dụng vị trí của thầy, cấm bất kỳ nhà sư nào lấy tiền cho bất cứ hành động nào.

6. Cư Sĩ Và Sự Thực Hành Thiền

"Lời đầu tiên cần phải nói là Đức Phật đã xem đời sống xuất gia là cách tốt nhất để thực hành Thiền, trong các kinh văn, hành giả là một tu sĩ. Sự thực hành của đời sống cư sĩ, theo truyền thống phải liên quan đến việc giữ giới luật, bố thí, quan tâm chăm sóc gia đình và bạn bè và tìm thấy chánh niệm, vui thích trong công việc kinh doanh hằng ngày".

Chương 2 (bản dịch của Sư Cô Vỹ Nghiêm)

Chương này nói về Những Bài Kinh Giới Thiệu Về Thiền gồm có các thi kệ của Trưởng lão Citttaka, Trưởng lão Sirivaddha, rồi tuyển tập Itivuttaka gồm 112 bài kinh ngắn của Đức Phật sưu tập bởi bà Khujjuttara - Hoàng hậu của Vua Udena sau khi gặp Đức Phật đã trở thành một vị thánh nhập lưu, rồi Kinh Độc Cư, rồi 423 bài kệ trong Kinh Pháp Cú, rồi những bài kệ trong Phẩm Tỳ Kheo với những câu như sau:

Tỳ kheo hãy tu Thiền.
Chớ buông lung phóng dật.
Không trí tuệ không Thiền.
Không Thiền không trí tuệ.

Chương này còn nói về năm điều kiện để bắt đầu bước vào Thiền mà Đức Phật quy định là phải chín muồi, cái gì là chưa chín muồi, phát tâm trưởng thành, một người bạn tốt và giữ gìn giới luật. Rồi tác giả còn trích dẫn các Kinh Meghiya rất dài, Kinh Thiện Tri Thức, Ví Dụ Mặt Trời, bài kệ Mahanaga, Bảy Phẩm Chất Của Một Người Bạn Tốt, Tâm Thức - trong đó điều cốt yếu của Phật Giáo Theravada là hiểu biết bản chất trong sáng của tâm, Phẩm Búng Ngón Tay, Sự Nhu Nhuyễn Của Thân Và Tâm, Sáu Sự Tương Ưng, Căn Cơ Khác Nhau cho thấy sự đa dạng của các phương thức tu tập trong truyền thống Phật Giáo (được chư Tổ mô tả như có tám vạn, bốn ngàn pháp môn), rồi Kinh Thiền Hành Lên Xuống, Hai Vị Chúa Tể Voi, Kinh Cơn Bão Của Dạ Xoa.

Chương 3 (bản dịch của Tỳ Kheo Hải Tạng)

Chương này nói về Năm Chướng Ngại Khi Hành Thiền (Ngũ Triền Cái) gồm có: Tham ái, sân hận, hôn trầm, trạo cử- hối quá và hoài nghi.

Chương 4 (bản dịch của Sư Cô Liên Phát)

Chương này trích một đoạn trong Trường Bộ Kinh, đưa vào đây coi như toàn diện nhất về chủ đề Thiền Định, đó là Kinh Sa Môn Quả. Trong chương này có các mục:

1. Duyên Khởi nói về giai thoại vua A Xà Thế (Ajatasattu) nghe lời Đề Bà Đạt Đa (Devadatta) giết cha là vua Tần Bà Sa La (Bimbisara) để cướp ngôi… đã tới bệ kiến Phật như thế nào. Phần tiếp theo của bài kinh là những bác bỏ của Phật đối với sáu học thuyết đại diện cho tư tưởng đương thời như không có nghiệp báo, không có công đức nào từ việc bày tỏ lòng kính trọng đối với bậc đạo sư, hoặc thực hiện một nghi lễ nào đó sẽ mang lại giác ngộ.

2. Trong Quả Vị Sa Môn, Đức Phật khẳng định rằng "Vương quốc của sa môn là một thứ bậc cao hơn (vua)". Tác giả dẫn chứng, vua Thái Lan khi tới viếng một ngôi chùa, phải cởi bỏ vương phục, mặc áo trắng như các cư sĩ khác để bày tỏ lòng kính trọng đối với các tỳ kheo.

3. Chướng Ngại Khi Hành Thiền: Như bị nợ nần, đau ốm, bị giam cầm, làm nô lệ và bị lạc trong một vùng hoang vu.

4. Các Tầng Thiền: Tầng thiền thứ nhất ví như tòa thành tích chứa cỏ, củi và nước. Tầng thiền thứ hai ví như tòa thành tích chứa nhiều lúa và ngô. Tầng thiền thứ ba ví như tòa thành được tích chứa nhiều đậu mè và ngũ cốc. Tầng thiền thứ tư ví như tòa thành được tích chứa nhiều mật ong, dầu, đường và muối.

Tại tầng thiền thứ tư, ở đây hành giả từ bỏ lạc và khổ, đi vào trạng thái niệm và xả, không khổ cũng không lạc.

5. Thần Thông: Trong mục này tác giả nói rằng Đức Phật không khuyến khích việc dùng năng lực thần thông để phô trương, việc tu tập chỉ là một phương tiện giáo hóa.

6. Kinh Sa Môn Quả: Trong mục này, tác giả trích dẫn một đoạn kinh mà Đức Phật dạy các tỳ kheo như sau, "Một vị tỳ kheo hành động với chánh niệm, tỉnh thức khi đi lui và đi tới, khi nhìn về phía trước hoặc phía sau, khi co và khi duỗi, khi mặc thượng y và hạ y, mang bát, khi ăn và uống, nhai và nuốt, đại tiện, tiểu tiện, lúc ngủ, lúc thức, khi nói chuyện và giữ im lặng. Như vậy là một vị tỳ kheo có chánh niệm tỉnh thức".

Chương 5: Kinh Trường Bộ (bản dịch của Sư Cô Nguyên Hiền)

Khởi đầu chương này tác giả nói rằng "Chánh niệm là phẩm chất của tâm trí minh mẫn, tỉnh giác và không còn vô minh. Khi áp dụng đúng cách, nó trở thành một chi phần của thánh đạo". Đối với các hành giả, tác phẩm Trái Tim Thiền Định (The Heart of Buddhist Meditation) của Trưởng lão Nyanaponika là một tác phẩm kinh điển nhấn mạnh vào phương pháp Thiền Quán thông qua Tứ Niệm Xứ của Phật tử Miến Điện.

Kinh Tứ Niệm Xứ: Tại kinh đô của xứ Kuru (Câu Lâu), Đức Phật đã dạy các tỳ kheo rằng, "Đây là con đường trực tiếp đưa đến thanh tịnh cho chúng sanh, vượt qua sầu bi, diệt trừ khổ não, thành tựu thánh đạo, chứng ngộ Niết Bàn. Đó là Kinh Tứ Niệm Xứ", bao gồm Quán Thân, Quán Thọ, Quán Tâm và Quán Pháp.

Chương 6: Mười Đề Mục Thiền Định Kasina (bản dịch của Sư Cô Nguyên Hiền)

Tám kasina biến xứ đầu tiên là bốn đại bao gồm đất, nước, gió, lửa và bốn màu xanh, vàng, trắng, đỏ. Hai biến xứ cuối cùng là hư không và sắc. Theo ngài Buddhaghosa (Phật Âm) thì " Hai biến xứ không vô biến xứ và thức vô biên xứ phù hợp hơn với hai tầng Thiền Vô Sắc đầu tiên".

1. Pháp Hành Được Đề Cập Trong Kinh Điển: Trong mục này tác giả dẫn lời của ngài Phật Âm nói rằng, "Tướng thanh tịnh được phát triển bởi pháp hành (thực hành) kasina, được coi là đẹp, tịnh tướng".

2. Đối Tượng Ưa Thích: Trong mục này tác giả nói về cái nhìn tổng quát của Phật Giáo về vẻ đẹp thiên nhiên bao gồm phong cảnh đẹp và sắc đẹp của con người.

3. Kinh Mahasakuluday: Kinh này Đức Phật nói cho Sakuludayi- một thành viên của nhóm du sĩ luôn hành trì đời sống chánh nghiệp, chánh ngữ và chánh mạng phù hợp với quan điểm của Phật Giáo ở một mức độ nhất định tức Bát Chánh Đạo.

4. Tám Giải Thoát: Giải thoát ở đây là an lạc với đề mục thường là sắc đẹp của hình tướng (kasina).

5. Tám Thắng Xứ, Thực Hành Biến Xứ,

6. Trích từ Kinh Mahasakuludayi: Kinh này giúp hành giả vượt qua mọi sắc tướng.

7. Năm Sự Thuần Thục (Vasiyo): Bao gồm sự Thuần Thục Về Hướng Tâm, Thuần Thục Về Nhập Định, Thuần Thục Về Quyết Định, Thuần Thục Về Xuất Thiền và Thuần Thục Về Quán Chiếu Lại.

Chương 7: Mười Đề Mục Của Bất Tịnh (bản dịch của Sư Cô Hạnh Tâm)

Để bắt đầu thực hành thiền định được mô tả trong kinh điển, chúng ta cần tìm một thi thể đang ở trong giai đoạn phân hủy để hành giả không còn ôm ấp, trau chuốt cho xác thân này nhiều quá. Trong chương này có các mục như sau:

1. Tính nhiễm ô

2. Điền chủ Kulla nhìn thấy xác của một phụ nữ vị vứt bỏ trong rừng, thân thể bị côn trùng bám đầy.

3. Bất Trắc: Trong mục này nói về phương pháp thực hành thiền không thích hợp khi không có một người thầy hướng dẫn. Và việc quán chiếu hơi thở chánh niệm là phương thức giải độc hiệu quả.

4. Thành Vesali; Tại đây Đức Phật đã nói với các tỳ kheo về chủ đề bất tịnh.

Chương 8: Sáu Pháp Tùy Niệm (bản dịch của Sư Cô Diệu Vy)

Tùy niệm tiếng Phạn là Amussati là sự tưởng nhớ hay hồi ức mà bốn niệm đầu tiên bao gồm: Niệm hơi thở, niệm chết, niệm thân, niệm an tịnh. Chương này có các mục như sau:

1. Mười Tùy Niệm: Bao gồm thêm niệm Pháp, niệm Tăng, niệm Thiên.

2. Tam Bảo: Đối với một số người, quy y tam bảo giúp ổn định tâm trí trước khi thực hành Thiền.

3. Tụng Kinh: Mặc dù cách tụng kinh khác nhau nhưng các quốc gia Đông Nam Á, tụng kinh coi như là hoạt động của đời sống tâm linh của đệ tử Phật.

4. Iti pi sô: Bài tụng này được coi là có tác động đặc biệt sống động và tỉnh thức trong truyền thống Phật Giáo.

5. Niệm Ân Đức Tam Bảo: Việc niệm ân đức Phật-Pháp-Tăng vẫn được xem là phương tiện để hành giả đạt được chánh niệm, tỉnh giác.

6. Niệm Ân Đức Phật

7. Hành Trì Của Trưởng Lão: Vị trưởng lão này đã viết lên một bài kệ sùng kính phẩm chất cao quý của Đức Phật khi ông đã 120 tuổi. Ông đã chứng quả vị A La Hán trước khi ông mất.

8. Niệm Pháp: Pháp (dhamma) có nghĩa là sự thật, bản chất của thực tại, dẫn dắt hành giả nhìn thấy mọi thứ như thế nào.

9. Tránh Xa Niềm Tin Mù Quáng: Đức Thế Tôn dạy rằng, một người ở gần ta mà tâm ô nhiễm, bất thiện… thì vị ấy xa ta ngàn dặm. Còn vị nào ở xa ta ngàn dặm nhưng không chạy theo tham dục, không ô nhiễm, tâm thiện lành… thì người ấy đang ở cạnh ta và ta gần người ấy. Lời dạy này nghĩa giống hệt như lời dạy ngài Tu Bồ Đề trong Kinh Kim Cang, "Người nào dùng âm thanh, cầu ta, dùng sắc cầu ta… người ấy hành tà đạo và không thể thấy Như Lai".

10. Phẩm Rừng Núi: Một vị Trời đọc bài kệ trước mặt Thế Tôn như sau:

Không than việc đã qua.
Không mong việc sắp tới. ■

Khánh Hoàng

SƠ QUÁT VỀ CHỮ TƯỚNG TRONG PHẬT ĐẠO QUA DUY THỨC HỌC

Nói một cách tổng quát, có thể xem Tướng chính là tất cả những sắc thái biểu hiện, hiển bày từ toàn thể môi trường sống và từ toàn thể tâm thức. Môi trường sống bao gồm tất cả thế giới, các cảnh vật, tất cả con người cùng các loài sinh vật (động vật, thực vật, vi sinh vật...), các sự vật gọi chung là Lục Trần mà chúng ta tiếp xúc, thấy- nghe- hay- biết (Kiến– Văn- Giác -Tri), nhận thức và phân biệt được hằng ngày. Lục Trần bao gồm 6 trần cảnh là Sắc (các vật chất cụ thể, được cảm nhận, giác tri qua mắt nhìn thấy); Thanh (các âm thanh, được cảm nhận, giác tri qua tai nghe); Hương (các mùi hương, được cảm nhận, giác tri qua mũi ngửi); Vị (các mùi vị, được cảm nhận, giác tri qua lưỡi nếm); Xúc (các tiếp chạm được cảm nhận, giác tri qua thân thể); Pháp (tất cả 5 trần vừa đề cập trước, được cảm nhận, giác tri, phân biệt qua não bộ trong thân). Lục Trần được đón nhận, thu nhận, tiếp nhận qua Lục Căn. Lục Căn gồm có Nhãn (mắt), Nhĩ (tai), Tỵ (mũi), Thiệt (lưỡi), Thân (thân thể), và Ý Thức (Não Bộ). Vậy Lục Căn có thể được xem là 6 cơ quan, 6 bộ phận của thân thể chỉ dùng để đón nhận, thu nhận, tiếp nhận trần cảnh, giống như máy ảnh chỉ tiếp nhận phong cảnh hay giống như máy thu âm chỉ thu thập âm thanh… Do đó, nếu chỉ dừng lại ở giai đoạn chỉ có Lục Trần và Lục Căn thì chưa có xuất hiện các tri giác, nhận thức, phân biệt, hiểu biết, cảm nhận, cảm xúc… của con người. Điều này có nghĩa là để Lục Căn có thể nhận biết, phân biệt rành rọt được Lục Trần thì nơi Mắt cần phải có thêm phần tâm thức riêng rẽ của Mắt, gọi là Nhãn Thức; nơi Tai, cần phải có thêm phần tâm thức riêng rẽ của tai, gọi là Nhĩ Thức; nơi Mũi, Lưỡi, Thân, và Não Bộ cũng tương tợ như vậy, cần phải có thêm Tỵ Thức, Thiệt Thức, Thân Thức, và Ý Thức. Phần tâm thức riêng rẽ nơi từng Căn của Lục Căn này được Duy Thức Học gọi là Lục Thức, hay chính xác hơn gọi là Tiền Lục Thức (Sáu Thức Trước). Gọi là Tiền Lục Thức để minh định là ngoài 6 thức thô phù hiển hiện ra bên ngoài cảnh trần này còn có thêm 2 thức tiềm ẩn, tinh tế, sâu xa bên trong tâm thức. Hai thức tiềm ẩn này có tên gọi là Mạt Na Thức (Thức Thứ Bảy, có công năng tư lương chấp Ngã) và A Lại Da Thức (Thức Thứ Tám, có công năng cất chứa, tàng trữ chủng tử nghiệp thức). Hai thức tiềm ẩn này chính là cội nguồn phát sinh và hình thành ra Tiền Lục Thức và cùng với Tiền Lục Thức khiến có ra 8 Thức, được gọi chung là Bát Thức Tâm Vương. Đến đây, có thể minh định tất cả Tướng nơi môi trường sống chính là sản phẩm được tạo dựng và hình thành từ 3 yếu tố căn bản là: 1.Căn = là lục căn, là 6 giác quan nơi thân thể; 2.Trần = là lục trần, là 6 trần cảnh bên ngoài thân thể, gọi là "trần" vì chúng có khả năng làm nhiễm ô tâm thức như bụi bặm trong hư không có khả năng làm hoen mờ gương soi; và 3.Thức = là Tiền Lục Thức, 6 thức điều động thân thể, 6 thức này có sự quan hệ mật thiết, quan hệ căn nguồn với Mạt Na Thức và A Lại Da Thức. Nói một cách khác, chính do 3 yếu tố căn bản này hòa hợp vào nhau mà khiến tâm thức có ra sự xúc chạm, đón nhận, tiếp nhận, cảm nhận, tri nhận, phân biệt được vô lượng các cảnh tướng, sắc tướng, dạng tướng, trạng tướng… nơi cảnh trần cùng khởi sinh và phát triển ra các cảm nhận, giác tri, thức tri, phân biệt về tất cả các Tướng nơi tâm thức của chúng ta. Do đây, 3 yếu tố căn bản này được Duy Thức Học gọi tên là "Tam Hòa Hiệp". Điều này đã được đề cập và minh thị ngay trong 4 câu đầu tiên, bài tụng thứ nhất của 30 bài tụng trong Duy Thức Tam Thập Tụng (tác giả: Tổ Thế Thân (316-396)) như sau:

"Do giả thuyết ngã pháp
Hữu chủng chủng Tướng chuyển
Bỉ y thức sở biến
Thử năng biến duy tam"

Tạm dịch: "Bởi tạm nói về Ngã và Pháp; Mà có ra vô lượng các Tướng hành chuyển; Các Tướng kia đều nương vào nơi biến hiện của tâm thức; Tâm thức năng biến này chỉ có ba thứ".

Có thể tạm giải thích sơ lược 4 câu này:

"Bởi tạm nói về Ngã và Pháp" = Khi nói về Ngã và Pháp là chỉ nói theo ngữ ngôn, văn tự nơi thế gian; văn tự, ngữ ngôn thế gian này không có đủ mức độ thâm sâu, vi tế, chính xác để diễn đạt được chân lý nơi Phật Đạo nên đây chỉ là nói một cách tạm thời, nói một cách giả tạm thôi. Thêm một lý do khác nữa là bởi vì cả hai "Ngã" và "Pháp" cũng đều chỉ là như huyễn, không thật có, nên nói về những cái không thật có thì cũng chỉ là "tạm nói" mà thôi: "Ngã" lúc sơ khởi chỉ là sự chấp trụ nơi Mạt Na Thức, được phát sinh do Mạt Na Thức chấp vào kiến phần của A Lại Da Thức mà cho là tự ngã rồi sau đó Ngã tướng sơ khởi này được có thêm vô lượng các Ngã Sở Hữu nên đã phát triển, lớn mạnh thêm nơi Ý Thức tư duy phân biệt; còn Pháp chỉ là các tướng trạng, các tên gọi (danh hiệu), các hình tướng, các dư ảnh, dư âm, dư vị… từ nơi trần cảnh bên ngoài được Tiền Ngũ Thức tiếp nhận, tri nhận rồi đưa vào Ý Thức phân biệt, so đo, tính toán, chấp vướng mà phát sinh ra tình thức, phiền não, kết tinh thành tập khí, chủng tử, nghiệp thức cho vòng sinh tử luân hồi bất tận.

"Mà có ra vô lượng các Tướng hành chuyển"= Nói về có Ngã và có Pháp tức là đã nói về sự hành chuyển, đón nhận, tiếp nhận, ghi nhận, nhận biết, phân biệt ra vô lượng các Tướng nơi Bát Thức Tâm Vương nói chung và của Tiền Lục Thức (6 Thức) nói riêng về các trạng thái, sắc thái của 6 trần cảnh (6 Trần) khởi xuất từ nơi 6 Thân Căn (6 Căn). Vô lượng các Tướng này như thế có thể được phân định ra 2 nhóm chính; đó là: 1. Trần Cảnh Tướng = là các tướng thuộc về 5 trần cảnh bên ngoài (Sắc, Thanh, Hương, Vị, Xúc); 2. Tâm Thức Tướng = là các tướng thuộc về Tâm Thức mà phong phú và được tập trung nhiều nhất, chính là ở nơi Ý Thức (Não Bộ). Tâm Thức Tướng nơi Ý Thức có thể còn được gọi là "Pháp Trần Tướng" (nếu Ý Thức nhớ nghĩ, suy niệm, phân biệt thuần túy về cảnh trần rồi phan duyên và bị nhiễm ô theo cảnh trần) hoặc được gọi là "Pháp Cảnh Tướng" hay vắn tắt hơn gọi là "Pháp Tướng" (khi Ý Thức chỉ nhớ nghĩ, suy niệm, phân biệt về những đối tượng thuần túy thuộc về tâm thức, không còn có bóng dáng của cảnh trần nữa). Theo Duy Thức Học, nhóm Tâm Thức Tướng cũng chính là 51 Tâm Sở cộng với 24 món Tâm Bất Tương Ưng Hành Pháp, cùng với 6 món Vô Vi pháp đều khởi sinh từ 3 Thức Năng Biến (Bát Thức Tâm Vương) cho nên tất cả 81 món này gộp chung với 8 Thức Tâm Vương có thể được gọi chung là Năng Biến Tướng; còn nhóm Trần Cảnh Tướng cũng chính là Sở Biến Tướng của khí thế gian, môi trường hiện hữu và sinh trưởng của Năng Biến Tướng, chỉ bao gồm trong 11 Sắc Pháp bao gồm 6 Trần (Sắc, Thanh, Hương, Vị, Xúc, Pháp) và 5 Căn (Nhãn, Nhĩ, Tỷ, Thiệt, Thân). Do đó, Tâm Thức Tướng và Trần Cảnh Tướng có sự khởi sinh và hiện hữu tương hệ rất mật thiết và hỗ tương với nhau như lời dạy của tổ Mã Tổ (709 - 788): "Phàm tất cả sắc chất thấy được, đều là thấy tâm cả. Tâm không tự là tâm, nhân vì có sắc cho nên có tâm…".

"Các Tướng kia đều nương vào nơi biến hiện của tâm thức" = Tất cả các Tướng, bao gồm Trần Cảnh Tướng và Tâm Thức Tướng nêu trên đều xuất phát từ Bát Thức Tâm Vương, và cũng chỉ là sự biến hiện của Bát Thức Tâm Vương.

"Tâm thức năng biến này chỉ có ba thứ" = Bát Thức Tâm Vương được Duy Thức Học phân định rành mạch ra 3 nhóm Năng Biến, đó là: 1. A Lại Da Thức là nhóm Năng Biến thứ nhất, 2. Mạt Na Thức là nhóm Năng Biến thứ hai, và 3. Tiền Lục Thức, bao gồm Ý Thức và Tiền Ngũ Thức, là nhóm Năng Biến thứ ba.

Sự hành chuyển của Bát Thức Tâm Vương trong tiến trình đón nhận, tiếp nhận, ghi nhận, cảm nhận, tri nhận, phân biệt tỏ tường ra vô lượng các tướng trạng ở nơi trần cảnh của môi trường sống và ở nơi tâm thức có thể được sơ lược phân định ra 3 giai đoạn chính yếu như sau:

Giai đoạn thứ nhất là ở nơi Tiền Ngũ Thức (Năm Thức Trước). Đây là giai đoạn Tiền Ngũ Căn (Nhãn, Nhĩ, Tỷ , Thiệt, Thân) đón nhận, tiếp nhận, ghi nhận Tiền Ngũ Trần (Sắc, Thanh, Hương, Vị, Xúc) rồi sơ khởi nhận biết, phân biệt ra vô lượng các tướng trạng của 5 trần cảnh này qua Tiền Ngũ Thức (Nhãn thức, Nhĩ thức, Tỵ thức, Thiệt thức, Thân thức). Như ở nơi Nhãn căn, có vô lượng tướng trạng thuộc về Sắc Trần (Sắc Trần Tướng) bao gồm các tướng về khối thể (lớn-nhỏ- kềnh càng- tí xíu …), về hình thể, dạng thể (vuông- tròn- dài- ngắn- phồng- dẹt- nhọn- bén- cùn– gồ ghề- phẳng phiu- khúc khuỷu- thẳng băng…), về sắc thể (màu xanh- vàng- đỏ- trắng…), về chất thể, cấu thể (đặc-lỏng-khí hơi…); ở nơi Nhĩ Căn (Tai) cũng có vô lượng các tướng trạng thuộc về Thanh Trần (Thanh Trần Tướng) bao gồm các tướng như các âm thanh lớn-nhỏ, rền-dịu, đục-trong, …; nơi Tỵ Căn (Mũi) cũng có vô lượng các tướng trạng thuộc Hương Trần (Hương Trần Tướng) như các mùi nồng – thoảng, thơm-hôi…; ở nơi Thiệt Căn (Lưỡi) cũng có vô lượng các tướng trạng thuộc về Vị Trần (Vị Trần Tướng) như các vị mặn-ngọt-chua-cay, đậm-nhạt, …; ở nơi Thân Căn (Thân) cũng có vô lượng các tướng trạng thuộc về Xúc Trần (Xúc Trần Tướng) như lạnh- ấm- nóng- mềm- cứng-nhám- trơn…

Duy Thức Học minh định vô lượng cảnh tướng nơi Tiền Ngũ Thức cùng có chung 3 đặc điểm là Tánh Cảnh, Hiện Lượng và có đủ 3 Tánh. Ba đặc điểm này có thể được giải thích sơ lược như sau:

1. Tánh Cảnh = là cảnh chân thực, cảnh tướng như thế nào thì được Tiền Ngũ Thức tiếp nhận, ghi nhận như thế ấy, không thêm, không bớt; là cảnh còn có tính cách sơ khởi, tương đối tổng quát, đại thể, chưa được tinh tế, rạch ròi, sâu đậm như cảnh ở nơi Ý Thức.

2. Hiện Lượng = sự tiếp nhận, ghi nhận cảnh tướng nơi Tiền Ngũ Thức là ở ngay trong sát na hiện tại một cách khách quan, chưa có sự phân biệt so đo, suy lường của Ý Thức.

3.Tam Tánh = cảnh tướng nơi Tiền Ngũ Thức tùy theo từng trạng huống mà có thể có tánh Thiện, hoặc có tánh Ác, hoặc có tánh Vô Ký (không thiện, không ác); thể hiện ra đầy đủ 3 Tánh một cách bình đẳng, tự nhiên, không có bóng dáng của sự phân biệt nơi Ý Thức.

Qua Duy Thức Học, 3 Tánh này cũng được thể hiện qua 3 nhóm tâm sở của tổng số 34 món tâm sở nơi Tiền Ngũ Thức. Đó là :

1) Nhóm tâm sở Thiện = gồm có 11 món tâm sở là 1.Tín = có lòng tin chơn chánh đối với Tam Bảo, tin thuận theo chơn lý; 2.Tàm = tự biết xấu hổ với chính mình; 3.Quý = biết hổ thẹn với người khác; 4.Vô Tham = không muốn, không cần có thêm những sự việc mình ưa thích; 5.Vô Sân = không muốn, không cần bớt đi những sự việc mình ghét bỏ; 6.Vô Si = hiểu biết rành rõ sự việc, không mờ ám; 7.Cần = tinh tấn, tiến bộ và tinh chuyên trong mọi việc thiện lành, 8.Khinh An = nhẹ nhàng, an lạc, không bị hôn trầm; 9.Bất Phóng Dật = không buông lung, và không phóng túng; 10.Hành Xả = có khả năng bố thí, buông bỏ, không bị chấp trước, dính mắc vào sự vật nơi thế gian; 11.Bất Hại = có lòng thương xót, không làm tổn hại chúng sinh.

2) Nhóm tâm sở Ác = gồm có 13 tâm sở Phiền Não, trong đó chia ra 3 nhóm phụ là: 2.1) Nhóm phụ thứ nhất là nhóm 8 Đại Tùy Phiền Não, bao gồm: 1.Trạo Cử = tâm thức chao động, không an tĩnh khiến rời xa Định và Xả; 2.Hôn Trầm = tâm thức mờ tối, nặng nề khiến chướng ngại Trí Huệ và Khinh An; 3.Bất Tín = không có lòng tin vào các pháp thiện lành khiến tâm thức dễ bị nhiễm ô, thường xuyên giải đãi, không được thanh tịnh; 4.Giải Đãi= biếng nhác, trễ nải, không tinh tấn; 5.Phóng Dật= phóng túng, buông lung, không thúc liễm thân tâm để đoạn ác tu thiện; 6.Thất Niệm = mất Chánh Niệm, khiến đưa đến tán loạn cho tâm thức; 7.Tán Loạn = tâm thức bị rời rạc và rối loạn nên không thể tập trung để tu Định; 8.Bất Chánh Tri = thấy biết không chơn chánh, hiểu biết sai lầm khiến tu hành không có hiệu quả. 2.2) Nhóm phụ thứ hai là nhóm 2 Trung Tùy Phiền Não bao gồm: 1.Vô Tàm = không biết tự thẹn với chính mình; 2. Vô Quý = không biết xấu hổ với những người khác. 2.3) Nhóm phụ thứ ba là nhóm 3 Căn Bản Phiền Não bao gồm: 1.Tham, 2.Sân, 3.Si.

3) Nhóm tâm sở Vô Ký = gồm có 10 tâm sở còn lại của 34 món tâm sở nơi Tiền Ngũ Thức, trong đó chia ra 2 nhóm phụ là:

3.1) Nhóm phụ thứ nhất là nhóm 5 Biến Hành tâm sở: là 5 tâm sở căn bản nhất của Duy Thức Học vì chúng được phát khởi từ ngay từ cội nguồn nơi A Lại Da thức; 5 tâm sở này bao gồm: 1.Xúc = là sự tiếp xúc giữa tâm thức và cảnh trần; 2.Tác Ý = là sự móng khởi ra tâm ý, khiến khơi dậy đánh thức chủng tử của Bát Thức Tâm Vương và khiến các dạng loại tâm sở được sanh khởi; 3.Thọ = là sự tiếp nhận, thọ nhận những cảnh tình thuận-nghịch, vui-buồn và những cảnh tình không thuận-nghịch, không vui-không buồn trong tâm thức; 4.Tưởng = là sự hiện khởi ra các tướng để ghi nhận, tri nhận, cảm nhận, ghi nhớ nơi tâm thức; 5.Tư = là sự nghĩ ngợi, trầm tư lăng xăng khiến tạo dựng ra đủ loại chủng tử nghiệp thức.

3.2) Nhóm phụ thứ hai là nhóm 5 Biệt Cảnh tâm sở: nhóm này phát khởi từ Mạt Na Thức, bao gồm: 1.Dục = là tâm thức mong cầu, muốn có; 2.Thắng Giải = là tâm thức thông liễu, hiểu biết rành rọt; 3.Niệm = là tâm thức nhớ nghĩ những cảnh tướng đã qua và mong cầu những cảnh tướng sẽ đến; 4.Định = là tâm thức chuyên sâu, chú trọng, không bị tán loạn vào cảnh giới, tướng trạng nên khiến phát sinh trí tuệ; 5.Huệ = là tâm thức được sáng tỏ, dứt sạch nghi ngờ đối với các chân lý thiện lành.

Qua danh mục 34 món tâm sở này nơi Tiền Ngũ Thức, so với tổng số 51 món tâm sở của Duy Thức Học, chúng ta có thể ghi nhận sự vắng mặt của tổng số 17 món tâm sở, bao gồm các món tâm sở Tiểu Tùy Phiền Não, các món còn lại (Mạn, Nghi, Ác Kiến) của 6 tâm sở Căn Bản Phiền Não (Tham, Sân, Si, Mạn, Nghi, Ác Kiến), và các món tâm sở Bất Định (Hối, Miên, Tầm, Tư). Lý do của sự thiếu vắng này chính là vì mức độ Tiền Ngũ Thức tiếp nhận, ghi nhận Trần Cảnh Tướng chỉ giới hạn nơi tính cách Hiện Lượng mà chưa có đầy đủ cả 3 Lượng (nghĩa là có thêm Tỷ Lượng và Phi Lượng) như ở nơi Ý Thức. Đây cũng được xem là có sự tương ưng với công năng Thấy– Nghe- Hay –Biết (Kiến– Văn- Giác- Tri) của Tiền Ngũ Thức vốn có tính cách không bị chi phối theo thời gian, không bị tác động bởi quy luật biến hoại Thành – Trụ – Dị- Diệt, Sinh Diệt vô thường. Trong kinh Thủ Lăng Nghiêm, đức Phật đã khai thị về sự tính cách hồn nhiên, thoát ra khỏi qui luật vô thường, không biến đổi theo thời gian của công năng nơi Tiền Ngũ Thức cho vua Ba Tư Nặc khi đức Phật hỏi nhà vua về cái chỗ thấy biết sông Hằng của nhà vua lúc 3 tuổi so với lúc 62 tuổi có khác biệt gì không; và nhà vua đã trả lời là không có gì khác biệt cả.

Do cách thức tiếp nhận, ghi nhận Trần Cảnh Tướng của Tiền Ngũ Thức là trực tiếp, khoáng đạt, không ngăn ngại và cũng không thêm bớt bất cứ điều gì vì đây chưa có sự xen trộn, can thiệp, chi phối của Ý Thức; nên nếu diễn đạt theo cách nói nơi đời sống dân gian quê hương Việt Nam là "có sao, nói vậy", "có sao, sống vậy" hay "có bao nhiêu, xài bấy nhiêu"... Đây cũng là cách thức thiền sư Hối Đường Tổ Tâm (1025-1100) khai nhãn cho vị quan Thái Sử Hoàng Đình Kiên (đời Tống, Trung Quốc) trong Thiền chuyện sau: "Thái Sử đến tham vấn Sư và xin Sư chỉ dạy con đường tắt để vào đạo. Sư nói: "Trọng Ni (Khổng Tử) nói rằng: "Có vài ba người cho là ta có giấu giếm nhưng ta có giấu giếm ông điều gì đâu". Vậy bình thường Thái Sử nghĩ thế nào về câu nói này?". Thái Sử vừa định trả lời, Sư liền nói: "Chẳng phải! Chẳng phải". Thái Sử nghe vậy, càng thêm mờ mịt, không rõ được yếu chỉ. Một hôm, Thái Sử hầu Sư đi dạo núi, lúc ấy hoa quế đang mùa nở rộ, Sư hỏi: "Ông có nghe mùi thơm hoa quế chăng?". Thái Sử nói: "Dạ có". Sư liền nói: "Ta có giấu giếm ông điều gì đâu!". Ngay dưới lời này, Thái Sử liền thấy được chỗ vào, bèn lễ bái". Tuy nhiên có thể cảm nhận chỗ vào ở đây chỉ là vừa đã thấy được cửa để vào, chỉ là mới được gọi là "Minh Tâm"; tâm được nhẹ nhàng, trong sáng, gọi là Kiến Đạo; chứ chưa là lúc đã đến được tới nơi mong muốn vào đến (gọi là rốt ráo Kiến Tánh). Về sự chứng đắc nơi Tiền Ngũ Thức trong nhà Thiền, còn có câu chuyện thấy hoa đào mà ngộ đạo của ngài Linh Vân Tuyết Cần (?-?, khoảng thế kỷ thứ 9, đời Đường) và nhiều chuyện khác... Để minh chứng sự chứng đắc này có lẽ còn ở một chừng mực nào đó, có thể đưa ra thêm 2 Thiền chuyện như sau:

1/ "Tổ Tuyết Phong một hôm hỏi ngài Đạo Phó về câu nói của tổ Quy Sơn về 'Kiến Sắc Tiện Minh Tâm' (tạm dịch = 'Thấy sắc tướng, ngay khi đó được sáng tâm'), Ngài đáp: "Người xưa vì chuyện gì thế?". Tổ nói: "Tuy là như vậy nhưng cũng nên cùng ông thương lượng". Ngài nói: "Nếu thế thì chẳng bằng Đạo Phó cày đất"; 2. Tổ Pháp Nhãn Văn Ích (885-958), một cách trực tiếp và mạnh mẽ hơn: "Nhân khi đào giếng, mạch nước bị cát lấp, Tổ hỏi: "Mạch nước (Tuyền Nhãn) bị cát lấp, còn Đạo Nhãn bị cái gì lấp?". Mọi người đều không có lời đáp, Tổ bèn tự trả lời :"Bị mắt lấp mất". (Theo Văn Ích Ngữ Lục). Điều vừa đề cập trên cũng đã được đức Phật khải thị và khẳng nhận nơi kinh Kim Cang, chương 5 "Như Lý Thật Kiến". Chương này nêu ra 2 mấu chốt quan trọng về sự nhận biết, phân biệt sắc tướng cùng sự phân định rành rọt hiệu năng tu tập từ nơi thân tướng Tiền Ngũ Thức, cũng là thuộc về giai đoạn đầu tiên đưa tất cả Tướng trở về cảnh giới Vô Tướng: 1. "Không thể do nơi thân tướng mà thấy Như Lai"; và 2. "Phàm cái gì có tướng đều là hư dối", nên "nếu thấy tất cả các tướng là phi tướng, tức là thấy Như Lai".

2/ Giai đoạn thứ hai là ở nơi Ý Thức và Mạt Na Thức, nơi quy tụ và tập trung của 2 công năng lớn của Bát Thức Tâm Vương và là 2 công năng căn bản, chủ yếu trong tiến trình kết tập chủng tử nghiệp thức của trùng trùng sinh tử- luân hồi: đó là công năng tư duy liễu cảnh cùng tư duy chấp Pháp từ chính bản thân, tự thể của Ý Thức và công năng tư lương chấp Ngã từ Mạt Na Thức (Mạt Na Thức còn được gọi là Ý Căn, là căn nguồn của Ý Thức nên Ý Thức và Mạt Na Thức có mối liên hệ không thể tách rời). Ở giai đoạn này, các tướng trạng đã được nhận biết, phân biệt nơi Tiền Ngũ Thức nay được Ý Thức nghiền ngẫm, phân biệt, đánh giá, suy lường, so đo, chọn lọc, chọn lựa, xếp hạng, tô bồi thêm sức chấp trước, dính mắc vào trần cảnh tướng và tâm thức tướng đã có ... để khiến có ra đầy đủ tất cả 51 món tâm sở của Duy Thức Học. Điều này có nghĩa là nơi 34 tâm sở đã sẵn có nơi Tiền Ngũ Thức nay lại được gia bồi thêm 17 tâm sở nữa, trong đó đặc sắc và quan trọng nhất chính là có sự xuất hiện thêm các tâm sở Tiểu Tùy Phiền Não. Được gọi là Tiểu Tùy Phiền Não vì sau khi Tiền Ngũ Thức xúc chạm với Trần Cảnh Tướng mà khởi phát ra các Căn Bản Phiền Não (Tham, Sân, Si) thì các cảnh tướng này còn có tính cách mênh mang, tổng quát của các dạng loại Đại Tùy Phiền Não và Trung Tùy Phiền Não; các cảnh tướng này khi được đưa đến Ý Thức, chúng sẽ được Ý Thức chú mục, phân biệt, so đo, tính toán kỹ lưỡng với đầy đủ 3 Cảnh, 3 Lượng... nghĩa là Ý Thức có thể chỉ tập trung vào một đối tượng chuyên biệt, chi tiết cụ thể nào đó (như một người, một cảnh, một sự, một vật...); chi tiết này được gọi là có phạm vi tương ưng nhỏ hẹp để phát khởi ra phiền não, gọi là Tiểu Tùy Phiền Não... Như vậy, 17 tâm sở được có thêm nơi Ý Thức này được phân loại ra ra 3 nhóm, đó là:

Nhóm 1 gồm có 10 món tâm sở Tiểu Tùy Phiền Não bao gồm: 1.Phẫn = giận dữ, hung tợn; 2.Hận = uất ức, căm hờn; 3.Phú = che giấu tội lỗi, lầm lỗi, khuyết điểm của mình; 4.Não = lo buồn nung nấu; 5.Tật = ganh ghét, đố kỵ; 6.Xan = bỏn xẻn, lẫn tiếc tài sản, không muốn chia sẻ, xả bỏ; 7.Cuống = Dối trá để cầu lợi dưỡng bản thân; 8.Siểm: Dua nịnh; 9.Hại: gây ra tổn hại đến người, đến vật; 10.Kiêu = kiêu căng, kiêu ngạo.

Nhóm 2 gồm có 3 món tâm sở Căn Bản Phiền Não là: 1.Mạn = ngạo mạn, khinh mạn, ngã tướng quá lớn; 2.Nghi = còn có chướng ngại, chưa thông suốt được Sự- Lý nơi Chánh Pháp; 3. Ác Kiến = khả năng thấy biết ô nhiễm,chưa được thiện lành bởi còn bị chấp vướng theo 5 chỗ thấy biết lầm lạc là Thân Kiến, Biên Kiến, Tà Kiến, Kiến Thủ và Giới Cấm Thủ.

Nhóm 3 gồm có 4 món tâm sở Bất Định, 4 món tâm sở không xác định rõ là Thiện hay là Ác, đó là: 1.Hối = hối hận, ăn năn các sự việc thiện-ác đã qua trong đời; 2.Miên = sự mơ ngủ , mờ mịt, mê muội, không sáng suốt; 3.Tầm = Tìm cầu, theo đuổi khiến thân tâm chao động,chẳng yên; 4.Tư = Tư lương suy nghĩ, suy xét kỹ lưỡng.

Do có đầy đủ số lượng tối đa 51 tâm sở nên Ý Thức cũng thể hiện đầy đủ tất cả 3 Lượng, 3 Cảnh, và 3 Tánh của Duy Thức Học. Ba Lượng là:

1.Hiện Lượng = đã được nêu bên trên ở phần Tiền Ngũ Thức, nhưng Hiện Lượng của Ý Thức có hơi khác với Hiện Lượng của Tiền Ngũ Thức vì Tiền Ngũ Thức chỉ tri nhận Trần Cảnh Tướng còn Ý Thức thì có thể nhận biết cả Trần Cảnh Tướng lẫn Tâm Thức Tướng;

2.Tỷ Lượng = là nội dung tri lượng, nhận biết Trần Cảnh Tướng và Tâm Thức Tướng một cánh chi ly, kỷ càng với so sánh, suy lường tỉ mỉ; như thấy có lửa bèn suy lường, nhận biết đó là lửa do củi, do than, do dầu xăng, do khí ga, do điện chập... mà có ra;

3.Phi lượng = là tri lượng sai lầm, không đúng sự thật bởi do tâm thức bị rối loạn, không sáng suốt, không định tĩnh, có tính cách chủ quan, phiến diện, cực đoan nên dễ đưa đến các nhận định, thành kiến sai lầm, xa lìa thực tế khách quan, như được diễn tả trong câu tục ngữ quen thuộc của quê hương Việt Nam: “thương nhau củ ấu cũng tròn, ghét nhau quả bồ hòn cũng méo...”.

Ba Cảnh là:

1.Tánh Cảnh = đã được nêu bên trên ở phần Tiền Ngũ Thức, nhưng ở Tiền Ngũ Thức thì chỉ có Trần Cảnh Tướng còn ở đây là có chung cả 2 nhóm Trần Cảnh Tướng lẫn Tâm Thức Tướng;

2.Đới Chất Cảnh = được cảm nhận là các cảnh nơi tâm thức có bản chất kiêm đới, dính dáng liền lạc vào nhau, như Ý Thức dính dáng liền lạc với Mạt Na Thức để tiếp nhận trọn vẹn công năng chấp Ngã nơi Mạt Na Thức khiến có ra đầy đủ các dạng thể Ngã Tướng ở nơi Ý Thức, và Ý Thức cũng có dính dáng liền lạc với Tiền Ngũ Thức để phân biệt tỏ tường cảnh trần, có ra đầy đủ các dạng thể Pháp Tướng nơi Ý Thức.

3.Độc Ảnh Cảnh = là các cảnh chỉ có nơi Ý Thức và chỉ toàn là các bóng dáng (không có bản chất tự thể) của vọng tưởng phân biệt. Ba Tánh là cảnh tướng nơi Ý Thức tùy theo từng trạng huống mà có thể có tánh Thiện, hoặc có tánh Ác, hoặc có tánh Vô Ký (không thiện, không ác); thể hiện ra đầy đủ 3 Tánh nhưng không theo một cách bình đẳng, tự nhiên như ở nơi Tiền Ngũ Thức mà xuất phát từ sự tính toán so đo hơn thiệt một cách chi ly, kỷ càng, chuyên biệt, sâu sắc, tỉ mỉ vào đối tượng nhất định, rõ ràng và sâu đậm hơn so với 3 Tánh của Tiền Ngũ Thức. Ngoài 51 tâm sở của Tam Hòa Hiệp tướng vừa nêu trên, nơi Ý Thức còn có sự hiện hữu của 24 món Tâm Bất Tương Ưng Hành Pháp khiến càng làm phong phú, đa dạng thêm số lượng, chất lượng tướng trạng được tiếp nhận, ghi nhận, tri nhận. Đây là 24 món Tâm Tướng nhưng không thuộc vào Tam Hòa Hiệp tướng; 24 món này được liệt kê và giải thích sơ lược như sau:

1.Đắc = là được, 2.Mạng Căn = là thân căn trong một đời, 3.Chúng Đồng Phận = là đồng loại chúng sanh, 4.Dị Sanh Tánh = là tánh phàm phu, 5.Vô Tưởng Định = là Định không còn có vọng tưởng, 6. Diệt Tận Định = là Định không còn có Tưởng Uẩn và Thọ Uẩn , 7.Vô Tưởng Báo = là kết quả được thọ sinh cõi trời Vô Tưởng, 8.Danh Thân = là tên gọi sự vật, 9. Cú Thân = là kết hợp của nhiều Danh Thân, 10.Văn Thân = là kết hợp của nhiều Cú Thân, 11.Sanh = là bắt đầu của cái bắt đầu được có ra, 12.Trụ = là sự duy trì cái đã có, 13.Lão = là sự suy tàn cái đã có, 14.Vô Thường = là sự biến mất, không còn cái đã có, 15.Lưu Chuyển = là sự xoay vần nhân quả, 16.Định Vị = là nhân quả rành rọt, không mờ mịt, 17.Tương Ưng = là cùng thuận hợp nhau, 18.Thế Tốc = là xoay vần mau lẹ, 19.Thứ Đệ = là có trật tự, thứ lớp, không lộn lạo, 20.Thời = là thời gian , 21.Phương = là không gian, 22.Số = là số lượng, 23.Hòa Hiệp = là không trái nghịch nhau, 24.Bất Hoà Hiệp = là trái nghịch nhau.

Ý niệm về “Tướng” nơi Ý Thức được cảm nhận là đều có liên quan đến 24 món Tâm Bất Tương Ưng Hành Pháp này, nhưng trong đó gắn kết cực kỳ khắn khít chặt chẽ, mật thiết nhất được ghi nhận là món “Danh Thân” (Tâm Bất Tương Ưng Hành Pháp số 8). Lý do là vì Danh và Tướng tự nơi bản chất đã có sự liên hệ hỗ tương để cùng nhau hiện hữu: vì có Tướng nên cần có tên gọi mà đặt tên cho Tướng nên có ra Danh; và vì có tên gọi (Danh) này, nên khi vừa được nhắc đến tên (Danh), liền hiện ngay ra Tướng trạng đó nơi tâm thức. Quy luật muôn đời bất di bất dịch ở đây là cứ có một danh, liền có ngay một tướng, có bao nhiêu danh thì có bấy nhiêu tướng; hoặc ngược lại cứ có một tướng liền có ngay một danh; có bao nhiêu tướng thì có bấy nhiêu danh. Do điều này, trong kinh Lăng Già, đức Phật đã khai thị về Tướng và Danh chính là 2 pháp đầu tiên của 5 pháp Tự Tánh Thức (Tướng, Danh, Phân Biệt, Chánh Trí, Như Như). Ngoài món Danh ra, Ý Thức còn liên hệ rất khắn khít đến 3 món Tâm Bất Tương Ưng Hành khác là Thời, Phương, và Số (các Tâm Bất Tương Ưng Hành Pháp số 20, 21, và 22 theo thứ tự). Lý do là khi các tướng trạng hiện khởi lên nơi Ý Thức và khiến Ý Thức bị ràng buộc, không còn có Chánh Niệm tỉnh giác nữa, đều có tương hệ mật thiết đến các yếu tố về tên gọi của "Danh"; về địa điểm, chỗ nơi, không gian của "Phương"; về ngày tháng thời gian, quá khứ, hiện tại, vị lai của "Thời" và về số lượng (nhiều, ít, vừa phải) của "Số".

Trong nhà Thiền có câu chuyện kể: "Đại sư Thủ Sơ Sùng Tuệ (910-990) ban đầu đến tham yết tổ Vân Môn Văn Yển (864 - 949). Tổ hỏi: "Từ đâu tới?", Sư đáp: "Từ Tra Độ đến". Tổ lại hỏi: "Qua hạ an cư nơi đâu?", Sư đáp: "Tại chùa Báo Từ". Tổ lại hỏi: "Rời nơi đó lúc nào?", Sư đáp: "Ngày 25 tháng 8". Tổ nói: "Tha ông ba gậy". Hôm sau, Sư lại đến, hỏi Tổ: "Hôm qua mong ơn Hòa thượng tha cho ba gậy, nhưng không biết lỗi ở chỗ nào?", Tổ nói: "Cái bị cơm! Giang Tây, Hồ Nam là thế nào?". Ngay đó, Sư lập tức đại ngộ, liền nói: "Sau này đến nơi không khói nơi người thổi cơm, không để dành một hột gạo, không trồng một bụi cải, mà tiếp dẫn người học đạo mười phương, giúp họ bài trừ ngưng trệ, tắc nghẽn, lột nón trét dầu, cởi bỏ áo vải tanh hôi, khiến họ rỗng rang, làm Thiền tăng vô sự, há chẳng khoái ru?".

Lại nữa, với đầy đủ 51 món tâm sở và cả 24 món Tâm Bất Tương Ưng Hành, Ý Thức như vậy hoàn toàn có khả năng gắn bện thêm các cảm xúc chủ quan cho các Tướng (Trần Cảnh Tướng và Tâm Thức Tướng). Các cảm xúc này ở địa vị phàm phu chính là xuất khởi từ đầy đủ 5 cảm thọ: 1.Ưu thọ = là cảm thọ lo buồn, ưu phiền; 2.Khổ thọ = là cảm thọ bất như ý, khó có thể chịu đựng; 3.Hỷ thọ = cảm thọ mừng vui, như ý; 4.Lạc thọ = cảm thọ thư thái, nhẹ nhàng; 5.Xả thọ = cảm thọ giải thoát, khinh an, không còn bị buộc ràng. Năm cảm thọ này lại kết hợp cùng vô số các đánh giá, các lượng định... có tính cách có khi rất hạn hẹp, rất phiến diện, chủ quan sẽ khiến khởi sinh ra vô lượng các dạng loại phiền não. Như Ý Thức có thể gắn bện thêm nơi các Tướng các ý niệm là đẹp, là xấu, là thân quen, là xa lạ, là dễ thương, là dễ ghét, là dễ mến, là dễ giận, là đáng kính trọng, là đáng khinh bỉ...; để rồi từ đó có ra thêm các hành xử nơi thân thể là sự gần gũi, gắn kết, dựng xây (nếu là đẹp, là dễ thương, dễ mến, đáng kính trọng, đáng yêu quí...) hoặc là sự xa lánh, rời lìa, trừ diệt (nếu là xấu, là dễ ghét, dễ giận, đáng khinh bỉ, đáng sợ hãi...). Các phiền não này, nhất là các loại Tiểu Tùy Phiền Não dù chỉ là các chấp mắc, vướng bận, không có thực thể nơi tâm thức nhưng lại chính là các nhân tố để hình thành, kết tạo ra muôn vàn chủng tử, nghiệp thức trói buộc cho vòng luân hồi bất tận trong vô lượng kiếp sống mai sau. Chính bởi lý do này, Tam Tổ Tăng Xán (?- 606) trong Tín Tâm Minh đã tha thiết khai thị dặn dò: "Chí đạo vô nan, Duy hiềm giản trạch, Đản mạc tắng ái, Đổng nhiên minh bạch"; tạm dịch: "Chỗ tột cùng của Đạo không khó, Chỉ e là còn so đo, chọn lựa, Chỉ cần không còn thương- ghét, Mọi sự tự nhiên đều được sáng tỏ, rõ ràng". Như thế, nhìn chung các tướng trạng ở giai đoạn nơi Ý Thức và Mạt Na Thức này đều có chung 3 đặc điểm là: 1. Đều có vô lượng tướng biến hóa, đổi dời, sinh diệt không dừng nghỉ; 2. Các Tướng này dù đều là do từ nơi mắt thấy, tai nghe... nhưng đều chỉ là huyễn ảo, không thật có; 3. Đều khiến chúng sinh trầm luân, sa lạc vào vòng sinh tử-luân hồi bất tận. Nơi kinh Kim Cang, chương 3 "Đại Thừa Chánh Tông", đức Phật đã khai thị tỏ tường về vô lượng tướng tâm thức biến hóa này gộp chung vào 9 dạng loại chúng sinh của tâm thức là 1.Noãn sinh, 2.Thai sinh, 3.Thấp sinh, 4.Hóa sinh, 5.Có sắc, 6.Không có sắc, 7.Có tưởng, 8.Không có tưởng, 9.Chẳng phải có tưởng chẳng phải không có tưởng. 9 dạng loại chúng sinh này lại được tổng hợp và chắt lọc mà có ra 4 Tướng là: 1. Ngã tướng, 2. Nhơn tướng, 3. Chúng Sinh tướng, 4. Thọ Giả tướng. Kinh cũng khai thị rõ là muốn hàng phục tâm thức như theo lời thỉnh cầu của ngài trưởng lão Tu Bồ Đề, ở đây có nghĩa là muốn vượt qua Ý Thức và Mạt Na Thức, các Bồ Tát cần phải độ thoát vô lượng tất cả 9 dạng loại chúng sinh vào Vô Dư Niết Bàn; mà độ thoát số lượng nhiều như vậy nhưng tâm thức lại cần phải thông tỏ được là không thật có chúng sinh nào được diệt độ. Diệt độ vô lượng, vô số chúng sinh mà không thấy có chúng sinh được diệt độ chính là đã hàng phục tâm, là tâm thức lúc này đã không còn có các công năng chấp Ngã và chấp Pháp từ nơi Mạt Na Thức và từ nơi Ý Thức, cũng là lúc tâm thức đã không còn bị vướng chấp vào các Tâm Bất Tương Ưng Hành Pháp (Đắc, …, Danh thân, … Số lượng, ... Tương Ưng...) nên đã có đủ sức để thể nhập vào A Lại Da thức, cũng gọi là đắc nhập giai vị Kiến Đạo. Đây là giai vị Sơ Quả Tu Đà Hoàn (bên Thanh Văn thừa), tương ưng với giai vị Sơ Địa Hoan Hỷ Bồ Tát của Thập Đăng Địa Bồ Tát (bên Bồ Tát thừa) để kể từ đây, các Ngài bắt đầu với trí tuệ Bát Nhã, sơ khởi thấy ra Phật Tánh bản hữu mà tu tập xả bỏ kho tàng chủng tử nghiệp thức từ vô lượng kiếp để được Kiến Tánh nơi giai vị A La Hán (bên Thanh Văn thừa), tương ưng với giai vị Bồ Tát Bát Địa Bất Động (bên Bồ Tát thừa).

Trong nhà Thiền có câu chuyện kể: "Có vị tăng đến hỏi thiền sư Duy Khoan (755 – 817): "Đạo ở chỗ nào?"; Sư đáp: "Ở trước mắt". Tăng lại hỏi và lại được Sư khai thị, đối đáp như sau: "Sao con không thấy?"; "Vì ngươi có ngã nên không thấy". "Con có ngã nên con không thấy, Hòa Thượng có thấy chăng?"; "Có ngươi, có ta nên rồi cũng chẳng thấy". "Vậy nếu không con, không Hòa Thượng lại thấy chăng?"; "Không ngươi, không ta; còn ai cần thấy?".

3/ Giai đoạn thứ ba là ở nơi A Lại Da Thức, nơi chỉ có một công năng duy nhất là tàng chứa và tích nhóm vô vàn, bất khả kể số chủng tử nghiệp thức của chúng sinh theo qui luật nhân quả, làm căn bản sâu thẳm nhất cho luân hồi tử sinh trong vô lượng kiếp. Ở giai đoạn này, vô vàn tướng trạng chấp Ngã và chấp Pháp từ nơi Mạt Na Thức và Ý Thức đều đã không còn có điều kiện để tồn tại nên chúng dần dà được tiêu tan mất vào A Lại Da Thức. Lý do khiến chúng không thể hiện hữu là vì A Lại Da Thức chỉ là Giác thể thanh tịnh, có bản chất thật quá mênh mang, nhẹ nhàng, trong sáng, bản hữu chỉ có vỏn vẹn 5 tâm sở Biến Hành (Xúc – Tác Ý – Thọ – Tưởng – Tư) ở giai đoạn tối sơ nên không còn có sức lực bám chấp mãnh liệt vào các tướng trạng như ở 7 thức trước (Tiền Thất Thức). Đó cũng là tương ưng với 6 pháp Vô Vi trong Duy Thức Học với ý nghĩa sơ lược như sau:

1.Hư Không Vô Vi = là cảnh giới phi sắc, phi tâm, không sanh diệt, không cấu tịnh, không tăng giảm nên không là chỗ có thể bám chấp cho tâm thức; 2.Trạch Diệt Vô Vi: là cảnh giới phát sinh từ trí tuệ Bát Nhã vô lậu đã chọn lọc và trừ diệt sạch hết các phiền não, nhiễm ô nơi tâm thức; 3.Phi Trạch Diệt Vô Vi = là cảnh giới tánh thể Chơn Như vốn sẵn thanh tịnh, không cần thiết phải chọn lọc, trừ diệt các phiền não, nhiễm ô nơi tâm thức; 4.Bất Động Diệt Vô Vi= là cảnh giới Thiền Định từ Đệ Tứ Thiền trở lên với tâm thức không còn bị chao động bởi các cảnh tướng; 5.Thọ Tưởng Diệt Vô Vi = là cảnh giới không còn bị Thọ uẩn và Tưởng Uẩn chi phối nơi Diệt Thọ Tưởng Định, tầng lớp Thiền Định sau cùng để bước vào địa vị A La Hán; 6.Chơn Như Vô Vi = là cảnh giới Thật Tánh của tất cả các pháp của địa vị A La Hán trở lên đến địa vị Phật.

Ngoài ra, A Lại Da thức chỉ có độc nhất một loại cảm thọ là Xả thọ mà không còn có 4 Thọ khác (Ưu thọ –Khổ thọ - Hỷ thọ – Lạc thọ) như ở 7 thức trước nữa. Tính năng có duy nhất một Xả Thọ này nơi A Lại Da Thức được cảm nhận là có sự tương ưng với công hạnh "Bố Thí Vô Sở Trụ Tướng" để an trụ tâm thức nơi kinh Kim Cang, chương 4 "Diệu Hạnh Vô Trụ". Đức Phật đã khai thị rõ trong kinh: "Bố Thí Vô Sở Trụ Tướng chính là bố thí mà tâm không trụ vào các pháp sắc, thanh, hương, vị, xúc pháp". Có thể nhận ra ý nghĩa của cụm từ "tâm không trụ" chính là bản thể hằng hữu của tâm thức A Lại Da, nơi Tiền Thất Thức đã qui hợp về, không còn bị dính mắc, chấp trước vào nơi 6 trần cảnh (sắc–thanh-hương-vị-xúc-pháp) nữa. Đây cũng chính là cách thức Bố Thí "Tam Luân Thể Không": người cho, người nhận, vật cho và nhận, cả ba thể này đều là không, là bất khả đắc; và theo công hạnh nơi A Lại Da Thức, tất cả đều được xả bỏ, không còn dính chấp nữa. Các bậc cổ đức cho rằng nếu thực hành được như vậy, thì chính là đã vào được Thực Tướng chánh quán. Thực Tướng đây cũng còn được gọi là Vô Tướng, là không còn hiện hữu các tướng trạng của trần cảnh và của tâm thức; vì tâm thức nay đã trọn vẹn không còn có dính mắc, chấp vướng vào cảnh trần và vào vô lượng sự chuyển biến ào ạt, dường như không cùng tận, không dừng nghỉ của dòng thác lũ chủng tử nghiệp thức. Sống với Thực Tướng Vô Tướng như thế chính là sống với Giác thể tròn sáng nơi A Lại Da Thức, thênh thang, lồng lộng, tiêu dao với tháng ngày và với chỗ nơi, không còn bị vướng bận bởi thời gian, không gian.

Như Thiền chuyện về thiền sư Thiền Lão, đời Lý Việt Nam, như sau: "Khoảng niên hiệu Thông Thụy (1034-1038), vua Lý Thái Tông (1000 – 1054) thường đến chùa viếng thăm Sư. Một hôm, vua hỏi: "Hòa Thượng đến tu núi này được bao lâu rồi?"; Sư đáp: "Chỉ biết ngày tháng này, Ai rành xuân thu trước". Vua lại hỏi: "Như vậy hằng ngày Hòa Thượng làm việc gì?". Sư đáp: "Trúc biếc hoa vàng đâu cảnh khác, Trăng trong mây bạc hiện toàn chân". Vua lại hỏi: "Có ý chỉ gì?". Sư đáp: "Lời nhiều, sau vô ích". Vua hoát nhiên lãnh hội".

Giác thể tròn sáng mênh mang, không có bờ mé nơi A Lại Da Thức cũng được xem là căn nguồn của trí tuệ Bát Nhã nơi Tứ Quả Thanh Văn (bên Thanh Văn thừa) hoặc nơi Thập Địa Bồ Tát (bên Bồ Tát thừa). Đây là trí tuệ của các bậc đã Kiến Đạo, đã đầy đủ sức lực tu tập thành Phật, nên được gọi là KIẾN ĐẠO KHỞI TU, tu tập xuyên suốt đến giai vị Kiến Tánh nơi các bậc A La Hán (bên Thanh Văn thừa), tương đương với Bát Địa Bồ Tát (bên Bồ Tát thừa), được gọi là KIẾN TÁNH THÀNH PHẬT. Giác Thể này cũng được ví như cội Bồ Đề mà không có cây, như gương chiếu khắp mà không có đài, như đã được minh thị trong bài kệ Vô Tướng của Lục Tổ Huệ Năng (638 -713):

"Bồ đề bổn vô thọ
Minh cảnh diệc phi đài
Bổn lai vô nhất vật
Hà xứ nhạ trần ai?"

Tạm dịch:

Gốc Bồ Đề không cây,
Gương sáng cũng không đài,
Xưa nay không một vật,
Chỗ nào vướng trần ai?

Trong Cảnh Đức Truyền Đăng Lục, có câu chuyện kể về thiền sư Dược Sơn Duy Nghiễm (751 – 834): "Một hôm, Sư đang ngồi trên tảng đá, tổ Thạch Đầu (700-790) trông thấy, liền hỏi: "Ông đang làm gì?"; Sư đáp: "Gì cũng chẳng làm". Tổ lại hỏi: "Như thế thì ông đang ngồi chơi rồi?"; Sư đáp: "Ngồi chơi tức làm". Tổ lại hỏi: "Ông nói chẳng làm, mà là chẳng làm cái gì?"; Sư liền trả lời: "Ngàn Thánh cũng không biết".

Ngàn Thánh cũng chỉ là Vô Tướng, 3 thời quá khứ-hiện tại-vị lai để có ra những sự việc "đã-đang-sẽ", cùng những sự việc có làm hay không làm, những sự việc đan xen giữa hai bên "Có" và "Không", giữa "Là" hay "Không Là" cũng chỉ Vô Tướng như vậy thôi... Huống chi là những cảm nhận, giác tri, những cái biết và những cái không biết của ngàn Thánh ư? Điều này có cần tri nhận, quan tâm đến? Chính chỗ này mới đích thực là chỗ rạng ngời, bừng sáng trí tuệ giải thoát nhưng lại sẵn sàng và đầy đủ, bình đẳng tối thượng tuyệt vời của cảnh giới "Ngàn Thánh cũng không biết" vậy. ■

Plano _ November 29, 2025

THƠ
Thích Chúc Hiền

MỪNG XUÂN BÍNH NGỌ

MỪNG XUÂN SANG
(Bát vĩ đồng âm)

Xuân sang Phật sự ước viên thành
Gieo hạt Bồ Đề Bát Nhã thanh
Bến giác trăng soi tròn nghĩa hạnh
Nguồn chơn tuệ sáng vẹn tâm lành
An bình niệm Phật bừng hoa tánh
Tĩnh lặng quy thiền gác lợi danh
Nhân ngã thị phi luôn khéo tránh
Để lòng thanh thản bặt đua tranh.

MỪNG NĂM MỚI

Năm mới nguyền mong vạn sự thành
Để đời vơi bớt nỗi lo quanh
Vườn thiền cỏ biếc trăng soi sáng
Điện Phật kinh thiêng gió thoảng lành
Lắng nỗi sầu ưu hoa sắc thắm
Vui niềm hạnh phúc cảnh trời xanh
Xuân về nắng ấm lòng yên tĩnh
Cõi nước an bình đẹp tựa tranh!

ĐÓN GIAO THỪA
(Bát vĩ đồng âm)

Giao thừa pháo nổ trống chuông vang
Thỉnh Phật trì kinh lắng buộc ràng
Nhẹ nhõm nguồn tâm thiền tuệ sáng
Êm đềm tấc dạ ánh nhiên quang
Soi lòng tỉnh ý mong nguyền rạng
Cẩn bút đề thơ ước nguyện vàng
Tống cựu nghinh tân pháp sự mãn
Vui niềm hỷ xả đón Xuân sang!

Tu Viện An Lạc, California
Trúc Nguyên-Thích Chúc Hiền (Kính đề)

Bác sĩ Đỗ Hồng Ngọc

Một ngày kia... đến bờ

Tùy bút gồm 26 tiểu mục *"Một Ngày Kia... Đến Bờ"* là những bài Pháp thoại giá trị dễ hiểu & lý luận khoa học [NXB Đà Nẵng, 2023]. Tất cả được dịch sang tiếng Đức và lần lượt trích đăng song ngữ ở Báo Viên Giác, với sự đồng ý của tác giả - BBT VG

➢ **Thở và Thiền định**

Tôi là một thầy thuốc, một bác sĩ y khoa, tốt nghiệp năm 1969 tại Y khoa Đại học đường Saigon, nhiều năm làm ở khoa Cấp cứu bệnh viện Nhi Đồng rồi phụ trách Giáo dục sức khỏe, tham gia giảng dạy, viết sách, báo v.v... làm việc như điên, cho đến một hôm người ta phải đưa tôi vào bệnh viện để mổ sọ não vì tai biến (1997). Từ lúc mê man đến lúc tỉnh dậy ở phòng hồi sức... hình như tôi đã trải qua một kiếp sống khác! Nhìn ánh nắng mặt trời thấy lạ lắm. Nhìn bóng lá lắt lay thấy lạ lẫm. Nhìn những hòn sỏi ngoài sân thấy lạ lẫm. Khi bước đi được những bước đầu tiên lẫm đẫm như một em bé trên nền đất, tôi thấy quả là một phép lạ. Tôi nhìn tôi trong gương với cái đầu trọc lóc thấy tức cười, thấy dễ thương. Tôi đó ư? Đồng nghiệp cho thật nhiều thuốc. Tôi chỉ chọn dùng một thứ duy nhất bởi biết bệnh mình không thể chữa bằng thuốc. Phải đi tìm một con đường khác. Rồi một người bạn tặng cuốn Tâm Kinh (bản photocopy loè nhoè lúc bấy giờ): "Quán Tự Tại Bồ-tát hành thâm Bát Nhã ba-la-mật-đa thời chiếu kiến ngũ uẩn giai không, độ nhất thiết khổ ách...". Những câu kinh xưa mịt mờ giờ đây bỗng sáng rõ với tôi. Phải rồi. Phải "Tự tại" thôi. Phải dựa vào chính mình thôi. Phải thực hành thôi. Tôi vừa tìm hiểu kinh thư vừa lục toang đống sách y khoa đã học từ mấy chục năm trước để tìm kiếm. Thì ra có sẵn một con đường mà bấy lâu mình xa lạ. Thiền Quán Niệm Hơi Thở (Anapanasati, An-ban thủ ý, Nhập tức xuất tức niệm). "Thở vào thì biết thở vào, thở ra thì biết thở ra..." Chỉ có vậy thôi sao? Tin được không? Tìm hiểu thấu đáo, thực hành "miên mật" thì quả là có cơ sở để tin.

Gần đây ngày càng nhiều nhà y sinh học, tâm lý học, hợp tác cùng các nhà sư, dùng những kỹ thuật mới như EEG, PET, fMRI... hy vọng khám phá những "bí nhiệm" của Thiền thì "thiền" nở rộ như nấm gặp mưa, đến nỗi gây ra không ít hoang mang, ngờ vực! Thực ra, đưa kỹ thuật vào khảo sát thiền chỉ có thể thấy được một góc cạnh nào đó thôi, vì đằng sau còn biết bao điều "bất khả thuyết"!

Có tới 40 đề mục để thiền quán, tôi chỉ chọn một, Hơi thở, theo lời Phật dạy trong kinh Anapanasati. Câu hỏi đặt ra là tại sao chọn hơi thở làm đối tượng thiền? Tại sao không chọn một đối tượng nào khác? Vì, hơi thở dễ thấy nhất. Nó nằm ngay trước mũi mình, ngay trước mắt mình! Lúc nào cũng phải thở. Ở đâu cũng phải thở. Mỗi phút thở cả chục lần nên dễ có cơ hội quán sát hơn. Thở lúc mau lúc chậm. Lúc ngắn lúc dài. Lúc phì phò lúc êm dịu, luôn thay đổi. Khi thở chỉ mình mình biết, chỉ mình mình hay, chẳng "làm phiền" ai!

Thở vô thức. Lúc ngủ say vẫn thở. Trung khu hô hấp nằm ở hành não, cầu não, bên dưới và bên ngoài vỏ não. Thở không cần ta. Thở ở ngoài ta.

Thở là cầu nối giữa thân với tâm. Lúc sợ hãi, thở hổn hển. Lúc sảng khoái, thở lâng lâng. Lúc mệt, thở đứt hơi. Lúc khỏe, thở khoan thai.

Thở luôn trong thì hiện tại, ở đây và bây giờ, không có thở của hôm qua hay của ngày mai.

Và, đời người thực ra chỉ là... một hơi thở! Lúc chào đời hít mạnh một hơi vào phổi để rồi khi lìa đời, thở hắt ra một cái: trả lại những gì mình đã vay mượn tạm!

Nói đến thở, ta nghĩ ngay đến ngực. Thiệt ra, thở ở bụng chớ không phải ở ngực. Thở bụng (abdominal breathing) hay còn gọi là thở cơ hoành (diaphragmatic breathing) là cách thở sinh lý nhất. Nhìn một em bé ngủ say thì biết. Nhìn con ếch, con thằn lằn thì biết.

Hô hấp thật sự không xảy ra ở phổi mà ở trong từng tế bào. Phổi chỉ là một cái máy bơm hơi. Do vậy mà khi ta có cách nào đó điều chỉnh được lượng khí ra vào, hiệu ứng sẽ tác động đến từng tế bào riêng lẻ.

Bộ não chỉ chiếm có 2% thể trọng mà tiêu hao Oxy đến 25-30%, phần lớn cho những chuyện "nhảm nhí" vô bổ. Nếu "chánh niệm" được vào hơi thở thì những thứ tham, sân, nghi, lăng xăng, bực dọc kia… sẽ âm thầm lặn đi rồi… biến mất!

Khi vào sâu trong thiền (thường gọi tứ thiền), hành giả sẽ không cảm nhận mình còn thở nữa. Hơi thở như ngưng bặt. An tịnh. Hòa tan. Tan biến. Đó chính là "quãng lặng" ở cuối thì thở ra – thường kéo dài, thong dong, nhẹ nhàng, yên tĩnh, vì không tốn năng lượng. Như chim lượn bay, không phải vỗ cánh, như xe ngon trớn chạy ở số không, không tốn nhiên liệu! Tôi gọi đó là giai đoạn "Prana". Pra có nghĩa là trước và Ana là thở vào (trước thì thở vào cũng có nghĩa là sau thì thở ra). Quãng lặng ngày càng dài ra, mênh mông ra như không còn biên giới, như hòa tan vào hư không, lắng đọng, thanh thoát. Lúc đó sẽ không còn ý niệm về không gian, thời gian, về ta, về người…

"Buông xả" cả Niệm, vì Niệm vẫn còn là Nhớ là Nghĩ. Phải vượt qua, vượt qua Chánh niệm. Cho nên tứ thiền gọi là Xả niệm thanh tịnh. Xả bỏ cái Niệm (nhớ, nghĩ) đó đi thì mới thanh tịnh được. Nhưng chưa đủ, vì vẫn còn cái tâm "biết" ở đó quấn quít, muốn phân tích, muốn đánh giá, muốn so sánh… Cái "biết" lúc đó thật tai hại. Tuy thoát cái tham sân si nhưng vẫn còn muốn biết, muốn dõi theo, muốn đánh giá… Tóm lại, ở đây cần một sự "vô tâm" tuyệt đối. Không chỉ "vô tâm" đối với cảnh bên ngoài (đối cảnh vô tâm) mà "vô tâm" cả với cái tâm ham hiểu, ham biết ở bên trong ta.

Thiền Định mà cũng phải bày ra những tầng bậc để đánh giá và… ấn chứng ư? Ai trình pháp, ai duyệt, ai chứng để cho lên cấp v.v… Đã có nhiều vị A-la-hán không đi vào bậc "thánh" nào cả đó thôi. Gặp Phật tình cờ, Phật nói vài câu, tức khắc thành A-la-hán! Có vị sắp chết, Phật đến thăm, nói một câu: cái thấy chỉ là cái thấy, cái nghe chỉ là cái nghe… Chỉ có vậy, tức khắc ngộ đạo, trở thành A-la-hán.

Theo tôi, yếu tố rất quyết định trong Thiền định là thả lỏng toàn thân – như thả trôi theo dòng nước hay treo thân trên móc áo. Thả lỏng toàn thân là làm cho toàn thân như rũ xuống, xẹp xuống, bình bồng, không còn căng cứng nữa! Tiêu hao năng lượng cho trương lực cơ (tonus musculaire) rất cao (khoảng 40% Oxy), nên thả lỏng là giúp giảm đáng kể tiêu hao năng lượng do căng cơ.

Khi cơ thể đã chùng xuống, khi tiêu hao năng lượng đã giảm một cách đáng kể rồi thì cũng sẽ bớt nhu cầu phải cung cấp các dưỡng chất qua thức ăn! Ăn ít mà vẫn đáp ứng thì cơ thể đỡ vất vả, các tế bào đỡ hùng hục làm việc. Các nghiên cứu trên sinh vật bị cho nhịn đói vừa phải thấy sống lâu hơn và trẻ lâu hơn!

Ai có thể thở giùm ai? Ai có thể thiền giùm ai? Cho nên chỉ có thể nương tựa vào chính mình thôi.

Khi thiền vào sâu (gọi là Tứ thiền) thì hành giả đã ngưng thở, không cần thở nữa, không còn thở nữa. Thiệt ra họ vẫn thở với sự nhúc nhích rất nhẹ gần như không thấy của cơ hoành. Mỗi di động (nhúc nhích cơ hoành 1cm, đã có 250ml không khí vào ra), bấy giờ họ chỉ cần rất ít Oxy. Các tế bào đều được nghỉ ngơi, không hùng hục vất vả sản xuất năng lượng chi cho mệt. Số lượng khí thừa, tồn đọng trong phế quản đủ để duy trì sự sống, dưới dạng hypoxia (thiếu dưỡng khí). Ở thiền giả thực hành lâu năm, đây là hiện tượng thiếu Oxy kinh niên (chronic hypoxia). Ở tình trạng chronic hypoxia thì cơ thể sẽ tạo ra các hormones như dopamine, serotonine, endorpphine, oxytocine, giúp thấy sảng khoái, dễ chịu, lâng lâng, gia tăng trí nhớ, giảm đau… Đó có thể chính là trạng thái "thiền duyệt" vậy. ■

(còn tiếp số tới)

EINES TAGES... DAS ANDERE UFER ERREICHEN

Übersetzt ins Deutsche von Nguyên Đạo & Prof. Beuchling

Diese 26 Essays in "Eines Tages... das andere Ufer erreichen" sind wertvolle, leicht verständliche und wissenschaftlich fundierte Dharma-Vorträge. Sie werden mit Zustimmung des Autors alle ins

Deutsche übersetzt und zweisprachig in der Zeitschrift Viên Giác veröffentlicht – Die Redaktion.

* Atmen und Meditation

Ich bin ein Arzt, ein Mediziner, Absolvent des Jahres 1969 an der Medizinischen Fakultät der Universität Saigon, viele Jahre im Notfallbereich des Kinderkrankenhauses tätig und dann zuständig für Gesundheitserziehung, beteiligt an Lehre, Schreibarbeit, Büchern, Artikeln usw... gearbeitet wie verrückt, bis eines Tages musste ich ins Krankenhaus gebracht werden, um wegen eines Schlaganfalls (1997) eine Gehirnoperation zu unterziehen. Vom Moment des Bewusstseinsverlusts bis zum Aufwachen im Aufwachraum... es scheint, als hätte ich ein anderes Leben durchlebt! Das Sonnenlicht erschien mir fremd. Das Wackeln der Blätter erschien mir fremd. Die Kieselsteine im Hof erschienen mir fremd. Als ich die ersten wackeligen Schritte machte, wie ein Baby auf dem Boden, war es für mich ein Wunder. Ich sah mich im Spiegel mit einem kahlen Kopf und musste lachen, fand mich liebenswert. War das wirklich ich? Kollegen gaben mir viele Medikamente. Ich entschied mich, nur eines davon zu nehmen, weil ich wusste, dass meine Krankheit nicht mit Medikamenten geheilt werden konnte. Ich musste einen anderen Weg finden. Dann schenkte mir ein Freund eine Kopie des Herz-Sutras (zu der Zeit eine verschmierte Fotokopie): „Als Avalokiteshvara Bodhisattva tief in die Praxis der Prajna-Paramita eintauchte, sah er, dass die fünf Skandhas leer sind, und überwand alle Leiden...". Die alten, verschwommenen Sutras wurden plötzlich klar für mich. Genau. „Selbstgenügsamkeit". Sich auf sich selbst verlassen. Üben. Während ich die Sutras erforschte, durchwühlte ich den Haufen medizinischer Bücher, die ich vor Jahrzehnten studiert hatte, auf der Suche. Es stellte sich heraus, dass es einen Weg gab, der mir bisher fremd war. Achtsamkeitsmeditation beim Atmen (Anapanasati, Bewusstsein beim Ein- und Ausatmen). „Beim Einatmen wissen, dass ich einatme, beim Ausatmen wissen, dass ich ausatme..." Ist es wirklich so einfach? Kann das sein? Durch gründliche Forschung und „ununterbrochene" Praxis stellte sich heraus, dass es tatsächlich eine Grundlage für den Glauben daran gibt.

In jüngster Zeit arbeiten immer mehr Biologen, Psychologen zusammen mit Mönchen und verwenden neue Techniken wie EEG, PET, fMRI... in der Hoffnung, die "Geheimnisse" der Meditation zu entdecken. Dadurch blüht die Praxis der Meditation auf wie Pilze nach dem Regen, was nicht wenig Verwirrung und Skepsis verursacht! Tatsächlich kann die Einführung von Technik in die Untersuchung der Meditation nur einen bestimmten Aspekt beleuchten, denn dahinter liegen unzählige "unaussprechliche" Dinge!

Es gibt 40 Themen zur Meditation, ich habe nur eines gewählt, den Atem, wie Buddha es in den Anapanasati-Sutras lehrt. Die Frage ist, warum der Atem als Meditationsobjekt gewählt wurde? Warum nicht ein anderes Objekt? Weil der Atem am offensichtlichsten ist. Er befindet sich direkt vor der Nase, direkt vor den Augen! Man muss immer atmen. Überall muss man atmen. Man atmet dutzende Male pro Minute, also hat man mehr Gelegenheit zur Beobachtung. Der Atem ist mal schnell, mal langsam. Mal kurz, mal lang. Mal keuchend, mal sanft, immer wechselnd. Beim Atmen weiß nur man selbst davon, es stört niemanden!

Der Atem ist unbewusst. Selbst im tiefen Schlaf atmen wir. Das Atemzentrum befindet sich im verlängerten Rückenmark, in der Brücke, unterhalb und außerhalb der Großhirnrinde. Der Atem braucht uns nicht. Der Atem ist außerhalb von uns.

Der Atem ist die Verbindung zwischen Körper und Geist. Bei Angst atmet man hastig. Bei Wohlbefinden atmet man erleichtert. Bei Erschöpfung atmet man keuchend. Bei Gesundheit atmet man ruhig.

Der Atem ist immer im Jetzt, hier und jetzt, es gibt keinen Atem von gestern oder morgen.

Und tatsächlich ist das Leben eines Menschen nur... ein Atemzug! Bei der Geburt tief einatmen, um die Lunge zu füllen, und dann beim Tod, ausatmen: alles zurückgeben, was man sich nur geliehen hat!

Beim Atmen denken wir sofort an die Brust. Tatsächlich liegt das Atmen im Bauch, nicht in der Brust. Bauchatmung (abdominale Atmung) oder auch Zwerchfellatmung (diaphragmatische Atmung) ist die physiologischste Atmungsweise. Das sieht man, wenn man ein tief schlafendes Baby beobachtet, oder auch an Fröschen und Eidechsen.

Die eigentliche Atmung findet nicht in den Lungen, sondern in jeder einzelnen Zelle statt. Die Lungen sind nur eine Art Luftpumpe. Deshalb, wenn wir irgendwie die Luftmenge, die ein- und ausgeatmet wird, regulieren können, wird der Effekt jede einzelne Zelle betreffen.

Das Gehirn macht nur 2% des Körpergewichts aus, verbraucht aber 25-30% des Sauerstoffs, meistens für „unsinnige" und unnütze Dinge. Wenn man „achtsam“ beim Atmen ist, dann werden all diese Gier, Ärger, Zweifel, Unruhen, Verärgerungen... still und verschwinden leise!

Wenn man tief in die Meditation eintaucht (oft als die vier Dhyanas bezeichnet), spürt der Meditierende nicht mehr, dass er noch atmet. Der Atem scheint vollständig zu stoppen. Stille. Auflösung. Verschmelzung. Dies ist die „Stille“ am Ende des Ausatmens – oft lang, entspannt, sanft, still, weil sie keine Energie verbraucht. Wie ein Segelflugzeug, das nicht flattern muss, wie ein Auto, das im Leerlauf läuft, ohne Kraftstoff zu verbrauchen! Ich nenne das die „Prana“-Phase. „Pra“ bedeutet vor und „Ana“ bedeutet einatmen (vor dem Einatmen bedeutet auch nach dem Ausatmen). Die Stille wird länger, unermesslich, als gäbe es keine Grenzen mehr, als würde man sich im Nichts auflösen, sich beruhigen, frei werden. In diesem Zustand gibt es keine Vorstellung von Raum, Zeit, von mir oder anderen...

„Loslassen“ auch des Gedenkens, denn Gedenken bedeutet immer noch Erinnern, Denken. Man muss darüber hinausgehen, über Achtsamkeit hinaus. Daher wird die vierte Dhyana als das Loslassen des Gedenkens in Reinheit bezeichnet. Wenn man dieses Gedenken (Erinnern, Denken) loslässt, kann man Reinheit erlangen. Aber das ist nicht genug, denn es gibt immer noch den „wissenden“ Geist, der analysieren, bewerten, vergleichen will... Dieses „Wissen“ ist dann wirklich schädlich. Obwohl man die Gier, den Hass und die Täuschung überwunden hat, will man immer noch wissen, beobachten, bewerten... Zusammengefasst, hier ist eine absolute „Nicht-Geistigkeit“ erforderlich. Nicht nur „nicht-geistig“ gegenüber äußeren Szenen (gegenüber Szenen nicht-geistig) sondern auch „nicht-geistig“ gegenüber dem inneren Verlangen zu verstehen und zu wissen.

Meditation und doch Stufen und Ränge auslegen, um zu bewerten und... zu bestätigen? Wer legt die Praxis dar, wer überprüft, wer bestätigt, um aufzusteigen usw.... Es gab viele Arhats, die in keinen „heiligen“ Rang eingetreten sind. Sie trafen zufällig auf Buddha, Buddha sprach ein paar Worte, und sofort wurden sie zu Arhats! Es gab einen, der kurz vor dem Tod stand, Buddha besuchte ihn, sagte ein Wort: das Sehen ist nur Sehen, das Hören ist nur Hören... Nur so, und sofort erlangte er die Erleuchtung und wurde ein Arhat.

Für mich ist ein entscheidender Faktor in der Meditation die vollständige Entspannung des Körpers – als würde man sich mit dem Strom treiben lassen oder den Körper an einem Kleiderhaken aufhängen. Den ganzen Körper zu entspannen bedeutet, den Körper fallen zu lassen, einsinken zu lassen, ihn schwebend und nicht mehr angespannt zu machen! Der Energieverbrauch für die Muskelspannung (Muskeltonus) ist sehr hoch (etwa 40% Sauerstoff), daher hilft Entspannung erheblich, den Energieverbrauch durch Muskelspannung zu reduzieren.

Wenn der Körper erschlafft ist und der Energieverbrauch signifikant gesenkt wurde, dann verringert sich auch der Bedarf, Nährstoffe durch Nahrung aufzunehmen! Weniger zu essen und dennoch ausreichend zu versorgen bedeutet, dass der Körper weniger belastet wird, die Zellen weniger hart arbeiten müssen. Studien an Organismen, die moderatem Fasten unterzogen wurden, zeigen, dass sie länger und jugendlicher leben!

Wer kann für jemand anderen atmen? Wer kann für jemand anderen meditieren? Daher kann man sich nur auf sich selbst stützen.

Wenn man tief in die Meditation eingeht (genannt die vier Dhyanas), dann haben die Praktizierenden aufgehört zu atmen, sie brauchen nicht mehr zu atmen, sie atmen nicht mehr. Tatsächlich atmen sie immer noch mit sehr leichten, fast unmerklichen Bewegungen des Zwerchfells. Jede Bewegung (eine Zwerchfellbewegung von 1cm ermöglicht den Ein- und Ausstrom von 250ml Luft) bedeutet, dass sie sehr wenig Sauerstoff benötigen. Alle Zellen ruhen sich aus, mühen sich nicht ab, Energie zu produzieren, was ermüdend ist. Die Menge an überschüssigem, in den Bronchien verbleibendem Gas reicht aus, um das Leben in Form von Hypoxie (Sauerstoffmangel) aufrechtzuerhalten. Bei langjährigen Meditierenden ist dies ein Phänomen des chronischen Sauerstoffmangels (chronische Hypoxie). In einem Zustand chronischer Hypoxie produziert der Körper Hormone wie Dopamin, Serotonin, Endorphine, Oxytocin, die ein Gefühl der Heiterkeit, des Wohlbefindens, der Euphorie fördern, das Gedächtnis verbessern, Schmerzen reduzieren... Dies könnte genau der Zustand der „meditativen Versenkung“ sein. ■

(fortsetzen in der nächsten Ausgabe)

Tịnh Ý Giới thiệu

TRUYỆN CỔ PHẬT GIÁO
SONG NGỮ VIỆT – ĐỨC

NHỮNG NGƯỜI LƠ ĐỄNH

(phỏng theo "Tích Truyện Pháp Cú Tập III" Tu viện Thường Chiếu VN trách nhiệm xuất bản)

Câu chuyện này xảy ra khi đức Thế Tôn ở tại Kỳ Viên , liên quan đến năm người thiện tín.

Khi đức Phật ở tại tịnh xá Kỳ Hoàn , có năm tín đồ nghe Ngài giảng pháp, họ đảnh lễ Phật và lui ngồi một bên. Phật không hề nghĩ rằng: "Người này dòng Sát-lợi , người kia dòng Bà-la-môn, người này giàu, người kia nghèo. Ta giảng rộng cho người này, không giảng rộng cho người kia". Những việc này không liên quan đến đề tài Phật thuyết giảng, mọi người đều bình đẳng trước pháp, và Phật giảng dạy như nhau.

Nhưng năm người ngồi trước Phật, kẻ thì ngủ gục, người thì lấy ngón tay bươi trên đất, người đong đưa cành cây, người thì ngó lên trời. Chỉ có một người chăm chú nghe. Tôn giả A-nan đứng quạt hầu Phật, quan sát cử chỉ của năm người ấy, và sau đó bạch Phật:

- Bạch Thế Tôn, Ngài giảng dạy như tiếng sấm rền, mà những người ngồi nghe như thế, như thế.

- Này A-nan, ông có biết họ không?

- Bạch Thế Tôn, không.

- Người ngủ gục ấy, đã từng làm rắn trong năm trăm kiếp, thường cuộn mình lại ngủ say nên kiếp này cũng ưa ngủ, không có lời nào của Ta lọt vào tai.

- Bạch Thế Tôn, việc ấy xảy ra trong nhiều kiếp liên tục hay đứt quãng?

- Một lần, người này làm người, một lần khoác áo chư thiên, và lần khác làm rắn. Không thể dùng trí biết được số kiếp luân hồi của hắn, nhưng trong năm trăm kiếp liên tục, hắn làm rắn và ngủ không bao giờ chán. Người dùng tay bới đất, là đã năm trăm kiếp làm côn trùng chui trong đất, nên bây giờ cứ bới đất, chẳng nghe lời Ta. Người hay lay cành cây, là đã năm trăm kiếp làm khỉ, và vì thói quen chuyền cành, nên hiện tại cứ nắm cành cây, không nghe lời Ta nói. Người nhìn lên trời, là đã năm trăm kiếp làm chiêm tinh gia, nên ngày nay cũng nhìn lên trời, không nghe Ta nói gì. Người ngồi nghe chăm chú, là đã năm trăm kiếp làm Bà-la-môn đọc tụng Vệ-đà nên hôm nay cũng chăm chú như đang đọc Mật thư.

- Bạch Thế Tôn, Ngài giảng dạy thấm sâu như chẻ da xương, vì sao những người này không chăm chú nghe?

- A-nan, ông tưởng giáo lý Ta dễ nghe được sao?

- Bạch Thế Tôn, Ngài cho rằng khó nghe được?

- Đúng vậy.

- Tại sao, bạch Thế Tôn?

- Này A-nan, những chúng sanh này trong vòng luân hồi vô tận không nghe tên Tam Bảo, nên bây giờ không thể nghe giáo pháp. Những chúng sanh này trong vòng sanh tử vô cùng ấy chỉ quen nghe tiếng nói của súc sinh. Hơn nữa, họ tiêu phí thời giờ trong việc ăn uống, vui chơi, múa hát, nên không thể nghe giáo pháp.

- Bạch Thế Tôn, vì lý do gì họ không thể nghe pháp?

- Này A-nan, vì tham ái, vì sân hận, vì si mê. Vì vậy, không lửa nào bằng lửa tham ái, đốt cháy hữu tình không một chút tro. Vào thời kiếp hỏa, hỏa tai thiêu rụi toàn thế giới không chừa một tí nào, nhưng lửa này chỉ cháy trong vòng bảy mặt trời, và chỉ cháy trong thời tiết nào thôi. Còn lửa tham ái không lúc nào không bốc cháy. Cho nên Ta nói không lửa nào bằng lửa tham ái, không kìm kẹp nào bằng sân hận, không lưới nào bằng si mê, không sông nào bằng ái dục. Rồi Ngài nói Pháp Cú:

(251) Lửa nào bằng lửa tham,
Chấp nào bằng sân hận,
Lưới nào bằng lưới si,
Sông nào bằng sông ái!

Lời Bàn:

1. Kinh dạy rằng, sinh ra được làm người vốn đã khó. Được làm người có đầy đủ giác quan lại càng khó. Nhưng gặp được Tam Bảo lại càng rất khó. Năm hạng người trong truyện đã có phước đức gặp được Phật, thì phước đức của họ chắc hẳn không nhỏ.

2. Pháp Phật xưa nay chỉ có một vị: vị giải thoát. Trong thính chúng có khi lên đến cả hàng nghìn, Phật không ưu tiên vì giai cấp trong xã hội của họ để giảng. Cho nên cũng là một bài pháp đó, nhưng đối với người này thì phù hợp, người khác thì dễ, người khác nữa thì quá khó, không hiểu, sinh ra buồn chán. Kinh Pháp Hoa có nói đến trường hợp năm trăm người không thể nghe kinh, đứng dậy bỏ về là vì vậy. Tất cả còn tuỳ vào căn cơ của mỗi người. Năm vị trong truyện khi nghe Pháp mà buồn ngủ, mà buồn chán, mà không yên như khỉ trên cành, mà cứ ngóng nhìn ra bên ngoài... đều có nguồn gốc sâu xa, từ hằng trăm kiếp trước của họ: họ chưa một lần được nghe pháp, chưa một lần biết đến Tam Bảo. Đáng thương thay!

3. Gốc rễ của trở ngại này, chỉ vì ba thứ: Tham, Sân, Si; những tố chất căn bản của loài vật. Đó là ba chất độc, nó vây hãm, kìm kẹp và đốt cháy hết con đường an lạc của kiếp người.

Con đường đi đến sự giác ngộ cao tột trước hết là con đường giải thoát dần những ràng buộc của ba loại độc nói trên. ■

ALTE BUDDHISTISCHE GESCHICHTEN

Tịnh Ý stellt vor – Mỹ Đình überträgt ins Deutsche

DIE ZERSTREUTEN

(nach den „Geschichten zum Dhammapada, Band III“, Ausgabe vom Kloster Thường Chiếu)

Diese Begebenheit ereignete sich, als der Erhabene im Jetavana-Kloster weilte, und sie steht im Zusammenhang mit fünf gläubigen Laien.

Als der Buddha sich im Kloster Jetavana aufhielt, kamen fünf gläubige Anhänger, um seiner Lehrrede zu lauschen. Nachdem sie dem Buddha ihre Ehrerbietung erwiesen hatten, setzten sie sich respektvoll zur Seite.

Der Buddha dachte dabei keineswegs:

„Dieser stammt aus der Kshatriya-Kaste, jener aus der Brahmanen-Kaste; dieser ist reich, jener arm. Für den einen werde ich ausführlich lehren, für den anderen nicht.“

Solche Unterscheidungen hatten keinen Bezug zum Thema seiner Lehre. Vor dem Dharma sind alle Menschen gleich, und der Buddha lehrte alle ohne Unterschied auf dieselbe Weise.

Doch von den fünf Menschen, die vor dem Buddha saßen, war einer eingenickt, ein anderer fuhr mit dem Finger im Boden herum, ein dritter schwang einen Zweig hin und her, ein weiterer blickte zum Himmel. Nur einer von ihnen hörte aufmerksam zu.

Der Ehrwürdige Ānanda stand neben dem Buddha und fächelte ihm Luft zu. Er beobachtete das Verhalten der fünf Personen und sprach anschließend zum Buddha:

-Erhabener, Eure Lehre ist wie donnernder Widerhall, doch die Zuhörer verhalten sich so und so.

Der Buddha fragte:

-Ānanda, kennst du diese Menschen?

-Nein, Erhabener“, antwortete Ānanda.

Der Buddha sprach:

-Derjenige, der eingeschlafen ist, war fünfhundert Leben lang eine Schlange. Er war es gewohnt, sich zusammenzurollen und tief zu schlafen. Deshalb liebt er auch in diesem Leben den Schlaf, und kein einziges meiner Worte dringt an sein Ohr.“

Ānanda fragte:

-Erhabener, geschah dies in ununterbrochener Folge oder mit Unterbrechungen?

Der Buddha antwortete:

-Einmal war er Mensch, ein anderes Mal ein himmlisches Wesen, dann wieder eine Schlange. Die Zahl seiner Wiedergeburten ist mit dem gewöhnlichen Verstand nicht zu erfassen. Doch über fünfhundert aufeinanderfolgende Leben hinweg war er eine Schlange und schlief ohne je genug davon zu bekommen.

Derjenige, der mit der Hand im Boden wühlt, war fünfhundert Leben lang ein im Erdreich lebendes Insekt. Deshalb gräbt er nun im Boden und hört meine Worte nicht.

Derjenige, der den Zweig schwingt, war fünfhundert Leben lang ein Affe. Aus Gewohnheit, von Ast zu Ast zu springen, hält er nun den Zweig fest und hört meine Lehre nicht.

Derjenige, der zum Himmel blickt, war fünfhundert Leben lang ein Sterndeuter. Deshalb schaut er auch heute zum Himmel und hört nicht, was ich sage.

Derjenige aber, der aufmerksam zuhört, war fünfhundert Leben lang ein Brahmane, der die Veden rezitierte. Darum sitzt er heute voller Sammlung da, als würde er eine heilige Schrift lesen.

Ānanda fragte weiter:

-Erhabener, Eure Lehre dringt tief ein, bis in Haut und Knochen. Warum hören diese Menschen dennoch nicht aufmerksam zu?

Der Buddha antwortete:

-Ānanda, meinst du, meine Lehre sei leicht zu hören?

-Erhabener, entgegnete Ānanda, haltet Ihr sie für schwer zu hören?

-Ja, sagte der Buddha.

-Warum ist das so, Erhabener?

Der Buddha sprach:

-Ānanda, diese Wesen haben im endlosen Kreislauf der Wiedergeburten niemals den Namen der Drei Juwelen gehört. Deshalb sind sie nun nicht fähig, die Lehre zu hören. In diesem unermesslichen Kreislauf von Geburt und Tod waren sie es gewohnt, nur die Stimmen der Tiere zu hören. Außerdem haben sie ihre Zeit mit Essen, Trinken, Vergnügungen, Spiel und Tanz verbracht. Darum können sie die Lehre nicht aufnehmen.

Ānanda fragte erneut:

-Erhabener, aus welchem Grund genau sind sie nicht fähig, das Dharma zu hören?

Der Buddha sprach:

-Ānanda, es ist wegen der Gier, wegen des Hasses und wegen der Verblendung. Darum gibt es kein Feuer, das dem Feuer der Gier gleichkommt. Dieses Feuer verbrennt die fühlenden Wesen, ohne auch nur Asche zu hinterlassen. Wenn am Ende eines Weltzeitalters das Feuer der Vernichtung ausbricht, verbrennt es die ganze Welt restlos. Doch dieses Feuer brennt nur so lange, wie die sieben Sonnen erscheinen, und nur zu einer bestimmten Zeit.

Das Feuer der Gier jedoch lodert unaufhörlich, zu jeder Zeit. Darum sage ich: Es gibt kein Feuer wie das Feuer der Gier; keine Fessel wie den Hass; kein Netz wie die Verblendung; keinen Fluss wie das Begehren.

Darauf sprach der Buddha folgenden Vers aus dem Dhammapada:

(251)

Kein Feuer gleicht der Gier,
keine Verhaftung dem Hass,
kein Netz der Verblendung,
kein Strom dem Begehren.

Erläuterung:

1. Die Lehrtexte sagen, dass es bereits sehr schwer ist, als Mensch geboren zu werden. Noch schwieriger ist es, als Mensch mit vollständig ausgebildeten Sinnesorganen zu leben. Am schwierigsten jedoch ist es, den Drei Juwelen zu begegnen.

Die fünf Menschentypen in dieser Geschichte hatten das Verdienst, dem Buddha selbst zu begegnen. Ihr Verdienst und ihre heilsamen Voraussetzungen müssen daher beträchtlich gewesen sein.

2. Die Lehre des Buddha hat von jeher nur einen einzigen Geschmack: den Geschmack der Befreiung. Auch wenn sich unter den Zuhörern manchmal Tausende befanden, bevorzugte der Buddha niemanden aufgrund seiner gesellschaftlichen Stellung oder Herkunft.

So ist es dieselbe Lehrrede, die jedoch von den Menschen unterschiedlich aufgenommen wird: Für den einen ist sie passend, für den anderen leicht verständlich, für wieder andere zu schwierig, sodass sie nichts verstehen und Enttäuschung oder Überdruss empfinden. Im Lotus-Sutra wird davon berichtet, dass fünfhundert Menschen nicht fähig waren, der Lehre zuzuhören, aufstanden und den Ort verließen – aus genau diesem Grund.

Alles hängt von den jeweiligen geistigen Voraussetzungen ab. Die fünf Personen in der Geschichte, die während der Lehrrede schläfrig wurden, sich langweilten, unruhig waren wie Affen auf einem Ast oder immer wieder nach draußen blickten, haben dafür tief liegende Ursachen. Diese reichen Hunderte von Leben zurück: Sie hatten nicht ein einziges Mal die Lehre gehört und nie von den Drei Juwelen erfahren. Wie bedauernswert ist ihr Zustand!

3. Die Wurzel all dieser Hindernisse liegt einzig in drei Dingen: Gier, Hass und Verblendung – den grundlegenden Eigenschaften der tierischen Existenz. Es sind die drei Gifte, die den Weg zu Frieden und Glück im menschlichen Leben umzingeln, einengen und schließlich verbrennen.

Der Weg zur höchsten Erwachung ist daher vor allem ein Weg der allmählichen Befreiung von den Fesseln dieser drei Gifte. ■

Chuyện Ngắn Thiếu Nhi

Thi Thi Hồng Ngọc

GIA ĐÌNH MÌNH LÀ CON PHẬT

BÀI HỌC ĐẦU NĂM

Tết Tây hay Tết Ta gia đình Phật tử Đồng Minh đều tổ chức đầy đủ với những ý nghĩa giáo dục dành cho con trẻ thay vì chỉ đơn thuần là sự tụ tập để trao đổi quà cáp và ăn uống. Năm nay, cả ba chị em Thảo An, Thảo Mai và Thảo Hiền đều đinh ninh là mẹ sẽ làm xong tất cả cho buổi tiệc đầu năm và các cô chỉ việc ngồi chờ mẹ gọi là chạy xuống dọn bàn ăn. Nhưng lạ quá, ba cô chơi game, lướt mạng chán chê, mãi chẳng thấy ba hay mẹ gõ cửa phòng. Thảo Hiền chú ý sự việc bất thường này trước liền chạy xuống bếp tìm mẹ, bếp lạnh lẽo vắng lặng không có chút hơi ấm và mùi thức ăn thơm lừng như mọi ngày. Cô bé vội vàng chạy lên phòng hốt hoảng báo tin cho các chị. Thế là cả ba chị em xồng xộc đến phòng ba mẹ định gõ cửa nhưng một tấm bảng viết hàng chữ lớn bằng cả tiếng Đức lẫn tiếng Việt làm bọn trẻ con sững sờ: "Yêu cầu khi vào gõ cửa". Ngập ngừng một lát, Thảo An đưa tay gõ cửa, không có tiếng trả lời, Thảo Mai sốt ruột đẩy cửa vào đại. Một cảnh tượng kỳ lạ hiện ra trước mắt các cô con gái: Ba mẹ mỗi người ngồi một góc đang say sưa lướt Facebook coi xung quanh như vô hình. Thảo An bực bội lên tiếng:

- Ba mẹ làm gì vậy? Hôm nay là đầu năm mới mà?

Thảo Mai cũng cao giọng nói:

- Mình không ăn Tết Tây nữa phải không mẹ?

Thảo Hiền không lên tiếng, sự việc mà cô bé chứng kiến quả thật ngoài sức tưởng tượng. Ba không trả lời chỉ đưa ra một cảnh được thu lại vào IPad cho các con xem: Đó là ngày đầu năm ngoái cả nhà tụ họp vui vẻ ăn uống, ca hát, chúc tụng và những lời hứa hẹn tốt đẹp sẽ cố gắng thực hiện trong một năm.

- Tại sao năm nay nhà mình lại không tiếp tục như vậy? - Thảo An chất vấn.

Mẹ vẫn không rời chiếc điện thoại trên tay, điềm tĩnh trả lời:

- Vì các con ĂN UỐNG và VUI CHƠI TRÊN MẠNG INTERNET là đủ rồi có phải không? Các con có tất cả các món ngon, sự giải trí đầy say mê. Các con đâu cần mẹ phải nấu ăn, đâu cần ba quan tâm? Vậy thì bây giờ mình hãy sống tiếp tục như vậy vui hơn các con nghĩ thế nào?

Ba đứng dậy, nhìn cả ba cô con gái đang cúi đầu ngượng ngùng, nghiêm nghị nói:

- Ba mua máy điện thoại để các con liên lạc với mọi người khi cần thiết, trợ giúp việc học cho các con tiến bộ, các con đã lạm dụng điều này để tự mình biến mất khỏi thế giới thật rồi sống trong một thế giới ảo khác.

Mẹ cũng bỏ máy điện thoại xuống bàn, ôn tồn tiếp lời:

- Các con chơi điện thoại không muốn ba mẹ vào phòng làm phiền, mẹ nấu cơm xong phải lên nói mãi các con mới uể oải xuống ăn, thậm chí còn cầm theo điện thoại. Các con không cần biết thưởng thức bữa ăn, thưởng thức sự hiện diện tràn đầy tình yêu thương của gia đình. Vậy thì những cố gắng của ba mẹ phải chăng là vô ích?

Ba chỉ chiếc va ly to đặt ở cuối phòng, chậm rãi nói:

- CHÚNG TA CÓ CÒN CẦN CÓ NHAU TRONG CUỘC SỐNG NÀY NỮA KHÔNG? Ba mẹ sẽ đi xa, các con tha hồ ở nhà với tủ lạnh trống, nhà bếp không người, mọi thứ hỗn loạn vì các con yêu thích Internet vậy hãy để nó phục vụ các con có lẽ tốt hơn ba mẹ.

Thảo Hiền lật đật chạy đến ôm chặt lấy mẹ òa khóc:

- Mẹ ơi! Đừng đi! Ba ơi! Đừng bỏ con! Con cần ba mẹ, con không cần Internet đâu!

Thảo An, Thảo Mai cũng ràn rụa nước mắt, nức nở lên tiếng:

- Con xin lỗi ba mẹ!

Không hẹn, hai chị em chạy bay vào phòng đưa tất cả máy điện thoại và IPad cho ba, đồng thanh nói:

- Chúng con không muốn chơi nữa, khi nào ba cho phép thì mới được. Ba mẹ đừng bỏ chúng con nha!

Buổi liên hoan đầu năm mới lại bắt đầu, sau đó cả nhà cùng xem một bộ phim nói về một cậu bé thất lạc cha trong thời chiến tranh, cậu nghe lời cha dặn đến nương nhờ người cô ở tỉnh đó sau này cha cậu sẽ đến tìm. Cậu lớn lên rồi già đi theo thời gian nhưng nhất định không chịu dọn nhà đi nơi khác mà mãi mãi vẫn cứ hy vọng cha sẽ đến tìm mình.

Bộ phim gởi đến một thông điệp của tình gia đình và bài học đầu năm mà ba mẹ dạy có lẽ suốt đời chị em Thảo An không bao giờ quên được.

BẾP LỬA CỦA CHÙA

Dạo này thứ bẩy nào cả nhà Thảo An đều về chùa tu tập. Từ ngày có thầy Hạnh Đức về trụ trì, ngôi chùa làng hoang vắng đã có rất nhiều khởi sắc.

Khu vườn đầy cỏ dại và rất nhiều cây ăn trái bây giờ được dọn dẹp sạch đẹp. Vách nhà gần đổ nát giờ nhờ thầy và các Phật tử thiện tâm cùng chung tay góp sức sửa sang nhìn mới mẻ và ấm cúng hẳn lên. Mỗi tuần thầy đều tổ chức khóa tu cho các Phật tử, không nề hà ít hay nhiều người. Thầy không bỏ chùa đi xa trừ khi có việc Phật sự mà nếu có đi thầy cũng báo tin ngày đi ngày về để Phật tử biết. Ai cũng quý sự khiêm tốn, điềm đạm và tận tụy vì chúng sinh của thầy bởi khi nhà ai có việc gì cần thì thầy luôn có mặt ở chùa để giúp đỡ họ. Đối với thanh thiếu niên thầy đặc biệt quan tâm, kiên nhẫn dạy dỗ, lại có nhiều phương pháp hay nên thu hút giới trẻ đến với chùa. Thầy nấu ăn rất ngon, Phật tử đến lễ chùa bất cứ giờ giấc nào cũng được thầy hỏi han có đói bụng không và rồi luôn có món chay gì đó tiếp đãi. Tiếng lành đồn xa, Phật Tử quy tụ về chùa ngày một đông, ai ai cũng hoan hỷ từ cụ già cho đến trẻ con. Thầy không những đem giáo pháp độ sanh mà còn đem sự ấm áp an vui đến cho ngôi chùa xa xôi hẻo lánh. Thảo An nói với mẹ:

- Mẹ ơi! Mẹ biết con nghĩ thầy Hạnh Đức thế nào không?

- Thế nào vậy con ?

- Thầy là BẾP LỬA CỦA CHÙA đấy mẹ ạ! Không có bếp lửa thì không ai sống được ở chùa đâu! ■

Thi Thi Hồng Ngọc

UNSERE FAMILIE SIND BUDDHISTEN

Kinderkurzgeschichten

Mỹ Đình überträgt ins Deutsche

DIE ERSTE LEKTION DES NEUEN JAHRES

Egal ob westliches Neujahr oder traditionelles Neujahrsfest – in der buddhistischen Familie Đồng Minh werden diese Tage immer achtsam gefeiert. Es geht nicht nur ums Zusammensitzen, Geschenke tauschen oder gutes Essen, sondern vor allem um kleine, liebevolle Lektionen fürs Leben, die den Kindern mitgegeben werden.

In diesem Jahr waren die drei Schwestern Thảo An, Thảo Mai und Thảo Hiền fest davon überzeugt, dass Mama wie immer alles für das Neujahrsfest vorbereiten würde. Sie selbst müssten nur warten, bis Mama sie ruft, um beim Tischdecken zu helfen.

Also spielten sie Computerspiele, surften im Internet – doch lange Zeit klopfte weder Papa noch Mama an ihre Zimmertür.

Thảo Hiền merkte als Erste, dass etwas nicht stimmte. Sie lief in die Küche, um nach Mama zu sehen. Doch dort war es still und kalt. Kein warmes Licht, kein köstlicher Essensduft wie sonst. Erschrocken rannte sie zurück und erzählte ihren Schwestern davon.

Gemeinsam liefen die drei Mädchen zum Schlafzimmer der Eltern. Gerade als sie klopfen wollten, blieben sie wie angewurzelt stehen. An der Tür hing ein großes Schild, auf Deutsch und Vietnamesisch geschrieben:

„Bitte anklopfen, bevor ihr eintretet."

Nach kurzem Zögern klopfte Thảo An vorsichtig. Keine Antwort. Ungeduldig öffnete Thảo Mai einfach die Tür.

Was sie sahen, war wirklich seltsam: Papa saß in einer Ecke, Mama in der anderen – beide vertieft in ihre Handys und beim Scrollen durch Facebook, als gäbe es die Welt um sie herum gar nicht.

Verärgert fragte Thảo An:

– Papa, Mama, was macht ihr denn da? Heute ist doch Neujahr!

Auch Thảo Mai rief laut:

– Feiern wir etwa gar kein westliches Neujahr mehr, Mama?

Die drei Schwestern sahen sich ratlos an – und ahnten noch nicht, dass dies der Beginn einer ganz besonderen Lektion über Achtsamkeit, Verantwortung und gegenseitige Liebe sein würde.

Thảo Hiền sagte kein Wort. Was sie gerade gesehen hatte, war wirklich jenseits ihrer Vorstellungskraft.

Papa antwortete ebenfalls nicht sofort. Stattdessen nahm er das iPad und zeigte den Kindern ein Video:

Es war der erste Tag des vergangenen Jahres. Die ganze Familie saß fröhlich zusammen, aß, sang, lachte, sprach gute Wünsche aus und machte liebevolle Versprechen, im neuen Jahr achtsam und bemüht zu leben.

Thảo An fragte verwundert und ein wenig vorwurfsvoll:

– Warum machen wir das dieses Jahr nicht wieder so?

Mama legte den Blick nicht von ihrem Handy ab und antwortete ruhig:

– Weil ihr doch schon esst und euch im Internet vergnügt, ist das nicht genug?

Ihr habt alle leckeren Sachen, ihr habt spannende Unterhaltung.

Ihr braucht Mama nicht mehr zum Kochen, ihr braucht Papa nicht mehr, der sich kümmert.

Dann lasst uns doch einfach so weiterleben – meint ihr nicht, das ist schöner?

Papa stand auf. Er sah die drei Mädchen an, die nun beschämt den Kopf senkten, und sagte ernst:

– Papa hat euch Handys gekauft, damit ihr Menschen erreichen könnt, wenn ihr Hilfe braucht, und damit ihr besser lernen könnt. Aber ihr habt das missbraucht und euch selbst aus der echten Welt zurückgezogen, um in einer anderen, unechten Welt zu leben.

Mama legte nun auch ihr Handy auf den Tisch und sprach sanft weiter:

– Wenn ihr am Telefon spielt, wollt ihr nicht, dass Papa und Mama euch stören.

Wenn Mama mit dem Kochen fertig ist, muss sie euch oft mehrmals rufen, bis ihr müde und widerwillig zum Essen kommt – manchmal sogar mit dem Handy in der Hand.

Ihr nehmt euch keine Zeit mehr, das Essen zu genießen, keine Zeit, die liebevolle Gegenwart eurer Familie zu spüren.

Mama machte eine kleine Pause und fragte leise:

– Sind all die Mühen von Papa und Mama dann wirklich umsonst?

In diesem Moment war es ganz still im Raum.

Und in den Herzen der Kinder begann langsam ein kleines Licht der Achtsamkeit zu leuchten

Papa zeigte auf den großen Koffer, der am Ende des Zimmers stand, und sprach langsam und ernst:

– BRAUCHEN WIR EINANDER IN DIESEM LEBEN ÜBERHAUPT NOCH? Papa und Mama werden weit weggehen. Ihr könnt dann ganz nach Belieben zu Hause bleiben – mit einem leeren Kühlschrank, einer Küche ohne Menschen und einem Haus voller Unordnung. Weil ihr das Internet so sehr liebt, lasst es euch doch versorgen – vielleicht ist es ja besser als Papa und Mama.

Da lief Thảo Hiền hastig nach vorne, umklammerte Mama fest und brach in Tränen aus:

– Mama! Bitte geh nicht! Papa! Bitte verlass mich nicht! Ich brauche Papa und Mama, ich brauche kein Internet!

Auch Thảo An und Thảo Mai standen mit tränennassen Augen da und schluchzten:

– Es tut uns leid, Papa, Mama!

Ohne ein Wort miteinander zu wechseln, rannten die beiden Schwestern ins Zimmer, holten alle Handys und das iPad und gaben sie Papa.

Mit einer Stimme sagten sie:

– Wir wollen nicht mehr spielen. Nur wenn Papa es erlaubt, werden wir sie wieder benutzen. Bitte verlasst uns nicht! So konnte das Neujahrsfest doch noch beginnen.

Danach schaute die ganze Familie gemeinsam einen Film. Er erzählte von einem Jungen, der im Krieg seinen Vater verlor. Der Vater hatte ihm aufgetragen, bei einer Tante in einer entfernten Provinz Zuflucht zu suchen, und versprochen, dass er eines Tages zurückkehren würde, um ihn zu holen. Der Junge wuchs heran, wurde alt mit den Jahren, doch er weigerte sich, sein Zuhause zu verlassen. Er hielt sein Leben lang an der Hoffnung fest, dass sein Vater eines Tages kommen und ihn finden würde.

Der Film trug eine tiefe Botschaft von Familienliebe in sich. Und die Lektion des ersten Tages des neuen Jahres, die Papa und Mama ihren Kindern schenkten, würden die Schwestern Thảo An, Thảo Mai und Thảo Hiền wohl ihr ganzes Leben lang niemals vergessen.

DIE WARME KÜCHE DES TEMPELS

In letzter Zeit fährt die ganze Familie von Thảo An jeden Samstag zum Tempel, um gemeinsam zu praktizieren.

Seit Meister Hạnh Đức die Leitung übernommen hat, hat sich der zuvor verlassene Dorftempel spürbar zum Guten verändert.

Der Garten, der früher voller Unkraut war und viele verwilderte Obstbäume hatte, ist nun sauber und gepflegt. Die fast verfallenen Wände wurden dank der gemeinsamen Arbeit des Meisters und der hilfsbereiten Gläubigen instand gesetzt und wirken jetzt neu, warm und einladend.

Jede Woche organisiert der Meister Meditations- und Übungstage für die Buddhisten – ganz gleich, ob viele oder nur wenige kommen.

Er verlässt den Tempel nur, wenn es wirklich eine wichtige buddhistische Aufgabe gibt, und selbst dann sagt er genau Bescheid, wann er geht und wann er zurückkommt, damit alle Bescheid wissen. Die Menschen schätzen seine Bescheidenheit, seine Ruhe und seine hingebungsvolle Sorge für alle Wesen. Wann immer jemand im Dorf Hilfe braucht, ist der Meister im Tempel anzutreffen und bereit zu helfen.

Besonders den Jugendlichen schenkt er viel Aufmerksamkeit.

Geduldig unterrichtet er sie, mit klugen und liebevollen Methoden, die viele junge Menschen anziehen und den Weg zum Tempel öffnen.

Der Meister kocht außerdem sehr gut.

Ganz gleich, zu welcher Zeit die Gläubigen den Tempel besuchen – er fragt immer freundlich, ob sie hungrig seien, und kurze Zeit später gibt es stets ein einfaches, warmes vegetarisches Gericht. So verbreitete sich sein guter Ruf immer weiter.

Die Zahl der Gläubigen wuchs von Tag zu Tag, und alle kamen mit Freude – alte Menschen ebenso wie Kinder.

Der Meister bringt nicht nur die Lehre des Buddha zu den Menschen, sondern auch Wärme, Frieden und stilles Glück in diesen abgelegenen Tempel.

Eines Tages sagte Thảo An zu ihrer Mutter:

– Mama, weißt du, was ich über Meister Hạnh Đức denke?

– Was denn, mein Kind?

– Er ist die warme Küche des Tempels, Mama.

Ohne eine warme Küche könnte niemand im Tempel leben. ■

THƠ - Đinh Hạ

Đầu Năm Ra Viếng Chùa Làng

Đầu năm ra viếng chùa làng
Giai nhân tài tử lang thang cầu gì
Bên thềm một đóa trà mi
Mưa xuân bung nở những thì thầm yêu

Khói hương gửi gắm tín điều
Quẻ xăm Bắc Đế xin gieo thiện lành
Lễ dâng, dâng cả lòng thành
Hóa vàng mấy nỗi chòng chành sân si

Mẹ tôi khấn nguyện thầm thì
Mắt nhòe vì nhớ hay vì khói cay
Mong con ít rủi nhiều may
Mai ra phố hành trang đầy niềm tin

Xuất hành về phía trái tim
Bụi trần lắng dưới lặng im của thiền
Chùa làng hương khói tháng giêng
Tiếng chuông gột rửa muộn phiền chúng sinh...

Trần Kiêm Đoàn

CÂY NÊU TÂM ẢNH

Bụt trong văn hóa Việt Nam là một hiện thân vừa nhân hậu vì hay cứu khổ giúp đời mang hình ảnh đức Phật, vừa là vị thần linh có quyền phép trấn tà, trừ vọng mang hình ảnh thần thánh. Đó là biểu tượng hiền thần, hỷ thánh trong nếp sống tinh thần dân gian Việt Nam. Hễ nơi nào có đau khổ, bất công, nguy khốn là có Bụt hiện lên cứu cấp. Người Việt đi vào đời bằng Bụt, rồi đi sâu vào đạo bằng Phật.

Trong tâm thức Việt:

Bụt là cánh cửa tâm hồn, nơi lòng tin nhân hậu được gieo.

Phật là con đường dấn thân tiếp nối vào đời, nơi trí tuệ và giải thoát được mở ra.

Cây nêu ngày Tết Việt Nam là tâm ảnh về Bụt, là bài học đầu thật dễ thương của tuổi thơ; là sự khôn ngoan mềm dẻo của người dân hiền trừ ma, ếm quỷ hung ác thường tìm cách dẫn lối đưa đường; là tinh thần khôn ngoan của người dân chân đất giữ làng giữ nước được sự mách bảo quyết đoán mà hiền từ, đơn thuần mà trí tuệ của Bụt.

Bởi thế, cứ đến ngày 23 tháng Chạp, khi các ông Táo cả nước cưỡi cá chép lên chầu Ngọc Hoàng Thượng Đế, sợ nhà cửa bị bỏ trống, ma quỷ kéo vào xâm hại nên người ta phải cắm cây nêu mời tổ tiên và thiện trụ "ăn oản giữ nhà". Nhìn ngọn nêu tre cao vút phất phơ trong gió, người âm cũng như người dương đều dường như bắt gặp tín hiệu an hòa của Bụt với chiếc áo cà sa cổ tích trải rộng trên đầu ngọn tre để che bóng cho con người với câu nói của người Mẹ mở rộng vòng tay che chở, bao che nhân gian trước móng vuốt ma quỷ đang chực chờ xâu xé: "Bóng áo cà sa che mặt trời trải rộng tới đâu thì quỷ sứ phải tránh ra để nhường đất lại cho người". Mảnh đất tâm linh đã trải dài xa rộng mênh mông. Phần che nắng, phủ đất bên ngoài chỉ mới là không gian đo đếm được; mảnh đất bên trong mới chính là giang sơn vô biên của con người níu ngọn cây nêu, giải trừ quỷ sứ theo dòng cổ tích văn hiến Việt Nam.

Niềm tâm cảm dân gian tin rằng, cây nêu là một nhịp cầu nối tâm linh giữa nhân thế và cõi vô hình. Con người thấp cổ bé miệng nên phải nhờ cây tre cao vút. Trên ngọn tre có treo phong linh để tạo ra âm thanh cảnh báo. Có luôn cả các vật dụng ra mắt và phẩm vật chân quê như cau, trầu, thuốc, rượu... cùng lễ nghi với lời khấn nguyện được viết trên mực Tàu giấy đỏ treo dọc theo thân tre. Sự giao tiếp giữa hai thế giới qua nhịp cầu tre chân phương mà huyền nhiệm: Đó là cây nêu ngày Tết – Cây Nêu Tâm Ảnh. Khi hình tượng đã an trú trong tâm ảnh, mọi thước đo của nhân gian đều trở nên bất lực; bởi ký ức ấy không thuộc về một đời người, mà thuộc về chiều sâu lặng lẽ của nhiều thế hệ.

Năm mươi năm qua, người Việt đã có dịp tỏa ra khắp bốn phương trời. Mỗi người có thể khác nhau về giới hạn địa phương, hoàn cảnh xuất thân, điều kiện kinh tế, xã hội... nhưng trong cùng thẳm của mỗi tấm lòng đều lắng đọng tâm ảnh quê hương; trong đó, cây nêu tâm ảnh vẫn hiển hiện và nhắc nhở những bóng dáng nguồn cội. Cứ ngỡ rằng khi xa thì lòng cũng vắng, như xa mặt cách lòng; nhưng có trải nghiệm những năm dài tha hương rồi mới hiểu, ai cũng mang trong mình một quê hương thiên cổ để trở về.

Tôi xa Huế đã 44 năm. Nhớ cái Tết xa nhà đầu tiên năm 1982 ở trại tạm cư Chi-Ma-Wan, đảo Hồng Kông. Phút Giao Thừa im ắng, cả đoàn người mới ly hương ra đứng nhìn biển Đông chìm trong đêm tối, hướng về vùng trời Quê Mẹ Việt Nam mà tưởng tượng ngọn nêu mang chút chân trời viễn xứ có chăng giọt nước mắt thương mẹ, nhớ nhà. Biền biệt từ đó, 43 cái Tết đi qua hơn nửa sau đời mình. Những cái Tết tiếp theo chỉ còn là ý niệm trong ký ức khó phai mờ. Tết không ở quê hương thì nơi nào mà chẳng Tết khi cây nêu tâm ảnh đã mang đậm dấu ấn quê hương đầy đạo vị trong thần trí và tâm tưởng của chính mình.

Quê hương là Đất Tổ nơi mình sinh ra, là cửa ngõ để vào đời; nhưng không phải là nơi duy nhất để mình dựng được cây nêu đón thiện thần và hồn thiêng sông núi trong dịp Tết đến, Xuân về.

Trong số 130 quốc gia trên toàn thế giới, có khoảng 6,5 triệu người Việt đang sinh sống thì riêng Hoa Kỳ là đất nước "kỳ khôi" hơn cả. Tuy chỉ có 5 chủng tộc chính thức là đen, vàng, đỏ, trắng, nâu nhưng có tới 300 sắc dân. Hàng năm có từ 8 đến 10 "Năm Mới" thành văn nhưng có tới hàng mấy mươi kiểu "Tết" theo phong vị đất lề quê thói để chúc mừng nhau Năm Mới.

Từ khoảng thập niên 2010, và trở nên rõ nét sau năm 2020, trong bối cảnh xã hội phương Tây ngày càng ý thức sâu về tính đa văn hóa, danh xưng "Tết Trung Hoa" (Chinese New Year) dần được thay bằng "Tết Âm Lịch" (Lunar New Year). Sự chuyển dịch này không nhằm phủ nhận vai trò lịch sử của văn hóa Trung Hoa, mà để nhìn nhận thực tế rằng Tết Âm lịch là di sản chung của nhiều nền văn hóa Đông Á, trong đó có Việt Nam, Hàn Quốc và Triều Tiên đã nói lên một không gian ký ức rộng mở, nơi nhiều quê hương cùng có quyền trở về.

Cứ ngỡ mình lâu ngày, xa quá dần quên, nhưng thật lạ lùng, thế giới ngày xưa càng ngày càng hiển hiện. Tuổi đời càng cao, ký ức càng mỏng lại; bao nhiêu hình ảnh xuôi ngược bốn phương nhạt dần với bộ nhớ phôi pha cho cây đa bến cũ, cây nêu ngày Tết thời xa xưa hiện về:

"Ảnh bất tại ngoại, tâm tức kỳ nguyên":
Ảnh không lơ lửng ở ngoài,
Tâm là nguồn cội quan hoài bóng xưa.

Hơn nửa đời người xa quê hương, quãng đường ấy đủ dài để những hình ảnh bên ngoài dần mờ đi, nhưng cũng đủ sâu để những gì thuộc về tâm lại hiện rõ hơn.

Trong hành trang của người Phật tử sống xa quê, có những thứ không thể mang theo bằng vali, nhưng vẫn theo mình rất bền. Cây nêu là một trong số đó. Mùa Tết ở xứ người, ngoài một số chùa viện Phật giáo và các trụ sở hội đoàn người Việt còn có nơi dựng nêu như một biểu tượng truyền thống văn hóa, nhà tư nhân không ai dựng cây nêu trước sân. Nhưng lạ thay, mỗi khi năm cũ sắp khép lại, trong tôi lại hiện lên rất rõ hình ảnh một cây tre thẳng, mảnh, đứng lặng lẽ giữa trời đất.

Cây nêu trong ký ức tuổi nhỏ là dấu hiệu của Tết. Cây nêu trong tâm ảnh của tuổi già lại là dấu hiệu của sự dừng lại. Tôi không còn nghĩ cây nêu là để xua đuổi điều gì bên ngoài.

Sống đủ lâu, đi đủ xa, người ta hiểu rằng những thứ cần xua đuổi nhất không nằm ngoài cổng, mà nằm rất sâu trong chính mình: lòng tham, nỗi giận và thói quen bảo thủ là sự bám chấp một đời dễ đâu buông xả. Nhưng cây nêu, khi đi vào Phật giáo và đi sâu vào tâm thức, trở thành một lời nhắc cần buông bỏ sự cố chấp, thay đổi thói quen và làm dịu nhiễu động của năm cũ.

Bởi vậy, cây nêu dân gian đã gần gũi và mọc lên ở cửa thiền không chỉ tại Việt Nam mà khắp nơi có "mái chùa che chở hồn dân tộc" của chùa Việt, xứ người. Cây nêu Tết trong sân chùa qua tầm nhìn đại chúng là một pháp khí văn hóa thiền môn.

Trong chốn chùa chiền Huế, cây nêu không hiện diện để khuấy động niềm tin, mà để gợi mở sự lắng nghe. Tiếng phong linh theo gió không nhằm đánh thức thực dụng, cũng chẳng mượn phô trương huyễn hoặc. Nó đứng đó, an nhiên tùy duyên với sương gió, vươn cao trong tĩnh lặng, như một cột mốc của tâm theo phong cách người Huế sống đạo: không cực đoan, không ồn ào, không cần chứng tỏ. Cây nêu dạy tôi một bài học rất Huế rằng, đứng vững bằng chính xương sống và thần thái của bản thân và phẩm chất cần thiết của mình: cao không để mà ngự trị, thanh không phải lụy vào hình tướng, dễ tiếp cận không phải tuân phục dễ dàng, nhận lời phó thác mà không cần làm trung tâm.

Sống xa quê hơn nửa đời, tôi không còn tìm cách tái hiện Tết Việt cho đủ hình thức. Thay vào đó, tôi dựng cây nêu trong tâm. Mỗi độ Xuân về, tôi tự hỏi: trong năm qua, mình đã để bao nhiêu thứ không cần thiết treo lủng lẳng trong lòng? Bao nhiêu lời nói thừa? Bao nhiêu lo lắng quá mức? Bao nhiêu chấp trước không chịu buông? Trả lời được những câu hỏi ấy, với tôi, đã là một nghi lễ nghinh Xuân.

Cây nêu tâm ảnh không cần treo nhiều đồ phụ dụng.

Chỉ cần một tiếng chuông rất khẽ đủ để nhắc mình dừng lại: Dừng một chút trước khi nói để tập thói cẩn trọng. Dừng một chút trước khi phán xét để tránh nỗi oan khiên. Dừng một chút trước khi chạy để ngăn bớt tốc độ đời sống cuốn đi quá nhanh.

Là một Phật tử, tôi hiểu rằng, đạo không nằm ở việc mình đang ở đâu, mà ở cách mình đang sống. Cây nêu không cần phải được dựng lên trước mắt người khác. Nó chỉ cần được dựng đúng chỗ trong lòng mình. Khi cây nêu đã đứng vững trong tâm, thì dù ở đâu, Xuân cũng là Mùa Xuân Di Lặc.

Hơn nửa đời xa quê, tôi không còn nôn nao tìm lại hình ảnh cũ. Tôi chỉ mong giữ được tinh thần cũ: biết dựng lên một cột mốc lặng lẽ mỗi độ Năm Mới, để tự nhắc mình sống chậm hơn, nhẹ hơn và bớt làm khổ mình cũng như làm khổ người khác.

Và như thế, dù không còn sân nhà để dựng nêu, tôi vẫn biết:

Xuân đã về – khi lòng biết dừng.
Tay buông tâm xả nhẹ vô ngần.
Cây nêu tâm ảnh không sân trước,
Vẫn chiếu trong ngời một ánh xuân. ■

(Sacramento, cuối đông 2026)

Lâm Minh Anh

MỪNG XUÂN CHÚC THỌ

Vừa bước chân đến nhà ông Tư vào ngày mùng một Tết, ông Lý đã thấy không khí gia đình đoàn viên hạnh phúc tràn đầy. Bàn thờ được trưng bày trang trọng với mâm ngũ quả, hoa tươi, nhang trầm thơm ngát. Tân lễ phép mời ông Lý ngồi cạnh ông Tư, Lam Ngọc rót trà, mở khay mứt gừng, mứt dừa, mứt quất tự làm, mời hai ông. Bé Minh Châu không đợi bảo, khoanh tay cúi đầu chào rồi ngoan ngoãn thưa:

- Năm mới con kính chúc ông nội, ông Lý mạnh giỏi "Phước như Đông Hải, thọ tỉ Nam Sơn". Cả nhà bật cười to vì câu chúc rất văn vẻ so với độ tuổi của cậu bé. Lam Ngọc xoa đầu con hỏi đùa:

- Con học câu chúc hay ơi là hay này ở đâu ra vậy?

Minh Châu hớn hở khoe:

- Mẹ quên rồi! Tết nào con cũng nghe ba mẹ chúc ông bà như vậy. Con học theo thôi mà!

Ông Lý nhìn qua ông Tư hoan hỷ nói:

- Thế mới biết "thân giáo" quan trọng đến thế nào!

Tân kéo con lại gần, nhẹ nhàng bảo:

- Hôm qua, ba còn dạy một câu gì nữa, con nói cho ông nội và ông Lý nghe đi! Cậu bé đến cạnh ông Tư, mạnh dạn nói:

- Ba dạy câu "Kính lão đắc thọ" có nghĩa là nếu mình thương quý người già, mai mốt mình già mình được sống khỏe, sống lâu.

Ông Tư bật cười vui vẻ trao bao đỏ lì xì cho đứa cháu đích tôn dễ thương:

- Con giỏi lắm! Đây ông nội có chút quà năm mới, chúc con học giỏi, mạnh khỏe, vui vẻ nha!

Minh Châu cúi đầu cảm ơn, rồi lần lượt nhận lì xì của cha mẹ, cuối cùng là của ông Lý với lời chúc:

- Ông cũng chúc con năm mới học thêm nhiều điều hay để lần sau ông đến con kể cho ông nghe với.

Cậu bé lễ phép khoanh tay dạ nhỏ, Tân xin phép cáo từ để đưa vợ con sang nhà ngoại chúc Tết. Ông Lý nhìn theo tán thán:

- Mừng cho bác, trong thời buổi này mà có được con cháu hiếu thảo. Phúc Lộc Thọ luôn luôn là lời cầu chúc đầu năm của mọi gia đình, chữ Thọ tuy đứng cuối nhưng cũng khá quan trọng trong đời sống con người. Bác nghĩ có đúng không? Ông Lý tươi cười nói:

- Theo truyền thống và trong văn hóa Bách Việt, mỗi độ Xuân về, Tết đến khi gia đình sum họp dưới bàn thờ gia tiên để tưởng niệm người đã khuất, rồi con cháu lần lượt chúc cha mẹ ông bà hiện tiền bằng những lời tốt lành nhất trong đó luôn có câu mong cho cha mẹ ông bà sống lâu mạnh khỏe để tỏ lòng tôn kính thương yêu hiếu thuận. Đáp lại điều này, người trên sẽ vui vẻ "lì xì" (trao tặng) người dưới một bao giấy đỏ có một ít tiền tượng trưng gọi là mừng tuổi (tuổi ở đây nghĩa là cứ đến năm mới thì ai cũng được lên một tuổi). Dân gian có câu:

Tứ thời xuân tại thủ 時春在首

Ngũ phúc thọ vi tiên 五福壽為先

Nghĩa là: Bốn mùa Xuân đến trước. Năm phúc Thọ đầu tiên. Cũng có câu: Tứ Hỷ Tề Lai 四喜齊來 (Thọ, Lộc, Phúc, Uyên) thường viết trên bình trà ông Thọ. Ý nghĩa những câu trên biểu thị Thọ là một trong những triết lý tinh hoa của người Đông phương trong sự vận hành của đất trời và tuổi đời của con người.

Theo sách Thượng Thư, thiên Hồng Phạm Cửu Trù, cho rằng: Trong năm điều phúc thì Thọ đứng đầu, còn trong Lục Cực (6 điều khổ) thì chết yểu là xấu nhất. Từ đó nhận thấy được người xưa xem trọng Thọ mạng đến dường nào. Theo nghĩa thông dụng, Thọ là từ ngữ biểu đạt sự chúc mừng, cát tường, hoà lạc, mỹ mãn, đối với tự thân mạng số của mỗi người có giá trị nhất định. Thế nên trong đời sống nhiều người ký thác tinh thần của mình bằng cách cầu đảo ơn trên phù hộ cho mình được sống lâu nên chữ Thọ cũng có gốc rễ trong tín ngưỡng, tập tục lâu đời của dân gian và là một trong những chữ rất được ưa chuộng để chúc mừng người cao tuổi vào những ngày đầu năm. Tuy rằng theo dòng lịch sử phát triển của Nho tự, chữ Thọ chưa phải là chữ sớm xuất hiện vào thời kỳ khởi nguyên tạo hình văn tự, nhưng bởi nó quá phổ biến, lại nữa, trong sự diễn biến cầu kỳ của chữ nghĩa, Thọ có thể nói vượt hẳn bất cứ chữ nào trong Nho tự về phương diện gia thêm nghĩa mới. Vì thế nên khi chiết tự mới thấy được hàm nghĩa sâu rộng, quả thật rất thú vị.

Chữ Thọ 壽, thoạt tiên manh nha ở Đào văn (chữ viết trên đất nung) sang đến Giáp cốt văn thay cho nghĩa chữ Thọ, là chữ Trù 疇 (ruộng lúa phì nhiêu, mênh mông) hàm nghĩa trường sinh, trường cửu.

Sang đến Đời Tây Chu, trên Kim văn được thay thế chữ Lão 老 là hình ảnh một cụ già râu tóc bạc phơ, khom người xuống, một tay cầm gậy chống, hai bên chữ Lão là chữ Khẩu 口 (cái miệng) như mở lời chúc mừng.

Đến thời Tiên Tần, trên văn tự Chiến Quốc cho đến triều Hán, theo lối viết chữ Tiểu Triện, chữ Thọ được thêm chữ Hựu 又 (lại nữa). Chữ Hựu biểu thị cho chữ Thủ 手 (bàn tay) mang nghĩa tay dâng rượu cho người cao tuổi, sau cùng sang lối viết chữ Khải lại thêm chữ Thốn 寸 (gang tấc) thành ra chữ Thọ được thông dụng cho tới ngày nay.

Từ những diễn biến gia nghĩa theo pháp cấu tạo Giả tá (mượn chữ) cho đến hội ý của chữ Thọ có thể tóm tắt quá trình thành hình của chữ Thọ như sau: Phía trên cùng đầu tiên là chữ Sĩ 士 (người có học thức) biểu trưng cho trí tuệ, văn tư, tu dưỡng. Giữa thân là chữ Công 工 (phấn đấu, cần lao), kế đến là chữ Khẩu, chỉ sự ăn uống tiết độ, nói năng cẩn trọng để không mắc tai họa và phía dưới cùng là chữ Thốn (thước tấc đo đếm) ý nói sự giới hạn của tuổi đời để trân quý sinh mệnh, sức khỏe. Đó là ý nghĩa của sống lâu (thọ).

* Chữ Thọ được định nghĩa và mở rộng theo các danh gia và sử sách như sau:

+ Thuyết văn giải tự, Hứa Thận: Thọ, cửu dã, phàm niên xỉ giai viết thọ 壽, 久也, 凡年齒皆曰壽 (Thọ là sống lâu, hễ người nào có tuổi đời cao đều gọi là sống thọ).

+ Đổng Tử Phồn Lộ, Đổng Trọng Thư: Thọ giả, thù dã. Thọ hữu đoản trường, do dưỡng hữu đắc thất 壽者, 酬也, 壽有短長, 由養有得失 (Thọ là chủ khách dùng rượu thù tạc, chúc mừng nhau. Thọ được kéo dài hay ngắn bớt là do có tu dưỡng hay không).

+ Thọ (mệnh), vào đời Chu trên Kim văn gọi là Trường Thọ 長壽 vào thời Chiến quốc, trên văn tự gọi là Vạn Thọ 萬壽, trong Hán Bạch Thư trên văn tự gọi là Ích Thọ 益壽.

+ Nhĩ Nhã, phần Thích Hổ: Hoàng phát, nhi xỉ, đãi bội cứ lão, thọ dã 黃髮, 齯齒, 鮐背, 耇老, 壽也 (Tóc hóa vàng, răng non nhô, lưng trổ đồi mồi, vai khòm xuống chỉ cho người (thọ) cao tuổi).

* Chữ Thọ trong thi phú được mô tả như sau:

+ "Độc Thư Sơn Tuyết Trung", Nguyên Hiếu Vấn (1190-1257) đời Nguyên có lời thơ:

Tiền niên vọng quy quy bất đắc
Khứ niên trung đồ cước vô lực
Tàn sinh hà ý hữu kim niên?
Đột ngột gia sơn dọa nhãn tiền,
Đông gia tây gia bách hồ tửu
Chủ nhân bổng thương khách trường thọ.
Tiên sinh túy tạo vãn xuân hồi.

前年望歸歸不得
去年中途腳無力
殘生何意有今年
突兀家山墮眼前
東家西家百壺酒
主人捧觴客長壽
先生醉袖挽春回

Tạm dịch:

Năm xưa đã muốn về quê,
Năm rồi sức yếu ngại e giữa đường.
Cuối đời trở lại cố hương,
Núi nhà trước mặt chợt vương vấn lòng.
Láng giềng trăm hũ rượu chung,
Chủ nhân chúc khách thọ trường vui thay.
Vén áo nâng ly trên tay,
Uống say cứ nghĩ xuân nay trở về.

Danh nhân Nguyễn Công Trứ cũng có bài thơ rất lý thú:

Thất thập tự thọ
Nhật đối nhi tào tự giải di,
Kim ngô bất tự cố ngô thì.
Tùy cơ khôi lỗi chiêu nhân tiếu,
Trục ký niên hoa giới cổ hy.
Lão thực bất kham trang diện mục,
Anh hoa an dụng nhiễm tu tì.
Tự tàm hào mạt hồn vô trạng,
Tiếu sát Hồng Sơn hữu thị phi

日對兒曹自解頤,
今吾不似故吾時。
隨機傀儡招人笑,
逐騏年華屆古稀。
老實不堪粧面目,
英花安用染鬚髭。
自慚毫末渾無狀,
笑殺鴻山有是非

Tạm dịch:

Thường nhật cùng lũ trẻ chơi đùa
Ta của hôm nay đã khác xưa.
Theo thời múa rối vui thiên hạ,
Thấm thoát bảy mươi cũng đã vừa,
Mộc mạc thế thôi, chẳng trau chuốt ,

Tóc bạc cũng đâu kém vẻ xưa.
Chỉ hổ vô công cho đất nước,
Núi Hồng phó mặc tiếng khen chê.

Cụ Tam Nguyên Yên Đổ lại có thơ còn thú vị hơn nữa:

Mậu Thân Tự Thọ
Năm nay tuổi đã bảy mươi tư,
Rằng lão rằng quan tớ cũng ừ.
Lúc hứng đánh thêm ba chén rượu,
Ngồi buồn ngâm láo ít câu thơ.
Bạn già lớp trước nay còn mấy,
Việc cả mười phần chín chẳng như.
Cũng muốn sống thêm dăm tuổi nữa,
Thử xem mãi mãi thế này ư?

Hoặc như trong bài 'Phượng Chỉ Trùng Khai Thiên Uy Cảng", Cung Ký, Ngô Thì Nhậm mô tả:

Thượng đế hiếu sinh lân báo nhược
Thần ngoan nhất dạ chấn Thiên Uy...
Tòng kim cảng vận vô gian trở,
Dục thọ nhân tình lại bất nguy.
上帝孝生憐報弱
神刓一夜震天威…
從今港運無艱阻
欲壽人情賴不危

Tạm dịch:
Đắm thuyền trời thương đức hiếu sinh,
Khai cảng Thiên Uy động hữu tình...
Chuyển vận từ nay thôi trắc trở
Thọ mạng an vui cảnh yên bình.

Ba bài thơ của ba vị học sĩ Việt Nam làm ông Tư vui hẳn lên, rót đầy tách trà thơm ân cần mời bạn, ông hào hứng góp lời:

- Trong Kinh Thi, Tiểu Nhã, Bách Hoa Chi Tập, có bài thơ đề cập chữ Thọ, thiên về đức hạnh và cúng tế, chẳng hạn:

Lục Tiêu, kỳ 2 蓼蕭，其 二
Lục bỉ tiêu tư. 蓼彼蕭斯
Linh lộ nhương nhương 零露瀼瀼...
Kỳ đức bất sảng. 其德不爽 .
Thọ khảo bất vong. 壽考不忘

Tạm dịch:
Cỏ tiêu kia đã lên cao
Sương sa nhuộm thắm rạt rào xuân xanh...
Đức cao không nhầm lẫn đâu
Phúc lành sống thọ chẳng sầu chẳng quên

Rồi sực nhớ đến câu chúc Tết của cháu nội, ông Tư hỏi ngay ông Lý về xuất xứ của từ ngữ trên, ông Lý mỉm cười từ tốn nói:

- "Thọ tỷ Nam Sơn" 壽比南山 nguồn gốc được ghi trong Bách khoa toàn thư Từ Hải như sau: Đời nhà Minh (1560), Hằng Vương mừng thọ, câu chúc trên được người trong phủ viết lên vách đá cạnh Vân Môn, Thanh Châu, tỉnh Sơn Đông (Thọ ở đây mang nghĩa cát tường trong tuổi già). Nhân đây tôi cũng nói thêm một vài thành ngữ thông dụng được dùng nhân dịp chúc thọ:

+ Dĩ giới mi thọ 以介眉壽 xuất xứ trong Bân Phong, bài thơ Thất Nguyệt:

Bất nguyệt bát tầu, 八月剝棗
Thập nguyệt hoạch đạo. 十月穫稻
Vi thử xuân tửu, 為此春酒
Dĩ giới mi thọ. 以介眉壽
Tạm dịch:
Táo khô thu tháng tám
Tháng mười gặt nếp xong
Sang xuân làm rượu uống
Hưởng tuổi thọ chờ mong.

+ Vạn thọ vô cương 萬壽無彊 xuất xứ từ bài thơ Thiên Bảo, phần Tiểu Nhã:

Cát quyên vi xí. 吉蠲為饎
Thị vi hiếu hưởng. 是為孝享
Dược từ chưng thường. 禴祠烝嘗
Ư công tiên vương. 於公先王
Quân viết: "Bốc nhĩ". 君曰 :蔔爾
Vạn thọ vô cương. 萬壽無彊

Tạm dịch:
Chọn ngày trai giới an lành
Bao thức thanh khiết người dành dâng lên.
Tấc thành lễ cúng kính trên,
Hoàng thân quốc thích tổ tiên hết lòng
Vua rằng: Quả thật ước mong
Dài lâu thọ mạng non sông vững bền

+ Diên niên ích thọ 延年益壽, xuất phát từ thời Đông Châu Chiến Quốc, trong lời tựa "Cao Đường Phú" của Tống Ngọc (298-222TCN). Nguyên văn: "Diên niên ích thọ thiên vạn tuế". Nghĩa là câu chúc tuổi đời dài lâu, tăng thêm thọ mạng.

Ông Tư có vẻ thương tiếc khi nghe ông Lý nhắc đến Tống Ngọc:

- Một người tài hoa viết ra câu chúc hay như thế mà lại bị yểu mệnh, thật là trớ trêu thay! Cũng nhân đây, tôi xin được góp vài câu đối hay về chữ Thọ được trích trong "Thọ Liễn Tinh Soạn Thập Cẩm"

* Thọ đồng tùng bách thiên niên tú/ Phẩm tự mai lan nhất vị hương 壽同松柏千年秀/ 品似梅蘭一味香. Ý nói: Thọ mạng như cây Tùng, bách ngàn năm tươi tốt/ Đức như hoa mai, lan một đời tỏa ngát thơm.

* Lan quế cư phương phùng thịnh thế/ Xuân huyên tịnh mậu hưởng cao linh 蘭桂居芳逢盛世/ 椿萱並茂享高靈. Ý nói: Lan quế tỏa hương mừng đời thịnh/ Cha mẹ yên vui hưởng tuổi trời.

Tuy vậy, vào đời Dường, nhà thơ Lưu Vũ Tích có bài thơ rất hóm hỉnh như sau:

Ẩm tửu khán mẫu đơn
Kim nhật hoa tiền ẩm
Cam tâm túy sổ bôi
Đản sầu hoa hữu ngữ
Bất vi lão nhân khai.
飲酒看牡丹
今日花前飲
甘心醉數杯
但愁花有語
不為老人開

Tạm dịch:
Uống rượu ngắm mẫu đơn,
Hôm nay uống rượu ngắm hoa xinh.
Say đôi ba chén ngẩn ngơ tình,
Bùi ngùi nghĩ nếu hoa biết nói,
Có đâu nở để lão ông nhìn.

Người già thường "tủi thân" mỗi khi nghĩ đến thân phận kém cỏi, yếu đuối của mình, thật ra theo truyền thống văn hóa Đông phương người cao tuổi rất được kính trọng. Điều này thể hiện bằng Lễ Chúc Thọ thật trang trọng của con cháu dành cho ông bà. Bác có nhận thấy thế không?

Ông Lý gật đầu đồng tình:

- Đúng vậy! Lịch sử lễ tục Chúc Thọ khởi đầu từ thời Xuân Thu gọi là "Hiếu tửu thượng thọ". Chẳng hạn như trong Kinh Thi, Bân Phong, ghi lại:

Thất nguyệt 七月
Bằng tửu tư hưởng, 朋酒斯饗
Viết sát cao dương, 曰殺羔羊
Tê bỉ công đường 躋彼公堂
Xưng bỉ hủy quang. 稱彼兕觥
Vạn thọ vô cương 萬壽無疆

Tạm dịch:
Bày hai vò rượu hân hoan,
Thịt dê mâm cỗ cao sang sắp bày.
Công đường cùng chúc nhau đây,
Rượu sừng mừng thọ vui vầy nâng ly.

Bài thơ diễn tả bối cảnh chúc thọ thời ấy chỉ được cử hành nơi chốn quan quyền mang màu sắc chính trị và vui chơi chè chén. Cho đến thời Nam Bắc triều, lễ nghi này mới được truyền bá rộng rãi. Thời kỳ này cũng phổ biến lễ Phật Đản do sự sùng tín của dân chúng. Từ từ, Phật giáo có ảnh hưởng lớn đến cả giới thống trị. Chẳng hạn vua Đường Huyền Tông đã lấy ngày Rằm tháng tám làm sinh nhật của mình mỗi năm gọi là Tố Thọ 做壽, tức chúc thọ người cao tuổi, cầu mong cho họ được "Trường Thọ" 長壽. (Tập tục tổ chức sinh nhật xưa kia chưa có).

Khuất Nguyên trong bài thơ Thiệp Giang, tự thuật:

Dư ấu hiếu thử kỳ phục hề,
Niên ký lão nhi bất thôi...
Đăng Côn Lôn hề thực ngọc anh.
Dữ thiên địa hề tỉ thọ,
Dữ nhật nguyệt hề tề quang.

Tạm dịch:
Thuở trẻ con ưa thích mặc đồ lạ,
Đến già cũng chẳng khác chút nào...
Lên núi Côn Lôn tìm ăn hoa quả tươi.
Mong có tuổi thọ ngang trời đất,
Tranh ánh sáng cùng mặt trời, mặt trăng.

Theo Sử Ký, trong Thích Khách Liệt Truyện, phần Nhiếp Chính Truyện, Tư Mã Thiên thuật rằng: Xưa kia, ngoài cách dâng rượu chúc mừng, đem vàng lụa biếu người cao tuổi biểu lộ lòng tôn kính cũng gọi là mừng thọ. Như trong câu: Nghiêm Trọng Tử phụng hoàng kim bách dật, tiền vi Nhiếp Chính mẫu thọ (Nghiêm Trọng Tử dâng 100 dát vàng biếu thân mẫu Nhiếp Chính làm lễ chúc thọ).

Nghe đến đây, ông Tư vui vẻ góp lời:

- Tôi còn thấy nhiều nơi còn có tranh vẽ "Bát Tiên Khánh Thọ" trong lễ chúc thọ. Bát Tiên chính thức xuất hiện vào thời đầu nhà Minh, đó là câu chuyện thần thoại "Trường sinh bất lão" của 8 vị tiên sống ở núi Bồng Lai. Từ những liên quan ấy, tôi nghĩ chữ Thọ còn hàm nghĩa triết lý sống coi trọng tinh thần, tâm lý lành mạnh của văn hóa dưỡng sinh để giữ thân thể trẻ lâu, không bị lão hóa nhanh, kéo dài tuổi thọ.

Ông Lý tủm tỉm cười, nói đùa:

- Thảo nào dạo này bác rất chịu khó dậy sớm tập "Dịch Chân Kinh", nói thế thôi, thật ra điều mà bác đề cập cũng phản ảnh phần nào chiều sâu của chữ Thọ trong nhận thức và lý giải. Cho nên, chữ Thọ có sự liên hệ với Đạo giáo. Các Đạo gia coi sinh mệnh rất quan trọng, đến nỗi đưa hình tượng của Lão Tử thành "Lão Thọ Tinh" Lão tổ, đề cao chất lượng tồn tại của đời sống, chú trọng theo đuổi việc giữ cho sinh mệnh được vĩnh viễn làm mục tiêu tu dưỡng. Bởi thế cho nên trong tế tự, cầu đảo, khi sử dụng Đạo phù đều có liên quan chữ Thọ. Đạo phù là một loại "Phù thư", thời xưa triều đình dùng để điều động quân đội, hoặc là một thứ tín vật để phát mệnh lệnh của vua chúa, có ý nghĩa tuyệt đối phục tùng. Đạo giáo dùng Đạo phù biểu thị nội hàm quyền lực tối cao của thế giới thần linh và chữ Thọ. Trang Tử, trong "Thọ Tham Minh", chú trọng sinh mệnh về mặt nhân sinh, viết: Tức dữ nhật nguyệt đồng thọ, chỉ thọ mệnh như nhật nguyệt trường cửu" (làm sao giữ cho mình được sống thật lâu đời đời như mặt trời mặt trăng vậy). Thiên "Tại Hựu", Trang Tử mở rộng nghĩa: Ngô dữ nhật nguyệt tham quang, ngô dữ thiên địa vi thường. Nghĩa là: Hiểu đạo thì khi còn sống thấy được ánh mặt trời mặt trăng, lúc chết trở về trời đất, ngao du tự do, trường tồn mãi trong vũ trụ. Dụ rằng: Người vô đạo đức mà sống lâu an lành là điều không thể có. Trên thực tế, danh y Tôn Tử Mạc (550-691) thời Tây Ngụy, kết hợp thuật dưỡng sinh của Nho, Lão, Phật chỉ rằng: Tinh thức cao đạo, thâm đạt nhiếp sinh. Nghĩa là: Người mà thấu đáo đạo đến mức cao tột, hiểu rõ luân lý cuộc đời thì lấy Đức để dưỡng thân. Ông viết: Trăm điều đức hạnh chu toàn thì dầu không cầu cũng có thể được trường thọ, thiếu Đức thì có uống canh ngọc kim đan cũng vẫn có thể bị yểu mạng, cho nên tu nhân tích đức là điều trọng yếu của sự trường thọ vì đó là quy luật tự nhiên.

Nghe ông Lý nói về vị danh y đã nghiên cứu sự liên quan giữa Tam giáo và thuật dưỡng sinh, ông Tư nảy ra ý kiến tham vấn ông Lý về chữ Thọ trong Phật giáo. Ông Lý trầm ngâm suy nghĩ một lát rồi từ tốn nói:

- Theo Phật gia: Sống thọ gắn liền nhân quả

Sát sanh giảm Thọ

Hạnh từ bi, bộ thí, giữ giới tăng thọ.

Do đó, mới có khái niệm: Thọ mạng, Thọ dụng, Thọ báo. Lại có câu "Thụ mệnh thiên thiên ký thọ vĩnh xương" là chuyện quan trọng trong ngàn đời, chắc hẳn trong Phật giáo ít nhiều cũng đề cập chứ. Ngay đến trong dân gian khi mừng sinh nhật người cao tuổi đều gọi là "kỳ di thọ đản". Trong Phật gia, ai cũng biết Đức A Di Đà, hồng danh Ngài có rất nhiều ý nghĩa, Ngài Đường Huyền Trang đã dịch từ tiếng Phạn sang Hoa ngữ hai nghĩa tiêu biểu là Vô Lượng Thọ và Vô Lượng Quang Phật. Tiền thân của Ngài là Pháp Tạng Bồ Tát, vì thương xót chúng sinh cứ mãi trôi lăn mãi trong vòng luân hồi phiền não không biết bao giờ mới được thoát khổ nên Ngài phát ra 48 đại nguyện để cứu độ bất cứ ai hữu duyên về quốc độ thanh tịnh thuần khiết của mình. Dân chúng ở cõi ấy có thọ mạng không hạn lượng, lại được các Bồ Tát là Thiện Hữu tri thức dìu dắt nên chỉ có tinh tấn tu hành cho đến ngày thành tựu chứ không còn bị thối chuyển nữa. Kinh Vô Lượng Thọ đã nói rất rõ về đức A Di Đà, lời nguyện và cõi Tịnh độ của Ngài.

Còn nữa, biểu tượng chữ Vạn 卐 được tìm thấy khắc trên đồ gốm cách đây khoảng 3500 năm TCN tại thị trấn Samarra, phía đông bờ sông Tigris, khoảng 125 km phía bắc Baghdad, Iraq. Ngài Bồ Đề Lưu Chi trong Thập Địa Kinh Luận gọi là Vạn, còn Ngài Huyền Trang dịch sang Hoa ngữ là chữ Đức. Theo Phật giáo, chữ Vạn 卍 mang nghĩa "Vạn Thọ Cát Tường" hoặc "Vĩnh Thọ Chi Kính" (Gương soi thọ mạng).

Có tiếng mở cổng cửa, gia đình Tân đã đi chúc Tết trở về. Minh Châu đi vào khoanh tay chào ông Lý, rồi chạy lại ôm ông Tư trìu mến. Tân ngồi bên cạnh cha, Lam Ngọc vào nhà pha một bình trà mới mời hai ông. Ông Tư vui vẻ kể sơ qua cuộc đàm đạo cho con cháu nghe. Minh Châu nhanh nhảu nói ngay:

- Ông nội ơi! Con xem phim Tây Du Ký đó, không biết có đào tiên làm người ta sống hoài thật không?

Lam Ngọc tiếp lời:

- Theo con nghĩ, trường thọ là mơ ước của người thế gian nhưng hạnh phúc hơn nữa là được sống trong tình yêu thương.

Tân mỉm cười bày tỏ:

- Con nhớ trong ca dao Việt Nam có một câu rất cảm động như sau:

Mỗi đêm mỗi thắp đèn trời
Cầu cho cha mẹ sống đời với con. ■

THƠ - Phạm Văn Quang

BÁT QUAN TRAI GIỚI

Lắng Tâm, về với một ngày
Bát quan trai giới thật, ngay ta cùng

Một, lòng từ khởi bao dung
Dừng tay sinh sát, giữ chung tình này
Hai, của cải từ đôi tay
Màng chi trộm cắp, thôi ngay giật giành
Ba, là cửa ngưỡng dục dâm
Buông lơi phóng túng? Âm thầm cài then!
Bốn, lời miệng chớ bon chen
Dối gian, hiềm ty... rối ren, ích gì?
Năm, tửu... thần loạn ham chi
Cho thân, khẩu, ý sân si loạn cuồng
Sáu, giờ Ngọ nhớ bỏ buông
Ngừng thôi ăn, bởi... vô thường lắm thay
Bảy, không điểm trát phô bày
Xướng ca nhạc hoạ mê say... Nặng tình!
Tám, giường cao rộng, thân mình
Buông lung, mơn trớn... Dễ bình tâm sao?

Lạy Phật, chánh giác tối cao
Cúi xin giác ngộ! Con nào phân vân...?

lanh.ktq, Hải Dương, ngày cuối năm 31.12.2025

KỲ KHAI ĐẮC THẮNG MÃ ĐÁO THÀNH CÔNG

Nguyên Trí - Hồ Thanh Trước

Kỳ Khai Đắc Thắng Mã Đáo Thành Công là hai câu chúc mừng trong dịp lễ Tết hay các lễ lạc khác, với ý nghĩa như sau:

- Cờ chiến thắng ngay khi vừa tung ra, tượng trưng cho chiến thắng ngay từ đầu trận chiến. Dùng để ám chỉ mọi việc đã diễn ra tốt đẹp ngay từ đầu.

- Chiến thắng đạt được nhanh chóng và thuận lợi khi chiến mã xuất trận. Đây là ẩn dụ cho sự thành công nhanh chóng và thắng lợi.

Tương truyền rằng năm Kỷ Dậu 1789, sau cuộc hành binh thần tốc từ Nam ra Bắc, Hoàng đế Quang Trung - Nguyễn Huệ đã đánh tan 29 vạn quân Thanh và tiến vào thành Thăng Long đúng ngày mùng 5 Tết. Để cấp báo tin thắng trận, Nguyễn Huệ sai người mang một cành đào thật đẹp, cưỡi ngựa chuyển ngay cho người vợ yêu dấu của mình là Công chúa Lê Ngọc Hân. Quân sĩ tuân lệnh, cho năm sĩ tốt, ngựa khỏe, tức tốc nhận sứ mệnh mang cành đào Nhật Tân của kinh thành Thăng Long đi ngay. Khi Công chúa Ngọc Hân nhận được, hoa và nụ trên cành đào kia vẫn còn tươi rói. Do truyền thuyết này cành đào mang ý nghĩa tin tốt đẹp.

Đây là một trong nhiều cách giải thích về xuất xứ của câu thành ngữ «Mã đáo thành công». Nhưng trong dân gian hiện nay, theo quan niệm phong thủy truyền thống, thì «Mã đáo thành công» được coi là 4 chữ tốt đẹp nhất đối với những người trong giới kinh doanh, thương mại.

Dần dần, câu «Mã đáo thành công» không chỉ dùng trong giới thương gia hay những người hành nghề liên quan tới kinh tế mà người ta còn dùng để chúc nhau, mong muốn cho nhau gặp thuận lợi, mọi việc được hanh thông, tấn tới, phát tài phát lộc… trong mọi tình huống.

Trong dịp Tết, mọi người cũng thường chúc nhau «Vạn Sự Như Ý – 萬事如意». Như Ý là một viên ngọc gọi là Như Ý Bảo Châu (如意寶珠), được phiên dịch từ danh từ MANI trong Phạn ngữ từ câu thần chú Om Mani Padme Hum trong kinh điển Phật giáo Kim Cương Thừa. Câu thần chú là một biểu tượng của lòng từ bi và trí tuệ của Đức Quán Thế Âm Bồ Tát. Thần chú này được cho là có khả năng thanh lọc nghiệp chướng, tích lũy công đức và dẫn dắt chúng sinh đến với sự giác ngộ. Mani, theo nghĩa đen, có nghĩa là «viên ngọc quý», ai được viên ngọc này sẽ đạt được mọi điều ước muốn!

Tuy nhiên các lời chúc này chỉ là một «vọng ước (pious wishes – voeux pieux)», một «sáo ngữ» ám chỉ một mong muốn hoặc yêu cầu khó có thể thành hiện thực. Nó thường là một ước muốn lạc quan nhưng phi thực tế, được đặt dưới mọi ảo tưởng hoặc điều gì đó được cho là bất khả thi. Ví dụ, ước muốn hòa bình thế giới có thể được coi là một «vọng ước», vì nó thường thuộc về thế giới không tưởng. Cũng như mọi điều được như ý một cách rộng rãi như lời chúc có thể là một tai họa.

Vì theo thuyết Đối Đãi (Nhị Nguyên) «Thiện – Ác» tâm người chúc cũng như người được nhận lời chúc có hoàn toàn thiện hay có hậu ý gì khác?

Thí dụ như chúc cho vị nguyên thủ một quốc gia hiện nay đang gây chiến tranh tại một vùng Âu châu và còn có mầm mống lan tràng rộng khắp, một người không phân biệt được «thiện – ác». Nếu chúc cho ông ta «Mã đáo thành công» hay «Vạn Sự Như Ý» hay dù chỉ là một lời chúc «sáo ngữ» thật không thể chấp nhận được!

Một thí dụ khác, một nhà lãnh đạo trong một quốc gia lớn ở Á châu đang có hành động bành trướng thế lực trong toàn vùng, nếu ông được «Vạn Sự Như Ý» thật là một đại họa.

Qua đó nên ta cũng nên xét lại các lời chúc tuy là sáo ngữ nhưng có thật tâm chúc cho người được thành công trong việc gì đó hay chúc với một tâm bất thiện. Ngược lại người nhận lời chúc có hoàn toàn tin vào tâm người chúc không? Thuyết nhị nguyên trong Phật giáo giải thích mối quan hệ giữa các yếu tố đối lập, giúp con người hiểu rõ bản chất thực tại, sống cân bằng và đạt giác ngộ.

Triết lý Phật giáo luôn nhấn mạnh sự hài hòa và cân bằng trong thế giới, với mục tiêu dẫn dắt con người đến sự giác ngộ và giải thoát. Một trong những tư tưởng nổi bật trong thuyết nhị nguyên, là quan điểm cho rằng thực tại được hình thành từ hai yếu tố đối lập nhưng gắn kết chặt chẽ với nhau. Thuyết nhị nguyên không chỉ dừng lại ở khía cạnh triết lý mà còn mang lại giá trị thực tiễn, giúp con người đối mặt với các vấn đề trong đời sống hàng ngày.

Chư Phật, chư Bồ Tát là những bậc giác ngộ vượt ngoài pháp Nhị nguyên, tâm hồn luôn an vui tự tại.

Trong cuộc sống nhân gian, chúng ta làm sao đối đãi với mọi người khiến cho được trên thuận dưới hòa? Đó là môn thực hành đòi hỏi suốt cả đời người chúng ta không ngừng học hỏi và cầu tiến thành tựu.

Trong cuộc sống tương giao đối đãi cùng người, tuy có rất nhiều phương diện không đồng nhất, nhưng nếu chúng ta biết lấy tâm khoan dung để đối đãi thì mọi việc đều được tốt đẹp. Lấy tâm tôn trọng, khiêm tốn, nhã nhặn cùng người đối đãi, là điều rất cần yếu, vì tâm càng khoan dung, hậu hỷ thì càng dễ thành tựu. Bởi vì lấy đức khoan hậu đối đãi cùng người tức là biết biểu lộ lòng tín nhiệm đối với người, cùng người gần gũi, thân thiện trao cho nhau niềm cảm thông hiểu biết và yêu thương. Thành tựu «đắc nhân tâm» chính là vậy. Ngược lại, nếu chỉ lấy sự hơn thua, cay đắng, hận thù để đối đãi thì thử hỏi làm sao cùng người gieo kết được tình thiện duyên, thiện cảm của người khác, hà huống là thu phục lòng người!

Sự tương giao giữa người và người, không phải chỉ đòi hỏi người khác đối đãi tốt đẹp với mình, hoặc chỉ trích người đối đãi mình không tốt điều này, không đẹp điều kia, mà cần phải nhìn lại mình cho thật sâu, thật kỹ và tự hỏi: «mình đã đối đãi người với tâm lượng như thế nào?».

Thông thường qua phong cách đối đãi, người ta có thể nhìn ra được mình là người có nhân hậu đạo đức hay không, là nhìn từ phong cách khoan nhượng, bao dung, biết khéo vận dụng nghệ thuật phương tiện quyền xảo trong giao tiếp đối đãi, đem lại cho người và mình niềm hoan lạc, hòa hợp.

«Cái ác» trong lời chúc hay trong hành động được nhà triết học và toán học người Đức Gottfried Wilhelm Leibniz đưa ra tiêu đề «Die beste aller möglichen Welten (Thế giới tốt nhất có thể)» trong tác phẩm Essays on Theodicy (Tiểu Luận về Thần Học) xuất bản năm 1710. Khẳng định rằng thế giới thực là thế giới tốt nhất trong mọi thế giới có thể. Đó là luận điểm chính trong Essays on Theodicy của Leibniz, là nỗ lực của ông nhằm giải quyết vấn đề cái ác.

Trong số nhiều mối quan tâm triết học của mình, Leibniz tập trung vào câu hỏi thần học luận này: Nếu Chúa toàn năng, toàn thiện và toàn tri, làm sao chúng ta có thể lý giải được những đau khổ và bất công tồn tại trên thế giới? Trong lịch sử, nhiều nỗ lực trả lời câu hỏi này đã được thực hiện bằng nhiều lập luận khác nhau, chẳng hạn như bằng cách loại trừ cái ác hoặc dung hòa nó với cái thiện.

Leibniz đề cập đến vấn đề thần học, tìm cách giải thích tại sao một đấng Chúa tối cao lại cho phép sự tồn tại của cái ác. Theo ông, cái ác là một điều tất yếu cho điều tốt đẹp hơn, và mọi sự kiện, dù là tiêu cực, đều góp phần vào một kế hoạch thiêng liêng lớn lao hơn. Do đó, thế giới, với tất cả những khiếm khuyết của nó, là thế giới tốt đẹp nhất có thể.

Tư tưởng Die beste aller möglichen Welten của Leibniz đã bị chỉ trích rộng rãi, đáng chú ý là bởi Voltaire một triết gia người Pháp ở thế kỷ 18 trong tác phẩm Candide, trong đó ông chuyển tư tưởng của Leibniz ra Pháp ngữ «Tout est pour le mieux dans le meilleur des mondes possibles (Tất cả đều hướng đến điều tốt đẹp nhất trong thế giới tốt đẹp nhất có thể». Voltaire sử dụng thành ngữ này để chứng minh cho sự phi lý của việc tin rằng mọi thứ đều hướng đến điều tốt đẹp nhất, bất chấp đau khổ của con người.

Tuy nhiên các tư tưởng triết học và thần học này không phải là trọng điểm của bài viết, chỉ xin mượn các tư tưởng này để nêu lên một câu chúc mang tất cả ý nghĩa giáo lý Phật giáo, với tất cả chân tâm của người chúc như người nhận và thay cho lời chúc «Mã Đáo Thành Công» «Vạn Sự Như Ý» đó là: «Thân Tâm Thường An Lạc»

Vì chỉ có thực hành theo giáo pháp của Phật, hành giả mới đạt được thân và tâm thường an lạc, không nghĩ thiện không nghĩ ác và có lời chúc từ chân tâm. Chúc mà không chúc nhận và không nhận theo thuyết «Vô Vi – 無為». «Vô Vi» còn có nghĩa là «bất hành nhi hành (không làm nhưng vẫn làm)», một câu nói thường được dùng trong Thiền Tông để chỉ những hành động không có tác ý, không để lại dấu vết gì trong tâm của người làm. Đó chính là «Vô vi nhi vô bất vi».

Thân tâm an lạc là do mình chứ không do lời chúc từ bên ngoài. Nếu trong lòng mình đang có chuyện buồn, tâm mình đang bất an, mà người ta chúc mình câu đó thì mình có vui liền được không? Chắc chắn là không rồi!

Như vậy an lạc hay buồn khổ là do mình làm chủ lấy. Nếu muốn sống bình an hạnh phúc vui vẻ thì chúng ta phải kiên nhẫn tu tập để cho Tâm của chúng ta được tự do thanh thản tránh những phiền não khổ đau. Và theo tinh thần «Tự lợi lợi tha» thân tâm chúng ta an lạc thì chúng ta mới có thể chúc và giúp người khác đạt được an lạc thân tâm. ■

Nguyễn Quý Đại

NGỰA TRONG ĐỜI SỐNG

Xuân Bính Ngọ 2026 âm lịch [17/2/2026 đến 5/2/2027 dương lịch], chúng ta cùng tìm hiểu về đời sống của ngựa ảnh hưởng với con người.

Trong thập nhị chi, con giáp thứ 7 là con ngựa hay Ngọ chữ Hán Việt là Mã 馬. Tên khoa học: Equus caballus. Nếu ghép vào can chi thì có các năm: Giáp Ngọ, Bính Ngọ, Mậu Ngọ, Canh Ngọ và Nhâm Ngọ. Ngọ thuộc cực dương vì 12 giờ trưa là giờ Ngọ, ngựa gắn bó với con người từ thời Thượng Cổ đã thuần dưỡng ngựa vào khoảng 4000-4500 TCN. Khởi đầu ngựa hoang được thuần hóa ở miền nam nước Nga, nam Sibirien, các miền đông tây Á Châu và từ đó ngựa phổ biến trên khắp lục địa Á - Âu. Người ta thường nuôi ngựa làm phương tiện đi xa buôn bán với các bộ lạc khác nhanh chóng, thuận lợi hơn hoặc đi săn bắn xa và sau đó bắt đầu dùng ngựa tiến hành chiến tranh để cướp đất đai trong quy mô lớn.

Ngựa Trong Khoa Học

Trong danh từ khoa học được chia như sau :

Giới (regnum): Animalia

Ngành (phylum): Chordata

Lớp (class): Mammalia

Bộ (ordo): Perissodactyla

Họ (familia): Equidae

Chi (genus): Equus

Loài (species): E. caballus

Chủng tộc ngựa có bốn nhóm: thoroughbred/Vollblut (giống ngựa này ở Á Rập và Anh Quốc); warmblood/Warmblut; draft horse/ Kaltblut; ponies /Ponys. Mỗi nhóm, chỉ có đời sống tập tính khác nhau như: Ngựa vằn núi Bergzebras (Epuus Zebra), ngựa Quagga (Epuus quagga), ngựa Onager (Epuus hemionus) thuộc loại nửa ngựa nửa lừa) ngựa Przewalskipferd (Epuus Przewalskii) ngựa Steppentarpan (Epuus przewalskii igmelini) ngựa Waldtarpan (Epuus Przewalskì silvaticus) ngựa Westpferd (Epuus przewalskii robustus); ngựa ở Phi Châu Wildesel (Epuus asinus africanus); ngựa ở bắc Phi Châu Wildesel (Epuus asinus atlanticus)... Tùy thuộc vào giống môi trường, thức ăn, nước uống v.v..., ngựa có tuổi thọ khoảng 25 đến 30 năm. Ngựa cái mang thai kéo dài khoảng 335-340 ngày. Ngựa con vừa lọt lòng mẹ có thể đứng và đi ngay. Ngựa bốn tuổi được coi là ngựa trưởng thành, mặc dù chúng tiếp tục phát triển bình thường cho đến sáu tuổi, thời gian hoàn thành sự phát triển của ngựa cũng phụ thuộc vào kích cỡ của ngựa, giống, giới tính. Có loại ngựa dài 2.80m cao 1,5m. Ngựa ăn cỏ, dạ dày ngựa chỉ có một túi và không thuộc bộ nhai lại như trâu bò, răng ngựa tốt, ăn và nghiền nhỏ thức ăn, ngựa đực có 40 cái răng, ngựa cái chỉ có 36 cái. Uống nước mỗi ngày từ 30-60 lít nước. Tai ngựa rất thính, nhãn quan của ngựa rộng nhưng chỉ thấy rõ về phía trước hơn, khuyết điểm không nhìn rõ hai bên, nên hay hoảng sợ khi nhìn thấy các di động hai bên, bởi vậy người ta dùng hai miếng da che hai bên mắt để ngựa kéo xe chỉ nhìn thấy phía trước. Ngựa có nhiều màu như lông màu trắng gọi là ngựa bạch, đen tuyền gọi là ngựa ô, đen pha đỏ tươi là ngựa vang, đen pha đỏ đậm là ngựa hồng, tím đỏ pha đen là ngựa tía, trắng sọc đen là ngựa vằn... Về cách đi đứng của ngựa có nhiều động từ để diễn tả như: đi, bước, rảo, chạy, nhảy, kiệu, phóng, vút, phi (bay), tế, sải, lao, vọt, phốc, phi nước đại, phi nước kiệu, phi rạp mình, ngựa lồng: ngựa chạy trung bình mỗi giờ từ 40-50 km, nhưng có thể chạy nhanh đến 90 km/ giờ. Người ta lấy sức ngựa (mã lực) làm tiêu chuẩn tính sức mạnh của động cơ Kilowatt (1 PS=75 kmp/S; hay 1 PS= 0,735498 KW).

Chân ngựa cũng có nhiều ngón, nhưng chỉ có một ngón giữa phát triển to ra, trên đầu ngón có một cái móng bằng chất sừng bao bọc ở mặt ngoài của móng ngựa, chất sừng rất dày cứng, nó gắn chặt với xương ngón chân, nhưng phần phía trong của móng là chất sừng mềm có tính đàn hồi co giãn được, nó có tác dụng làm giảm xung lực từ mặt đất khi ngựa bước đi. Vì móng ngựa là chất sừng cứng, khi ngựa đi lại trên đất, đá lâu ngày, lớp sừng bảo vệ bên ngoài sẽ bị mòn đến lớp sừng mềm bên trong. Ngựa bị đau chân không thể chạy nhảy kéo xe được. Vì thế người ta đóng móng cho ngựa để bảo vệ cho móng không bị mòn. Có thợ chuyên môn rèn sắt đo ni lấy một cái vành bằng sắt có đục lỗ sẵn đóng móng cho ngựa, đã được sáng chế từ thời La Mã cổ đại.

Ngựa trong chiến tranh được gọi là Ngựa chiến hay chiến mã. Hình ảnh ngựa còn là chủ đề cho các môn nghệ thuật như hội họa, điêu khắc, thơ văn... Đối với văn hóa phương Tây, ngựa gắn liền với nhiều biểu tượng thần thoại. Quan hệ giữa chủ nhân và ngựa không khác gì đôi bạn thân, cùng nhau vào sinh ra tử, xông pha trận mạc. Bên cạnh chiến binh, ngựa được coi là chiến mã, tượng trưng cho sự dũng mãnh, thần tốc và lòng kiêu hãnh, các binh chủng kỵ binh, kỵ mã, kỵ xạ, thám mã trong chiến đấu, săn bắn… Người Ai Cập và Trung Hoa cổ đại sử dụng xe ngựa kéo, sáng chế ra yên cương và bàn đạp giúp tăng hiệu quả chiến đấu của chiến mã và giúp cho người cưỡi giữ thăng bằng, ổn định và không bị ngã ngựa. Các hiệp sĩ trên lưng ngựa mặc áo giáp với một thanh kiếm hoặc giáo thương, đại đao hoặc các vũ khí đánh xa khác… có sức chống lại mạnh mẽ và gây nguy hiểm cho hầu hết các loại lính bộ binh. Việc sử dụng chiến thuật ổn định từ ngựa chiến được đóng yên cương và bàn đạp chân đã cho phép người Mông Cổ có thể tấn công và bắn tên hiệu quả từ trên lưng ngựa (nhất là các kỵ xạ), đồng thời đem đến cho họ sự linh động để chinh phục phần lớn các vùng đất đã biết đến trên thế giới. Thành Cát Tư Hãn/Genghis Khan phiên âm Hán: 成吉思汗 (trị vì 1206-1227) là người sáng lập ra Đế quốc Mông Cổ. Vó ngựa quân Mông Cổ tung hoành khắp nơi, nhờ giống ngựa Mông Cổ với vóc dáng có phần nhỏ hơn, chân ngắn hơn, bờm và đuôi rậm hơn, song chúng ít đòi hỏi chăm sóc, sức chịu đựng tốt, đặc biệt thích nghi tốt với khí hậu cận nhiệt đới. Quân Mông Cổ đã bành trướng xuống phía Nam, ngựa Mông Cổ có thể nói là phương tiện duy nhất để di chuyển đại quân từ Á sang Âu. Vó ngựa Mông Cổ đi đến đâu thì cỏ không mọc được, đến đâu thì bình địa đến đó, máu chảy đầu rơi, xơ xác. Nhưng đến Việt Nam bị Hưng Đạo Vương đánh thua chạy dài về nước.

Theo truyền thuyết Đời Hùng Vương thứ Sáu nổi tiếng và đặc sắc nhất về ngựa là hình ảnh ngựa thần Thánh Gióng, cậu bé làng Phù Đổng đã vươn vai thành người lớn cưỡi ngựa sắt, cầm roi sắt ra trận dẹp tan giặc Ân. Hình ảnh Thánh Gióng cưỡi ngựa thần bay lên trời tượng trưng cho sự tự do, bất khuất, lòng dũng cảm, ý chí kiên cường. Tại ngã sáu ở Sài Gòn còn tượng tưởng nhớ Phù Đổng Thiên Vương.

Ngựa thành Troia Hy Lạp Cổ đại:

Người Hy Lạp sử dụng ngựa trong chiến trận. Lịch sử Hy Lạp cách đây hơn 3200 năm có chuyện ngựa gỗ thành Troia. Khi quân Hy Lạp đến bao vây thành Troia (Trojanische Krieg), dân thành này chống cự mãnh liệt, quân Hy Lạp không thể nào vô thành được. Theo mưu mẹo của Odysseus/ Odyssey chế ra một con ngựa gỗ rất cao lớn, bên trong rỗng ruột để quân lính chui vào nấp, sau đó giả vờ bỏ con ngựa lại chiến trường rồi ra lệnh tất cả thuyền bè rút ra khơi. Dân thành Troia thấy quân Hy Lạp rút lui, vui mừng kéo nhau ra khỏi thành hì hục đưa con ngựa gỗ vào bên trong thành như là một chiến lợi phẩm quý giá thu được từ Hy Lạp. Nửa đêm hôm ấy, quân mai phục từ bụng con ngựa chui ra chém giết lung tung, mở cửa thành cho quân Hy Lạp tràn vào. Thành Troia thất thủ, vua Priam bị giết, câu chuyện ngựa gỗ phá thành được chép lại như một thiên anh hùng ca trong các tiểu thuyết của nhà thi hào Homer.

Ngựa trong đời sống bình dân

Ngựa là gia súc đóng góp to lớn trong việc mưu sinh và sự phát triển của con người. Ngựa đối với người phương Đông còn là biểu tượng của lòng trung thành, sự kiên trì, nhẫn nại và cần mẫn. Trong thời bình ngựa giúp chúng ta cày bừa, chuyên chở hàng hóa, kéo xe, chở người di chuyển trên đường xa, những nơi hiểm trở. Ngoài ra ngựa là phương tiện di chuyển nhanh nhất thời xưa trong vấn đề liên lạc thư tín, công văn... và tạo những niềm vui cho công chúng như đua ngựa, đi săn, cưỡi ngựa thi bắn tên, làm xiếc thú. Ngựa còn cho ta thịt để ăn và cúng tế, xương nấu cao ngựa làm thuốc, giúp các nhà y học chế ra các loại huyết thanh trị bệnh, huyết thanh chống nọc rắn.

Viện Pasteur Nha Trang thành lập từ năm 1895, đến năm 1896 bác sĩ Yersin đã lên vùng Suối Dầu, thành lập một trang trại chăn nuôi ngựa lấy huyết thanh bào chế vacxin phòng chống bệnh dịch hạch. Cũng từ trại ngựa này, Yersin đã sáng chế ra những loại huyết thanh cổ điển khác như kháng huyết thanh bạch hầu, uốn ván. Cho đến nay, với hơn 100 năm tồn tại và phát triển, trại chăn nuôi vùng Suối Dầu đã trở thành một trung tâm sản xuất vacxin lớn trong khu vực, với số lượng thú nuôi phục vụ nghiên cứu khoa học đứng đầu trong cả nước gồm ngựa, thỏ, chuột lang, chuột bạch.

Tiếp bước theo công trình của bác sĩ Yersin, tập thể các cán bộ ở trại chăn nuôi Suối Dầu đã bào chế ra những kháng huyết thanh mới từ ngựa như kháng huyết thanh trị rạ, trị nọc độc rắn cắn, mới đây nhất là nghiên cứu phát triển loại kháng huyết thanh chữa ngộ độc cá nóc cho ngư dân, theo tinh thần mà ngày xưa bác sĩ Yersin đã đề xướng: nghiên cứu và phục vụ đời sống.

Nhiều giống ngựa đã tuyệt chủng, nhưng nhiều giống ngựa khác được lai giống to lớn có lông mai và đuôi dài rất đẹp, hàng năm lễ hội Beer Tháng Mười ở Munich nhiều ngựa to lớn kéo xe rất đẹp.

Ngựa trong lịch sử và văn chương

Lịch sử Việt Nam trải qua nhiều thay đổi qua từng triều đại, nhưng có những năm Ngọ ghi lại một dấu ấn không thể quên thời cận đại. Thời vua Tự Đức năm 1858 Mậu Ngọ, liên quân Pháp-Tây Ban Nha tấn công đánh phá thành Đà Nẵng, mở đầu cuộc chiến tranh Việt - Pháp... Thế hệ chúng ta trải qua những thập niên qua vui buồn.

Năm 1930 Canh Ngọ cuộc khởi nghĩa Yên Bái của Nguyễn Thái Học chống Tây, cũng trong năm này du nhập chủ nghĩa Cộng sản độc tài từ Nga Tàu làm cho dân tộc mất tự do, khổ đau cho đến nay.

Năm 1954 bị chia đôi đất nước từ vĩ tuyến 17, chia miền Nam Bắc, miền Bắc theo chủ nghĩa Cộng sản, miền Nam theo Tự do, Dân chủ... Tiếp đến các năm: Bính ngọ 1966 xảy ra „biến động Miền Trung là một biến động chính trị rộng lớn bùng nổ ở cả Sài Gòn và các tỉnh miền Trung Việt Nam“... Mậu ngọ 1978, Canh ngọ 1990, Nhâm ngọ 2002, Giáp ngọ 2014.

Thời xa xưa đời sống hàng ngày chỉ sử dụng phương tiện di chuyển, kiệu, cán, xe kéo và ngựa. Ảnh hưởng đời sống nên truyện Kiều của thi hào Nguyễn Du nhắc đến ngựa rất nhiều lần, hơn câu nói đến ngựa. (1)

Trong đoạn thơ tả cảnh chị em Thuý Kiều, Thuý Vân đi lễ hội Thanh minh:

Dập dìu tài tử giai nhân,
Ngựa xe như nước, áo quần như nêm.

Thúc Sinh, lúc chia tay cùng Kiều vào một mùa thu để về nhà thăm vợ bà „Hoạn Thư“ cũng đã ra đi bằng ngựa:

Người lên ngựa, kẻ chia bào,
Rừng phong thu đã nhuộm màu quan san.

Từ Hải người đã giúp Kiều trả oán, báo ân, và đưa Kiều lên chỗ cao sang nhất của cuộc đời Kiều, cũng dùng ngựa. Đó là lẽ dĩ nhiên vì Từ Hải là một võ tướng:

Trông trời, trời bể mênh mang,
Thanh gươm, yên ngựa, lên đàng thẳng dong...

Tác phẩm thứ hai có nhắc đến ngựa là Chinh Phụ Ngâm. Vài đoạn thơ liên quan đến ngựa nói về nam nhi trong thời chinh chiến:

Chí làm trai dặm nghìn da ngựa
Gieo Thái Sơn nhẹ tựa hồng mao
Giã nhà đeo bức chiến bào
Thét roi cầu vị ào ào gió thu.

Rồi nàng phải tiễn chàng ra trận, cảnh chia ly thật buồn:

Ngoài đầu cầu nước trong như lọc

Đường bên cầu cỏ mọc còn non
Đưa chàng lòng vợi vợi buồn
Bộ khôn bằng ngựa, thủy khôn bằng thuyền.

Ngựa liên quan trực tiếp đến người chinh phu ở nơi xa xăm, chịu dãi dầu sương gió, cùng những hiểm nguy của chiến trận, bên mình ngựa:

Hơi gió lạnh người rầu mặt dạn
Dòng nước sâu ngựa nản chân bon.
Ôm yên, gối trống đã chồn
Nằm vùng cát trắng ngủ cồn rêu xanh

Hay là:

Xông pha gió bãi trăng ngàn
Tên reo đầu ngựa giáo lan mặt thành.

Tác phẩm Lục Vân Tiên của cụ Nguyễn Đình Chiểu cũng có câu nói về ngựa:

Chàng ruổi ngựa dặm trường mây phủ
Thiếp dạo hài lối cũ rêu xanh.
Vân Tiên đầu đội kim khôi
Tay cầm siêu bạc, mình ngồi ngựa ô.

Tác phẩm Cung Oán Ngâm Khúc của Ôn Như Hầu cũng có nhắc xa mã:

Mùi phú quí nhữ làng xa mã
Bã vinh hoa lừa gã công khanh.

Ngựa vốn là loài vật gắn bó với con người. Nó nằm trong Lục Súc Tranh Công, 6 loại gia súc nuôi trong nhà như: ngựa, trâu, bò, dê, chó và heo. Người Á Đông đã thuần hóa thành công 6 loại gia súc này trước tiên. Bởi vậy có truyện Lục Súc Tranh Công, ngựa cũng tự khen mình, vừa kể công đánh Nam dẹp Bắc, giúp không biết bao nhiêu tướng tài, phò trợ xã tắc suốt trong lịch sử:

Ngựa nghe nói tím gan, tím phổi
Liền chạy ra hầm hí vang tai
Ố này này tao bảo chúng bây
Đố mặt ai dài bằng mặt ngựa...
Tao đã từng đi quán về quê
Đã ghe trận, đánh Nam, dẹp Bắc...
Ngày ngày chầu chực sân rồng
Bữa bữa dựa kề loan giá.
Ông Cao Tổ năm năm thượng mã
Mới dựng nên cơ nghiệp Lưu gia.
Ông Quan Công sáu ải vượt qua
Vì cậy có Thanh Long, Xích Thố...
Các chú được ăn no nằm ngủ
Bởi vì ta cầm cán giữ gìn...
Các chú những nằm trong xó bếp
Tài các người ở chốn quê mùa
Đừng đừng buông lời nói khật khù
Bớt bớt thói chê bai gión giác ...

Trong tục ngữ ca dao

• Được đầu voi đòi đầu ngựa: nói về người có lòng tham không đáy.

• Ngựa chạy có bầy chim bay có bạn: nói lên tinh thần đoàn kết.

• Ngựa Hồ gió bấc hay chim Việt ngựa Hồ: Ngựa xứ Hồ mỗi khi gió bấc thì hí, chim nước Việt chọn cành phía nam mà đậu.

• Một con ngựa đau, cả tàu bỏ cỏ: Nói về tình đoàn kết.

• Mã đáo thành công: Câu chúc may mắn, thành công.

• Ngựa non háu đá: Chỉ những người trẻ tuổi thường có tính cách hung hăng, thiếu chín chắn.

• Cưỡi ngựa xem hoa, chỉ thời gian ngắn đi qua chưa nhìn hết mọi vấn đề.

• Ngựa chứng là ngựa hay: nói những người có tài thường có những tật xấu.

• Ngựa quen đường cũ: Chứng nào tật ấy.

• Ngưu tầm ngưu mã tầm mã: Chỉ việc những người giống nhau thường tập hợp lại với nhau, tìm đến nhau

• Đầu trâu mặt ngựa: Câu này dùng để chỉ những kẻ vô loại, kẻ đại bất lương.

• Thẳng như ruột ngựa: Nói về việc không úp mở, thẳng thắn vào đề luôn.

• Da ngựa bọc thây: Câu này thời xưa dùng để nói về một người lính đã ngã xuống trên chiến trường.

• Đơn thương, độc mã (một ngựa với một cây thương): Chỉ người một mình chống lại khó khăn, không có sự trợ giúp của ai, giống câu một mình một ngựa

• Một lời nói ra bốn ngựa khó tìm (Nhất ngôn ký xuất tứ mã nan truy): Câu này có nghĩa là một lời nói vô ý khi ra khỏi miệng rất khó có thể lấy lại được.

• Tế ông mất ngựa: Chỉ trong cái rủi có cái may.

• Có mặt nào dài hơn ngựa, trước pháp đình, tội nhân đứng trước vành móng ngựa ...

• Rồng chầu ngoài Huế, Ngựa tế Đồng Nai.

Trong truyện thần thoại Tây Phương con ngựa cổ nhất là con độc giác là con bạch mã đuôi dài tha thướt như tóc một thiếu nữ, giữa trán mọc một cái sừng (Einhorn) và xoắn như mũi khoan phát ra ánh sáng, thêm con ngựa có cánh bay, các loại truyện thần thoại đã dựng thành phim hoạt hình. Những lăng mộ ở Ai Cập trên những bức phù điêu đều có chạm trổ hình những con ngựa, Tại Viện bảo tàng ở Cairo chưng bày những chiếc xe ngựa của các đời Vua được khai quật hơn 3000 năm. Trước sân các Đình Miếu ở Việt Nam cũng như Trung Hoa thường có tượng đá bằng ngựa… Về Âm nhạc có các nhạc phẩm được nhiều người thích là: Vết thù trên lưng ngựa hoang, Lý Ngựa Ô…

Ở Trung Hoa, có dòng họ Mã lấy theo tên ngựa, trong đó có nhiều người nổi danh như Mã Viện, Mã Đằng, Mã Siêu, Mã Anh Cửu, Mã Giám Sinh… Ngoài ra thêm nhiều chuyện như „trảm mã trà„ cho ngựa ăn trà chém đầu mổ bụng lấy trà sao chế để uống, hay chuyện cho ngựa bạch lên núi cao tìm cỏ Phương Chi mọc trên đá cho ngựa ăn lúc mặt trời vừa mọc, ăn xong cũng chém đầu mổ bụng lấy bao tử mang về chế thuốc phơi khô trị bệnh, bà Từ Hy Thái Hậu khoản đãi khách quý dùng loại thuốc đó nấu với Long Tu.

Dược thảo mang tên ngựa

Trong các dược liệu cổ truyền, hai khái niệm ngựa và mã thường được sử dụng để chỉ tên nhiều vị thuốc có giá trị, thậm chí là tên của nhiều họ cây thuốc. Xin giới thiệu một số thảo dược chính có liên quan đến hai khái niệm này.

Mã tiên thảo hay còn gọi là cỏ roi ngựa (Verbena officinalis L.), họ cỏ roi ngựa (Verbenaceae), trông hình dáng giống như cái roi ngựa. Vị thuốc là bộ phận trên mặt đất, thu hái lúc cây sắp ra hoa, phơi khô hoặc sấy khô, với liều 6 - 12g dùng trị các bệnh sốt rét, lỵ, ngứa lở hạ bộ, sưng đau tuyến vú, mụn nhọt, bế kinh, khí hư bạch đới.

Mã kế còn gọi là đại kế (Circus japonicus (DC.) Maxim), họ Cúc (Asteraceae), dùng toàn cây. Vị thuốc có vị ngọt, đắng, tính mát. Trị thổ huyết, máu cam, trĩ ra máu, tiểu tiện ra máu, băng huyết, chấn thương chảy máu. Khi dùng để cầm máu thường được sao đen. Trị băng huyết và kinh nguyệt quá nhiều.

Mã xỉ hiện còn gọi là rau sam (Portulaca oleracea L.), họ Rau sam (Portulacaceae), mọc hoang hoặc được trồng để làm thuốc hoặc làm rau ăn. Có thể dùng tươi hoặc khô để trị lỵ trực khuẩn, giun kim, dưới dạng nước sắc 15 - 20g ngày. Dùng ngoài, trị ngứa lở, nước ăn chân, lấy cây tươi rửa sạch, giã nát, chấm vào chỗ bị bệnh, ngày 1 - 2 lần sau khi đã rửa sạch chỗ bị bệnh và lau khô.

Mã đề còn gọi là Xa tiền thảo (Plantago major L.), họ Mã đề (Plantaginaceae). Hai chữ mã đề là ám chỉ móng chân của con ngựa. Mã đề cho nhiều vị thuốc hay, toàn cây có tác dụng lợi tiểu, lợi mật, chống viêm loét, trừ đờm, chống ho, chống lỵ... Dùng trị bí tiểu, tiểu vàng, đỏ, tiểu ra máu, sỏi đường tiết niệu, viêm gan, mật... Từ mã đề có thể thu được các vị thuốc: bông mã đề, cụm hoa, hạt mã đề (xa tiền tử) có cùng tác dụng: lợi tiểu, lợi mật...

Mặt khác, xa tiền tử còn chứa nhiều chất nhầy, có khả năng bao phủ các vết loét, nhất là ở dạ dày, tá tràng. Do vậy, vị thuốc này cũng như tịch chiết lá tươi của nó được dùng để trị viêm loét dạ dày, tá tràng rất tốt.

Mã đề nước còn gọi là Trạch tả (Plantago plantago- aquatica L. tên đồng danh Alisma orientalis Sam. Juzep.), họ Trạch tả (Alismataceae). Gọi là mã đề nước vì lá của cây trạch tả trông rất giống với lá của cây mã đề, song cây này lại mọc ở dưới ruộng nước. Y học cổ truyền dùng thân rễ của Trạch tả hàng năm thu hái vào khoảng tháng 4 - 5 để làm thuốc chữa bệnh phù thũng, viêm thận, viêm bể thận, tiểu tiện khó khăn, đái ra máu.

Cá ngựa hay hải mã là tên gọi chung của một chi động vật sống ở đại dương tại các vùng biển nhiệt đới. Cá ngựa có chiều dài 15 cm có loài dài đến 30 cm. Cá ngựa là cá biển thuộc chi Hippocampus và họ Syngnathidae vùng nước nhiệt đới và ôn đới ở khắp nơi trên thế giới. Đông y thường dùng hải mã khô trong những thang thuốc nấu uống hay để ngâm rượu uống bổ dương. Khoa học chưa có tài liệu nào cho biết thành phần hóa học tác dụng dược lý?... Cá ngựa và cá chìa vôi là 2 chi cá đặc biệt ở chỗ con đực "mang thai" và sinh con. Thời gian mang thai từ 2-3 tuần. Nó có vây ngực ở phía trên gần mang và vây lưng nằm phía dưới cơ thể.

Một số loài cá ngựa có một phần thân thể trong suốt nên rất khó nhìn thấy.

Nhìn lại năm Ất Tỵ 2025 đánh dấu 50 năm người Việt chúng ta bỏ nước ra đi tỵ nạn Cộng sản, đã hội nhập thành công tốt đẹp, nhưng các quốc gia như Ukraine - Nga; Thái Lan - Campuchia, lại xảy ra chiến tranh bom đạn tàn phá quê hương, gia đình ly tán… thiên tai: bão lụt, cháy rừng khắp nơi trên thế giới trong đó có Việt Nam bị ngập lụt do xả đập thủy điện gây thiệt hại nặng thật đau buồn. Hy vọng năm Bính Ngọ „Mã Đáo Thành Công" mang lại hòa bình cho nhân loại tràn ngập yêu thương.

Chúng tôi kính chúc Thân hữu và quý Độc giả năm mới bình an, thân tâm an lạc, may mắn, hạnh phúc và đạt được mọi ước nguyện. ■

www.hoamunich.wordpress.com

Tài liệu tham khảo:

-Tiere und Lebensräume (Das grosse Volks-Lexikon) Bertelsmann.

-Das neue Universal Lexikon.

-Thơ văn hình trên Internet và trang Wikipedia.

THƠ - Nguyễn Đức Nhân

đêm không ngủ
nhóm lửa đón giao thừa trên cao nguyên se lạnh

Lửa réo rắt, đêm ửng hồng, đẹp lạ
Đốt lửa chờ nghe chim hót bình minh
Củi phừng cháy, lửa bập bùng ủ ấm
Tay sờ tay, sực nhớ ngón tay mình

Cao nguyên lạnh như nụ cười hờ hững
Của người em qua phố núi hôm nào.
Tiếp thêm củi, lửa ngàn đời rực rỡ
Nghe ngực mình mở cửa ý lao xao

Lửa réo rắt, đừng nói gì thêm nữa
Lời tro than đang ngún khói bay đi
Cứ là đá giữa đại ngàn cô độc
Cứ là cây ngậm mùa tiết vô vi

Ồ, xuân mới, củi sắp tàn, rạng sáng
Lửa ra đi về thế giới bao la
Tim lóe sáng không nhờ chi đến củi
Lửa vĩnh hằng an trú ở trong ta

Vừa rạng sáng, mùa xuân xanh đáy mắt
Mắt của rừng cây, mắt của bướm, hoa
Chim bay hót hay mùa xuân đang hót
Đâu phải ngoài, nắng hót giữa hồn ta./.

ĐẶNG TRUNG THÀNH
(Tổng hợp)

THẦN THOẠI NỔI TIẾNG VỀ NGỰA

1. Ngựa Pegasus trong thần thoại Hy Lạp cổ đại: Nhắc đến những con ngựa thần thoại, ắt hẳn nhiều người sẽ nhớ đến chú ngựa trắng Pegasus của Hải Thần. Sau khi giúp đỡ người anh hùng Hy Lạp Bellerophon đánh bại Chimera, Zeus đã biến ngựa Pegasus thành một chòm sao và cho nó một vị trí trên bầu trời. Nó là một trong những sinh vật thần thoại nổi tiếng ở phương Tây và xuất hiện nhiều trong các bức tranh, bài thơ, bài hát, sách báo và phim ảnh.

2. Ngựa Sleipnir trong thần thoại Bắc Âu: Loài vật này được mô tả là có 8 chân và sở hữu sức mạnh vô địch, không thứ gì có thể khiến nó chạy chậm lại. Theo truyền thuyết, Sleipnir có khả năng đến Hel. Có một lần, Hermod đã cưỡi Sleipnir đến Hel để giải cứu anh trai Balder.

3. Ngựa Uchchaihshravas trong truyền thuyết Hindu: Nó là con vật thần thoại có bộ lông màu trắng, 7 cái đầu và biết bay. Uchchaihshravas là cầu nối giữa vị thần Hindu với vị vua trên trời Indra. Theo một số chuyện kể khác, nó là cầu nối giữa thần Hindu và vua quỷ Bali. Loài vật này xuất hiện cùng với những đồ vật thần thoại khác như thuốc trường sinh, Lakshmi và nữ thần may mắn.

4. Ngựa Qal- Bur trong truyền thuyết của người Hồi giáo: Chúng được coi là chiến mã, là phương tiện di chuyển của các nhà tiên tri. Tên của loài ngựa này xuất phát từ tiếng Ả Rập "bur q" hoặc "tia chớp". Câu chuyện nổi tiếng nhất liên quan đến loài ngựa Al- Bur xuất hiện trong Kinh Qur'an. Nhà tiên tri Muhammad và thiên thần Jibril đã cưỡi chúng để di chuyển từ thánh địa Mecca tới Jerusalem. Sau đó, chúng bay lên thiên đường để phục vụ thánh Allah trong suốt "Chuyến du hành ban đêm". Thỉnh thoảng, chúng được mô tả là mang khuôn mặt của con người với bộ lông màu trắng phủ và hai cánh mọc ở thân.

5. Bốn con ngựa của Apocalypse trong Thần thoại Kitô giáo: Chúng là biểu tượng của sự chinh phục, chiến tranh, nạn đói và cái chết. Trong sách Khải Huyền, 4 con ngựa trên được coi là dấu hiệu của sự phán xét cuối cùng trong suốt Ngày tận thế. Chúng có màu sắc khác nhau, lần lượt là: trắng,

đỏ, đen và xanh xám hay xanh lá cây. Những con ngựa này đã trở thành nhân vật trung tâm trong thuyết mạt thế của đạo Kitô trong suốt thiên niên kỷ đầu hình thành tôn giáo này. Chúng cũng được mọi người biết đến là nhà tiên tri của tự nhiên.

6. Ngựa Widow-Maker/Lightning trong thần thoại Mỹ: Nó là con ngựa của chàng cao bồi huyền thoại Pecos Bill. Theo một số truyền thuyết, chỉ Pecos Bill mới có thể cưỡi nó.

7. Ngựa Kan Tha Ka trong Phật giáo: Nó được miêu tả là "có chiều dài 18 thước và có chiều cao tương xứng". Loài vật này có lông màu trắng. Kan Tha Ka là con ngựa yêu quý của Đức Phật Siddhārtha Gautama. Con vật đặc biệt này đã trốn khỏi cung điện của gia đình Gautama khi ông quyết định trở thành nhà tu hành. Sau khi chết, Kan Tha Ka đã tái sinh thành học giả - người sau này có chuyến hành trình tu luyện đạt được sự giác ngộ.

8. Truyền thuyết Hy Lạp cổ đại về đàn ngựa cái của Diomedes: Bốn chú ngựa cái của Diomedes gồm: Podagros, Lampon, Xanthos và Deimos. Chúng có sở thích ăn thịt người. Một số thần thoại kể rằng, Heracles được giao nhiệm vụ bắt và thuần hóa đàn ngựa đặc biệt này. Heracles đã khiến 4 con ngựa ăn thịt chính chủ nhân của chúng rồi thuần phục chúng. Đây chính là nhiệm vụ thứ 8 trong số 12 "điệp vụ" mà Heracles đã hoàn thành xuất sắc.

9. Truyền thuyết của Thổ Nhĩ Kỳ cổ đại về ngựa Tulpar: Đây cũng là loài ngựa có cánh hay còn gọi là ngựa bay, xuất hiện trong nhiều truyền thuyết và thần thoại châu Á. Một trong số đó kể rằng, anh hùng dân gian Tuvan Öskü s - ool đã sử dụng chú ngựa Tulpar yêu quý của mình để phát minh và làm ra chiếc đàn violon đầu tiên. Người ta cũng tin rằng, chú ngựa Tulpar xuất hiện như một sự kết hợp mang tính biểu tượng giữa loài ngựa với một loài chim săn mồi. Cả hai loài vật này đều là những công cụ được cư dân Trung Á dùng để săn bắn. Ngựa Tulpar đóng vai trò quan trọng trong văn hóa Trung Á. Nó là một trong những biểu tượng nổi tiếng của Kazakhstan và Mông Cổ.

10. Ngựa thần Chollima xuất hiện trong thần thoại châu Á: Giống như loài ngựa trắng có cánh Pegasus của thần thoại Hy Lạp, Chollima trong văn hóa dân gian châu Á cũng sở hữu đôi cánh sải rộng. Nó có thể bay 400km/ngày. Tương truyền, loài ngựa này xuất hiện lần đầu tiên vào khoảng thế kỷ thứ III trước công nguyên. Do con người thất bại trong việc thuần hóa loài ngựa siêu phàm này, chúng đã tự bay lên trời. Mãi cho đến khi sứ giả đích thân lên mời thì Pegasus mới chịu quay về Trái Đất và chấp nhận bị thuần hóa. Ngày nay, nó trở thành biểu tượng cho sức mạnh và sự phát triển kinh tế ở một số quốc gia như Triều Tiên, Hàn Quốc.

11. Ngựa gỗ thành Troy (Troia) trong sử thi Iliad/ Odyssey của Homer: Đó là con ngựa gỗ khổng lồ chứa đầy binh lính và vũ khí của quân Hy Lạp sử dụng để giành chiến thắng quyết định trong "Chiến tranh thành Troy". Theo đó, sau một cuộc vây hãm kéo dài 10 năm không thành công, quân Hy Lạp đã thực hiện một kế hoạch táo bạo do Odysseus (vua của xứ Ithaca) vạch ra: họ đóng một con ngựa gỗ khổng lồ, giấu một đội quân tinh nhuệ bên trong, và giả vờ rút quân. Người Troy, sau khi bị thuyết phục rằng đây là một vật hiến tế cho các vị thần, đã kéo con ngựa vào bên trong thành lũy bất khả xâm phạm của mình. Hành động này đã định đoạt số phận của họ, dẫn đến sự hủy diệt hoàn toàn của thành Troia trong một đêm.

12. Con ngựa Xích Thố thời Tam Quốc: Trong truyền thuyết dân gian Trung Quốc và trong "Tam Quốc diễn nghĩa" (La Quán Trung), xích thố được miêu tả là con ngựa từ đầu đến đuôi dài một trượng, từ chân lên trán cao tám thước, toàn thân một màu đỏ rực như lửa, tuyệt không có một sợi lông tạp nào, ngày đi ngàn dặm, trèo non vượt suối dễ dàng. Xích Thố ban đầu của Đổng Trác nuôi dưỡng rồi tặng lại cho con trai nuôi Lã Bố. Sau khi Lã Bố chết, Xích Thố được Tào Tháo trao lại cho Quan Vũ. Khi Tào Tháo tặng ngựa Xích Thố cho Quan Vũ, Quan Vũ nhận ngựa xong liền phục lạy tạ ơn. Quan Vũ cưỡi ngựa Xích Thố qua năm cửa ải chém sáu tướng. Khi Quan Vũ mất, bộ tướng của Phan Chương là Mã Trung được ban cho Xích Thố, nhưng con ngựa này bỏ ăn rồi chết. ■

Tranh: Cát Đơn Sa

Tiểu Lục Thần Phong

THẾ LÀ MÙA XUÂN VỀ

Peachdrop... Đó là những quả cầu bằng pha-lê ở thành phố Nữu Ước và thành Ất Lăng sẽ rơi xuống khi khoảnh khắc giao nhau giữa năm cũ và năm mới. Tuy rằng Tết ta và Tết tây có nhiều khác biệt nhưng cái tâm thức vui đón xuân lại chẳng khác gì nhau.

Dù có nao nức đợi chờ hay hững hờ thờ ơ, dù có mong mỏi hay chẳng cầu vọng thì mùa xuân vẫn hiển hiện trong đất trời, trong lòng người. Nhớ ngày xưa còn bé, như muôn vạn đứa trẻ khác trên đời này, gã cũng mong chờ, nao nức Tết để được lì xì, được mặc áo mới, được đi chơi thoải mái mà không bị la, được nghỉ học và không phải học bài... Những đứa trẻ mong Tết, đếm ngược từng ngày kể từ khi ba lặt lá mai, cái tâm ý ấy sao giống hệt với người lớn vậy. Người lớn cũng đếm ngược thời gian từng ngày, từng giờ, thậm chí từng phút giây để đến thời khắc giao thừa, để nhìn Bigdrop, Peachdrop...

Mùa xuân luôn luôn mặc định là sự khởi đầu, là sự tươi trẻ, hạnh phúc, hy vọng, đoàn viên… Mùa xuân làm mới lại những gì đã cũ hoen già nua, mùa xuân làm cho muôn loài vạn vật sinh sôi nảy nở, cây lá đâm chồi, hoa khoe sắc hương, lòng người hoan hỷ. Những ngày đầu năm con người gác lại những bất đồng, tranh đấu, chiến chinh. Mùa xuân khoe sắc thắm, lòng người vấn vương, tình thương được nuôi dưỡng vun bồi để rồi nạp thêm năng lượng cho cả thân và tâm, để có thêm hy vọng và niềm vui mà đi cho trọn năm, đi cho hết cuộc chơi này.

Mùa xuân phương đông nhiều màu sắc và âm thanh. Mùa xuân không thể thiếu tiếng pháo, pháo là âm thanh tự xa xưa, hễ nghe tiếng pháo nổ giòn giã khắp nơi là biết mùa xuân đã về. Đêm giao thừa là thời khắc giao nhau giữa cũ và mới, là phút giây giao cảm hòa hợp giữa con người và vũ trụ thiên nhiên, là khoảnh khắc linh thiêng giữa thế hệ hiện tại với ông bà tổ tiên, sự tiếp nối từng đời như thế chưa gián đoạn bao giờ. Đêm giao thừa trời đất tối đen như mực nhưng pháo nổ dàng trời, lòng người hoan hỷ, trời đất tự nhiên thanh tân đến lạ thường, cũng bầu trời ấy, cũng mặt đất này, cũng những con người yêu – ghét đây nhưng sao đêm giao thừa thấy thương chi lạ.

Mùa xuân phương động, mùa xuân cố quận vui lắm! Nhiều sắc thái văn hóa cùng đồng hành. Người người ăn vận mới đi lễ chùa, viếng phần mộ tổ tiên ông bà cha mẹ thân nhân, ghé thăm họ tộc, láng giềng... Dù gì thì cũng ba ngày Tết, mặt người ai nấy vui tươi, nói lời tốt đẹp, làm việc nghĩa cử hy vọng đem lại may mắn an lành.

Mùa xuân em tung tăng khoe áo mới, những tà áo dài tươi sắc xuân phơi phới khắp mọi miền. Em cười như hoa, mắt biếc má đào cho lòng người nao nao. Em muôn đời đẹp như thế, cứ mỗi độ xuân sang. Mắt biếc má đào của ngàn năm trước với bây giờ có khác gì nhau chăng? Chắc chắn là không! Có khác nhau chăng là ở kiểu cách quần áo theo thời chứ mắt biếc má đào muôn đời vẫn thế! Đừng nói bây giờ, ngay cả mai sau vẫn vậy thôi, cái đẹp không phải ở con mắt mà ở từ trong tâm tưởng của mình.

Khi cố quận vào xuân, đất trời phương ngoại mới giữa mùa đông, lúc này rét nhất trong năm. Người ra đi mang theo không khí xuân, hình ảnh xuân, ký ức xuân... nên dù có lạnh cách mấy lòng vẫn rộn ràng với xuân ở quê nhà. Có thi sĩ đã viết:

Khi ta ở đất chỉ là đất ở
Khi ta đi đất bỗng hóa tâm hồn

Phần lớn người ra đi mang theo ký ức đất cũ trong tâm hồn, Ngày xưa, khi mình sống ở đấy thì đất chỉ là đất, vô tri, chẳng có chi đặc biệt. Khi ra đi mới thấy nhớ nhung, thấy thiết tha nhất là khi mỗi độ sang xuân. Giờ mới thấm thía là: "đất bỗng hóa tâm hồn". Người ra đi với nhiều lý do: Di tản khi nội chiến tàn, tỵ nạn chính trị, thuyền nhân vượt biên, HO, bảo lãnh... trong số này có nhiều người hằng năm vẫn về quê ăn Tết, thậm chí đi về như đi chợ, tuy nhiên cũng có một số ít chưa từng về, không về hay không thể về vì hoàn cảnh bất khả kháng, thế mới biết khi xuân về lòng lay lắt lắm.

Mùa xuân của những người di cư, di tản hay tha phương cầu thực rất thiết tha nhưng giữ trong tâm tưởng, hoàn cảnh thực tại với ước muốn ít khi nào tương đồng với nhau được.

Mình xa góc bể chân trời
Nhớ mùa xuân nhắn một lời nước non
Mai vàng pháo đỏ gót son
Em vui trẩy hội giữa con đường này
(thơ TLTP)

Con đường này là con đường nào? đường xuân? đường dân tộc? đường nước non? đường đời? đường mưu sinh? hay đường sinh tử? Có biết bao con đường của mỗi kiếp nhân sinh, mình đã muôn đời cứ ngơ ngẩn và lạc lõng giữa con đường. Mình đã đi nhưng chưa bao giờ về tới, nếu đã về tới thì chẳng còn phân tâm giữa con đường, chẳng còn phải lưu lạc tha phương hay vọng về xuân cố quận.

Nào đâu chỉ có người Việt mới di tản hay tha phương cầu thực. Người Do Thái mất nước cũng đã hai ngàn năm lưu lạc khắp thế gian. Người Anh, người Âu châu di cư sang đất mới để tạo lập quê hương mới. Người Kurd, người Tây Tạng, người Afghanistan (A Phú Hãn), người Iraq, Iran, Mexico, Laos-Hmong, người châu Phi... cũng di cư khắp nơi. Hầu như các dân tộc trên thế gian này đều dính vào vấn nạn di cư hay di tản, nhất là những dân tộc nhỏ, đất nước nghèo nàn lạc hậu. Người ta di tản vì chiến tranh, đàn áp, bất công, kỳ thị, nghèo đói... Lịch sử loài người cũng chính là lịch sử của những trận chiến tranh và những cuộc di cư, di cư để mà sống còn. Động vật cũng di cư, chúng di cư vì sự sinh tồn (trú đông, tránh rét, sinh sản, tìm kiếm thức ăn...). Loài vật di cư nhưng đến mùa thì lại quay về nơi chốn cũ, tỷ như cá hồi từ biển cả lại vượt ngàn dặm về lại đầu nguồn sông suối để sinh đẻ, chim muông di cư tránh rét, khi trời ấm lại bay về. Những đàn bướm Monarch cũng di cư hàng vạn dặm, đến khi xuân sang lại lũ lượt hồi hương. Loài vật quay về nơi sinh ra không phải vì nhớ thương, chỉ đơn thuần là bản năng sinh tồn. Loài người thì khác, đó là cả một trời nhớ thương, đó là tâm sự nặng trĩu trong tâm hồn. Loài người có thần thức, có tác ý, có một chữ tâm, quê hương bản quán in sâu trong tiềm thức, trong tâm hồn. Mỗi khi xuân về thì nỗi nhớ lại trào dâng, không khí xuân, hương xuân, ký ức xuân kích thích mạnh trong tâm ý. Bởi vậy khi xuân về Tết đến thì nhớ lắm, lòng lay lắt lắm! Chỉ những người may mắn có cả gia đình sum họp ở hải ngoại thì mới có thể dửng dưng với Tết quê nhà.

Tết của người Việt, nước Việt xưa nay thường gắn với hình ảnh ngôi chùa, lên chùa lễ mỗi độ xuân sang. Bạn có là Phật tử hay không Phật tử cũng thích lên chùa ngày đầu xuân. Người ta lên chùa lễ Phật, cầu an cho gia đình, cầu siêu cho ông bà cha mẹ, cầu sự gia hộ của Phật, Bồ Tát hay các vị linh thiêng mà họ tin tưởng. Ngôi chùa là một hình ảnh đặc biệt trong văn hóa Việt, đã hình thành và tồn tại mấy ngàn năm nay. Thiền sư, thi sĩ Huyền Không đã viết:

Mái chùa che chở hồn dân tộc
Nếp sống muôn đời của tổ tông

Tết ở quê nhà vui lắm, lên chùa lễ Phật, thăm

viếng họ hàng, bạn bè, láng giềng, trẩy hội xuân... nhưng phải là Tết ở làng quê nông thôn cơ. Ai đã từng ăn Tết ở thành phố khắc biết. Tết ở thành phố buồn lắm, phố sá vắng teo, nhà nhà đóng cửa im ỉm. Người lao động về quê hết trơn rồi, những nhà giàu thì du lịch xa... Chỉ ở làng quê, ở nông thôn mới thấy đậm đà không khí Tết, Tết ở thành phố rất nhạt vị so với nông thôn. Làng quê nông thôn mới là nơi lưu giữ cái hồn, cái đặc trưng của Tết nói riêng văn hóa Việt nói chung.

Người Âu – Mỹ có câu phương ngôn:" Home is where heart is", nói thì hay vậy chứ người xa quê vẫn nhớ quê lắm, làm sao mà "heart is" được, may ra chỉ có thể nói:

Con tim nửa để lại nhà
Nửa mang theo với phù hoa quê người

(thơ TLTP)

Với người phương đông, nhất là những kẻ nặng tình thì nỗi nhớ quê tha thiết biết bao nhiêu. Ngày xưa Thôi Hiệu đã bảo thế rồi:

Nhật mộ hương quan hà xứ thị
Yên ba giang thượng sử nhân sầu.[1] ■

(Ất Lăng thành, những ngày sắp sang xuân)

---

1 Thi sĩ Tản Đà dịch: „Quê hương khuất bóng hoàng hôn. Trên sông khói sóng cho buồn lòng ai?" – *Chú thích của VG*

THƠ - Nguyễn An Bình

THÁNG CHẠP TA VỀ

Vấn vương tờ lịch mỏng dần
Như là lời nhắn năm tàn tháng rơi
Mênh mông nỗi nhớ bời bời
Thì ra ta vẫn còn nơi để về.

Rộn ràng phiên sớm chợ quê
Vàng bông vạn thọ bộn bề trước sau
Mùi khói bếp – bát canh rau
Đĩa cà phổi nướng – mưa rào ngoài song.

Sớm mai thức giấc phập phồng
Hanh hao ngọn gió băng đồng theo sau
Rơm vàng in vết xe trâu
Còn thơm hương ổi hương cau một thời

Về cùng ta tuổi thơ ơi
Chọi lon đánh đáo nhà chòi trúc mai
Cuối trời mỏi cánh chim bay
Giữ giùm ta nhé một ngày cuối năm ./.

Nguyên Ngọc

NĂM NGỌ - NHỮNG BIẾN CỐ LỊCH SỬ ĐÔNG TÂY

Ngựa vốn mạnh mẽ tự cường,
Người sinh tuổi Ngọ tận tường thông minh.
Giáp Ngọ mong hết đao binh,
Thế giới đồng cảm nhân sinh thái hòa.

Trước thềm năm mới Bính Ngọ xin kính gởi đến quý độc giả bài sưu tầm về những biến cố lịch sử vào năm Giáp Ngọ từ Đông sang Tây, những biến cố lịch sử này đã mang lại cho nhân loại được sống trong an lạc, thái hòa, tự do, no ấm...

Hội Nghị Bình Than năm Nhâm Ngọ 1282

Thất bại trong cuộc tiến công xâm lược lần I (1258) nhưng đế quốc Mông Cổ vẫn không từ bỏ âm mưu thôn tính Đại Việt.

Năm 1279, sau khi thôn tính Nam Tống, thống nhất Trung Quốc, lập ra Triều Nguyên, Hốt Tất Liệt tăng cường các thủ đoạn nhằm khuất phục Vua Trần Nhân Tông vừa mới lên ngôi, đồng thời âm mưu hỏa mù chuẩn bị xâm lược.

Cuối 1279, họ bắt giữ sứ giả Nhà Trần khiến quan hệ hai nước càng thêm căng thẳng.

Năm 1281, Nhà Nguyên mua chuộc được Trần Di Ái (chú họ Trần Nhân Tông đang dẫn đầu đoàn đi sứ sang Trung Quốc), phong làm An Nam Quốc vương và lập triều đình bù nhìn rồi phái một nghìn quân hộ tống về nước Đại Việt, tạo áp lực buộc Vua Trần đầu hàng, nhưng bị Nhà Trần kiên quyết đập tan.

Hốt Tất Liệt quyết định dùng biện pháp quân sự để tấn công Đại Việt.

Hiểu rõ âm mưu xâm lăng của kẻ thù, Nhà Trần tích cực chuẩn bị kháng chiến, tháng 10 năm Nhâm Ngọ (1282), nhà vua mở Hội nghị các vương hầu, quan lại, tướng soái cao cấp tại bến Bình Than trên sông Lục Đầu (ngày nay thuộc tỉnh Hải Dương) để bàn kế hoạch kháng chiến chống quân Mông Nguyên sang xâm lăng nước Đại Việt chúng ta lần thứ hai.

Đây là hội nghị của những người nắm giữ trọng trách lãnh đạo sự nghiệp, giữ nước và chỉ bàn hai vấn đề thiết yếu nhất: đó là xác định phương hướng chiến lược chống xâm lăng và tổ chức bộ máy chỉ huy chống xâm lăng.

Ở hội nghị Bình Than, vua Trần Nhân Tông và Thượng Hoàng Trần Thánh Tông đã quyết định trao quyền Tổng chỉ huy quân đội cho Trần Quốc Tuấn, Nhân Huệ vương Trần Khánh Dư làm Phó Đô Tướng Quân.

Chính tại hội nghị này, Thân vương Trần Quốc Toản vì quá trẻ tuổi nên không được tham dự việc nước đã giận dữ bóp nát quả cam đang cầm trong tay rồi về tập trung hơn một nghìn gia nô và thân thuộc tham gia kháng chiến.

Vị tướng trẻ tuổi Trần Quốc Toản đã đi vào lịch sử nước nhà với lòng dũng cảm và tinh thần yêu nước nồng nàn, ông đã hy sinh mạng sống vì sự tồn vong của quốc gia dân tộc.

Khí phách kiên cường của Trần Quốc Toản đã biểu lộ trên lá cờ thêu sáu chữ vàng mà ông mang theo bên người khi xông pha trận tuyến: "Phá cường địch, báo hoàng ân".

Ngày nay để tri ân vị tướng trẻ tuổi tài ba dũng cảm tên của ông được đặt cho nhiều ngôi trường tiểu học, trung học ở Việt Nam, một số con đường của các thành phố, tỉnh, huyện và ngay cả các quốc gia có người Việt Nam tỵ nạn sinh sống trên thế giới.

Ngoài ra, tên của ông còn được đặt cho một Tuần Dương Hạm HQ-06 của Hải Quân Việt Nam Cộng Hòa.

Khởi đầu từ tinh thần ái quốc tại Hội Nghị Bình Than năm Nhâm Ngọ 1282, hai năm sau vua Trần Nhân Tông triệu tập Hội Nghị Diên Hồng được tổ chức năm 1284 tại kinh thành Thăng Long.

Tại đây, các bô lão trong cả nước được triệu về trước thềm điện Diên Hồng để trưng cầu dân ý về chủ trương hòa hay chiến khi quân Nguyên Mông sang xâm lược nước Đại Việt lần thứ 2.

Tiếng loa vang vang từ thành thị đến thôn quê "Toàn dân nghe chăng sơn hà nguy biến".

Tương truyền rằng có nhiều làng nhỏ những phụ nữ họp lại đầu làng cùng nhau nấu hàng trăm gói cơm nắm muối mè, để các bô lão ăn dọc đường phó hội, các trai tráng thì thay nhau võng các cụ trên đoạn đường xa xôi gập ghềnh khúc khuỷu về kinh thành Thăng Long với lời hô vang vang trong rừng núi: Quyết Chiến! Quyết Chiến!

Ngoài những chiến công oanh liệt dũng cảm chống ngoại xâm, nhà Trần, một chế độ dân chủ tập quyền đã đi đến một quyết định chưa từng có trong lịch sử thời bấy giờ là triệu tập một hội nghị mang tính cách Dân Chủ, đó chính là Hội Nghị Diên Hồng.

Năm Giáp Ngọ 1954 Cuộc di cư vĩ đại từ Bắc vào Nam (Operation Passage to Freedom), " Chiến dịch Con đường đến Tự do "" hay "Operation Exodus"

Sau trận Điện Biên Phủ và Hiệp Định Geneve được ký kết giữa Việt Nam Dân Chủ Cộng Hòa và Pháp: Tạm thời chia đôi Việt Nam thành hai vùng tập trung quân sự tại vĩ tuyến 17, bên Cầu Hiền Lương.

Hệ thống bộ máy dân sự và lực lượng quân sự của chính quyền Việt Nam Dân chủ Cộng hòa được tập trung ở miền Bắc.

Hệ thống bộ máy dân sự và lực lượng quân sự của chính quyền Liên Hiệp Pháp được tập trung ở miền Nam, chờ ngày tổng tuyển cử tự do, dự kiến sẽ xảy ra vào ngày 20 tháng 7 năm 1956.

Hiệp định Geneve cho phép người dân di cư khỏi vùng chiếm đóng, trong vòng 300 ngày sau thỏa hiệp đình chiến, tức chấm dứt vào ngày 19 tháng 5 năm 1955.

Dân Hà Nội có 80 ngày, Hải Dương có 100 ngày, Hải Phòng là điểm cuối cùng tập trung để di cư có 300 ngày.

Khát vọng Tự Do đã tạo nên một cuộc bỏ phiếu bằng chân, một làn sóng di dân lớn nhất lịch sử Việt Nam vào năm Giáp Ngọ 1954.

Người dân Miền Nam Việt Nam đã mở rộng bàn tay và trái tim nhân ái đã đưa đồng bào Miền Bắc bình an đến Vùng Đất Hứa qua "Chiến dịch Con Đường Đến Tự Do".

Cánh đồng gạo lúa Miền Nam trù phú mát tươi đã mang đến cho họ có một đời sống ấm no, hạnh phúc...

Năm Giáp Ngọ 1954 tại Đức - "Wir schaffen

das"[1]

Ngày 17.07.1954 năm Giáp Ngọ tại Hamburg có một cô bé tên Angela Dorothea Kasner mở mắt chào đời, cha là một vị Mục Sư Đạo Tin Lành, mẹ là một cô giáo trường Tiểu Học.

Nhờ được sự giáo dưỡng trong một gia đình trí thức và đạo đức bà Angela Dorothea Kasner đổ bằng Tiến Sĩ Vật Lý, năm 1990 bà trở thành đảng viên đảng CDU (Liên Minh Dân Chủ Thiên Chúa Giáo).

Từ năm 2005 đến 2021, bà Angela Merkel là phụ nữ đầu tiên được tín nhiệm giữ chức vụ Thủ tướng nước Cộng Hòa Liên Bang Đức qua 4 nhiệm kỳ và bà cũng là vị Thủ tướng đầu tiên xuất thân từ giới Lãnh đạo Cộng sản DDR.

Trong nhiều năm bà đã được das US-Wirtschaftsmagazine Forbes từng công bố danh sách thường niên rằng bà là một trong 100 phụ nữ có ảnh hưởng trên toàn thế giới, vì bà nắm giữ quyền lực chính trị toàn cầu với tư cách là Thủ tướng và định hình nền chính trị Âu Châu, đặc biệt là trong những cuộc khủng hoảng tài chính và giải quyết số phận người tỵ nạn.

Là một nữ chính trị gia thực dụng, từng trải và giàu lòng nhân ái, tháng chín năm 2015 bà đã dùng mọi nỗ lực vận động, thuyết phục với những chính trị gia đồng nghiệp, bà đã cứu hơn 1 triệu người tỵ nạn Syrien sau cuộc trốn chạy vì nội chiến ở đất nước này với tầm nhìn xa: Giải quyết thị trường lao động của nước Đức.

Ngày hôm nay người tỵ nạn Syrien sống hạnh phúc trên quê hương mới, ở trong công xưởng, văn phòng, bệnh viện, trường học, giảng đường đại học họ luôn nhớ đến lời nói khích lệ đầy lòng nhân ái của vị nữ Thủ tướng Đức Angela Merkel: "Wir schaffen das" một câu nói đã đi vào lịch sử.

Câu nói ngắn gọn và quyết liệt này xin như lời cầu chúc quý độc giả trước thềm năm mới Bính Ngọ. "Chúng ta sẽ thực hiện được" ■

1 Nghĩa từng chữ là "Chúng ta làm được". Diễn rộng nghĩa là: "Chúng ta sẽ vượt qua, Chúng ta sẽ giải quyết được việc này". Chú thích của BBT VG.

Chúc Thanh

MÙA XUÂN CON NGỰA

«Ngựa ô anh thắng kiệu vàng
Anh tra khớp bạc, đưa nàng về dinh.»

Xuân Bính Ngọ sắp đến, đang đến.

Năm ngọ, thưa bạn, chắc sẽ là một năm tốt lành an vui cho mọi người. Xin cứ nghĩ là như thế, là mã đáo thành công…

Chẳng thế mà ông bà ta xưa nay hay nói là :

Người ta tuổi ngọ tuổi mùi
Tôi nay ngậm ngùi nhận phải tuổi thân!

Xin cứ tạm tin là như vậy đi, tại năm vừa rồi, năm Tỵ hung dữ quá, chiến tranh, bão lũ, nhân tai thiên tai dồn dập… con người bị hoảng loạn, có mấy lúc yên? … Con rắn coi nó ghê sợ báo hại rùng mình. Còn con ngựa, bao nhiêu là lợi ích, kéo xe, chuyên chở, đưa tin, tham chiến v.v… trong nhiều câu chuyện kể, sự liên kết giữa người chủ và ngựa nảy sinh từ sự cần thiết… rồi lại di chuyển tình cảm thành một mối giao tình sâu sắc.

Truyện kể là the black stallion (l'étalon noir) là một tác phẩm được in năm 1941, kể nhân vật chính là một chú ngựa Á Rập, mang tên Black, trong tiếng Việt, có lẽ gọi là chú ngựa ô. Chú ngựa này thuộc giống ngựa quý sheikh, sau vụ đắm tàu tai nạn trong bể cả mênh mông mù mịt, chú trở thành người bạn thân tình với chàng trai Alex Ramsay trên một hòn đảo hoang vắng. Lúc này, lời nói không cần nữa, sự trao đổi tình cảm và những cái nhìn sâu thẳm biến thành sự cảm thông thuần khiết chân thành giữa Black và Ramsay. Câu chuyện được Walter Farley dựng thành phim năm 1978.

Con ngựa tham dự trận chiến một cách oai hùng:

Ngựa hay chẳng quản đường dài,
Nước kiệu mới biết tài trai anh hùng.

Trong văn chương, bà Đoàn Thị Điểm và tác giả Đặng Trần Côn đã viết những hình ảnh hào hùng của người và ngựa:

Áo chàng đỏ tựa ráng pha
Ngựa chàng sắc trắng như là tuyết in…

Hay:

Chí làm trai dặm nghìn da ngựa,
Gieo Thái Sơn nhẹ tựa hồng mao.

Ngựa trong thời bình, được sử dụng trong nông nghiệp, công nghiệp, thay thế xe hơi để chuyên chở người và hàng hóa, ngựa kéo xe trượt tuyết, xe đẩy và xe ngựa chạy êm ru, lọc cọc lọc cọc, rất vui tai trên đường thiên lý... thay vì ngày nay xe bus, xe hỏa, xe tramway, xì khói làm ô nhiễm môi trường sống, khó thở, gây bệnh tật...

Khoảng 5000 năm trước công nguyên, người Mông Cổ bắt đầu dùng ngựa vào cuộc sống. Rồi sau 1200 trước công nguyên, nhiều xứ Ai Cập, Ba Tư, Tây phương dùng ngựa làm kỵ binh của họ.

Trong lịch sử Việt Nam, Phù Đổng Thiên Vương đã cưỡi ngựa sắt dẹp tan giặc Ân. Ngài là đại biểu thánh tổ của ngành thiết giáp quân đội Việt Nam Cộng Hòa. Ngài vẫn còn tượng Cỡi ngựa báo hoàng ân, tọa lạc ở ngã sáu Saigon, thành phố thân yêu muôn đời của chúng ta.

Trong thế chiến II, Nga sử dụng kỵ binh để chống lại quân đội Đức, Đức cũng sử dụng ngựa để vận chuyển. Trong trận đại chiến này, như có tới 6 triệu chiến binh ngựa bị chết vì bom, đạn và cả vì đói, khát... Thương làm sao, hình ảnh con ngựa thật là đa năng, đa hiệu, đa tình cảm trong cuộc sống ở thế gian này.

Trong y học, các nhà bào chế dùng máu ngựa làm sérum, trị và chích ngừa nhiều bịnh và chữa một số bệnh khác, diphtérie và khá nhiều bệnh nan giải nơi trẻ em.

Ngựa dùng chăn bò ở Mỹ, đặc biệt là trong nhiều thú vui chơi như cá ngựa, đua ngựa, đi săn bắn, cưỡi ngựa và phi ngựa.

Thưa bạn, cái trò phi ngựa này thì ai ai mà không thích... vì người nào trong chúng ta chẳng biết cưỡi ngựa và phi ngựa từ lúc mới 2, 3 hay 4 tuổi. Đó là cưỡi và phi lắc lư lắc lư cái con ngựa gỗ mà ba má mua cho lúc nhỏ. Nói theo Mỹ, theo Tây cho ra vẻ sang là xích đu rocking horse... hay là cứ lắc lư con ngựa gỗ cong cong, lắc quá đà, thì có thể té bổ nhào bổ chửng... chừng lỗ mũi ăn trầu mới kịp ngừng và khóc nhè!

Trong Phật giáo, có con ngựa Kiền Trắc của Thái tử Tất Đạt Đa. Năm 29 tuổi, Thái tử đã nhờ chính con ngựa Kiền Trắc Kanthaka này cùng người hầu trung tín Xa Nặc rời khỏi kinh thành Ca Tỳ La Vệ một đêm rằm sáng tháng sáu. Trong đêm sáng, ngựa Kanthaka đã vượt nhiều chặng đường dài, vượt qua dòng Anoma đưa Thái tử xuất gia tầm đạo. Sau con tuấn mã Kiền Trắc tái sanh làm một người Bà La Môn tham dự nhiều buổi thuyết pháp và sau cùng đạt được giác ngộ.

Trong bộ kinh Tăng Chi Bộ, cây gậy đầu nhọn dùng để thúc ngựa, đức Phật giảng cho các tỳ kheo là ẩn dụ về bốn loại ngựa được huấn luyện tốt và các phản ứng trước các đe dọa, trừng phạt và những khổ đau của cuộc sống (theo tác giả Hồ Thanh Trước).

Phù Đổng Thiên Vương - Nguồn hình: Internet

Ca dao có hình ảnh con ngựa như:

- Bây giờ kẻ Bắc người Nam,
- Ngựa Hồ chim Việt biết làm sao đau?
- Em có chồng như ngựa đủ yên, Anh chưa có vợ như thuyền nghiêng giữa dòng.
- Đường dài ngựa chạy biệt tăm, Người yêu có nghĩa trăm năm vẫn chờ.
- Một con ngựa đau cả tàu không ăn cỏ.
- Ngựa đua có bầy chim bay có bạn...

Con ngựa thuộc họ Equus Caballus, ngựa có kích thước cao lớn, trung bình 1m48 hay 1m50 hoặc hơn, đầu dài, mặt dài, cổ có bờm, chân mảnh mai, đuôi dài, ngựa đẹp và oai.

Ngựa thích sống nơi đồng bằng, đồng hoang thoáng đãng. Ngựa ăn cỏ và gặm cỏ. Ngựa thường to lớn cao và khỏe mạnh. Có vẻ anh hùng và rất đẹp, sức nặng khoảng 700kg hoặc hơn và nó có thể kéo được tới vật nặng gấp rưỡi thân nặng của nó.

Sau cùng, Bạn ơi, ngựa còn là người yêu đấy nhé...

"Em tan trường về, Đường mưa nho nhỏ
Em tan trường về, Đường mưa nho nhỏ
Ôm ngang tập vở, Áo dài tà áo vờn bay...
Em tan trường về, Anh theo Ngọ về...
Anh theo Ngọ về, Áo dài tà áo vờn bay"

Là thế đó, Phạm Thiên Thư đã viết, Phạm Duy đã phổ nhạc và Thái Thanh đã hát!

Vậy là từ nay trở về sau, xin đừng nóng nảy, hồ đồ, mà chúng ta lỡ lời mắng chửi nhau là "đồ đĩ ngựa" nữa nhe... Con ngựa nó chính chuyên và yêu người yêu đời lắm lắm...

Thân chúc mọi người năm Ngọ: Mã đáo thành công. ■

Paris, Tết Bính Ngọ

Vũ khúc "Chào mừng quan khách"

Trần Thị Nhật Hưng

NHỮNG TẾT ĐẦU TIÊN TẠI THỤY SĨ

Vũ khúc "Chào mừng quan khách"

Cứ mỗi độ xuân về, xuân trên quê hương Việt Nam khi nắng ấm chan hòa thì tại Thụy Sĩ thời tiết vào đông âm u lạnh giá tuyết giăng trắng xóa như rắc muối xuống vạn vật. Cảnh trời đã thê lương, lòng người tha hương càng não nề hơn. Bạn bè khắp mọi nơi, nhất là ở Việt Nam, ngoài lời chúc mừng năm mới, thường hay hỏi thêm câu: "Bên Thụy Sĩ có Tết không ạ?". Câu hỏi bâng quơ vô thưởng vô phạt nhưng hay gợi trong tôi nỗi buồn man mác.

Ngày đó đến Thụy Sĩ một mình, lẻ loi như cánh chim lạc đàn. Tôi đến nhằm vào tháng mùa đông. Cái nô nức ban đầu khi đặt chân đến vùng đất hứa chẳng bao lâu tàn mau khi tôi trực diện với cuộc sống mới, vật chất đủ đầy nhưng hồn lại vắng vẻ cô liêu. Hai cảnh đời thật khác biệt.

Lòng khô héo. Bao niềm nhớ.

Để trả lời câu hỏi, tôi thường đáp tưng tửng: "Có chứ. Chẳng những một mà có tới hai cái Tết. Một Tết tây và một Tết ta. Nhưng cả hai chả ra cái Tết nào".

Tết tây rơi vào tháng một dương, Tết của dân tây. Phố sá giăng đèn kết hoa, một vài hội chợ bày bán Tết, chỉ thấy toàn người bản xứ nô nức mua sắm, chả thấy bóng dáng người Việt nào. Lạc vào đây, có khác nào "giữa phố đông người, riêng em một mình, một bóng cô liêu", thôi thì, về nhà cuộn mình trong chăn ấm nằm... khóc còn sướng hơn!

Riêng Tết ta tại Thụy Sĩ đâu có quán xá Việt Nam để phô bày những mặt hàng ngày Tết, vẫn lầm lũi đi làm, một ngày như mọi ngày, nếu không để ý, chẳng biết xuân về, Tết đến hay chưa. Tuy nhiên, đối với người Việt, vào những dịp này thường nhắc nhở kêu gọi nhau mời nhau về nhà ăn chung một bữa tất niên, hay rộng hơn thì cộng đồng, dù ít ỏi cũng cố tổ chức một cái Tết để sưởi ấm lòng nhau, làm một điều gì đó tìm về hương vị Tết quê nhà, xoa dịu nỗi nhớ quê hương.

Những năm đầu, khoảng 1980-1982 có một nhóm nhỏ, hay nói cho rõ hơn một gia đình với lực lượng chỉ người trong nhà thôi đã qui tụ đầy đủ từ ca, đàn, đánh trống, tinh thần văn nghệ cao... thế là đứng lên kêu gọi thêm bạn bè góp sức tổ chức một cái Tết nho nhỏ nhưng đúng nghĩa, quây quần ăn uống và hát hò. Tổ chức dần phát triển khi xuất hiện vị lãnh đạo chịu ra lãnh... đạn "đứng mũi chịu sào" gánh hết mọi khó khăn khi tổ chức. Anh chịu chi "phóng tiền tài để thu phục nhân tâm", may mắn lại có chị vợ ý hợp tâm đầu "thuận vợ thuận chồng tát biển đông cũng cạn" sá gì những buổi tổ chức Tết. Chị thích nấu ăn và nấu ăn rất ngon. Có thực mới vực được đạo. Cho nên những buổi họp mặt tại nhà anh chị để bàn chuyện, cũng như tụ tập dợt văn nghệ tại một hội trường nhỏ, chị nấu bao hết. Trời, xứ lạnh tình nồng, quây quần bên nhau ăn uống hỉ hả nói cười ca hát quên đi nỗi cô đơn nơi xứ lạ quê người nhất là vào dịp xuân còn gì ấm cúng hơn. Cho nên với thời gian, những ai có khiếu và thích văn nghệ giới thiệu nhau, kêu gọi nhau mang hết khả năng ra phục vụ. Chẳng bao lâu, quy tụ được một lực lượng, ngay thành phố St. Gallen chủ lực thêm vùng phụ cận mới gom được khoảng 25-30 người, tinh thần rất cao, ngoài khiếu văn nghệ còn những tiểu xảo khác như vẽ phông cho sân khấu, làm thủ công tạo những mũ mão, tự may những bộ quần áo trình diễn, trang trí mọi thứ (thời đó chưa liên hệ với Việt Nam để đặt may như bây giờ), tất cả đều tự lực, cây nhà lá vườn, khả năng a ma tơ, nhưng nhìn chung khá tươm tất, phong phú.

Từ đó mỗi năm, bắt đầu tháng 10 dương lịch, Ban văn nghệ đã chuẩn bị sẵn một chương trình với đầy đủ ca, vũ, nhạc, kịch, kể cả cải lương hẹn nhau tập dượt mỗi cuối tuần để tổ chức một cái Tết cộng đồng.

Xa quê hương buồn tủi, mỗi thứ bảy tụ về sum vầy, vừa ăn ngon, vừa tập dượt hát hò vui vẻ, nên ai cũng hoan hỉ dốc toàn lực trổ hết tài năng.

Ngày trình diễn thuê một hội trường lớn với 400

ghế thường tổ chức trước hay sau một, hai tuần của ngày Tết, cũng chọn cuối tuần khi mọi người nghỉ làm. Vé vào cửa khá mắt, song vẫn qui tụ đông đảo khán giả, không chỉ tại thành phố nơi tổ chức, vùng phụ cận mà cả người Việt rải rác khắp nước Thụy Sĩ cũng đến tham dự. Do vậy số ghế không đủ phục vụ người đến, phải đứng ngồi la liệt chật cứng hội trường và tràn cả bên ngoài hành lang, nơi các quầy đang bán đồ ăn với đủ các món quê nhà như bánh cuốn, bún bò, phở, cơm tấm, cháo gà... đặc biệt có thêm bánh tét bánh chưng dưa hành củ kiệu cho mọi người mua về ăn Tết. Toàn những món mà hằng ngày tại Thụy Sĩ muốn ăn phải lăn vào bếp, không có hàng quán. Cả vùng may ra mới có một tiệm Á Châu lèo tèo vài thứ rau, củ quả mắc như vàng (một ký rau, củ Á Châu nói chung tới những 20 quan Thụy Sĩ tương đương thời đó 14 US). Thèm lắm mới bấm bụng mua thôi. Nay thì đỡ hơn, cộng đồng ngày càng phát triển, cạnh tranh nhau, không thiếu thứ gì nhưng vẫn mắc 15 quan một ký bằng 15 US đô la.

Trở lại việc tổ chức Tết. Tuy số người tham dự đông đảo, kết quả thu nhập lỗ xiểng niểng. Với số vốn (mỗi người trong Ban tổ chức góp 300 quan tương đương hồi đó 200 US) chi ra vẫn không trang trải đủ, còn lỗ thêm 5 ngàn quan. Lý do. Người Việt làm việc hay vị tình thân, nghĩ cái riêng nhiều hơn quyền lợi chung, hễ thấy người thân, quen là cho vào coi chùa, không phải mua vé. Chưa kể chi phí cho tổ chức, lạm dụng của chung, xài phí một cách bừa bãi, không cân nhắc, sổ sách không rõ ràng nên vượt quá mức chi thu. Lỗ như thế, gần như là hằng năm, tiền đóng góp của anh em đã không thu lại được, nhưng tinh thần anh em vẫn rất cao, không suy suyển, phải nói là nhờ vợ chồng anh lãnh đạo chịu trận đứng ra lãnh... đạn đắp vào sự thiếu hụt đó. Mãi về sau, cân nhắc kỹ lưỡng, rút tỉa kinh nghiệm, những năm huề vốn được là may.

Sự hy sinh cao cả cho cộng đồng, cống hiến từ vật chất, khả năng lẫn tinh thần đã được đền bù. Với thời gian "hữu xạ tự nhiên hương" Ban văn nghệ St. Gallen bỗng có tên trong "lịch sử cận đại" của người tỵ nạn. "Cả gánh hát" (Ban văn nghệ St.Gallen) không chỉ được biết đến, được mời lưu diễn tại Thụy Sĩ, mà tiếng lành đồn xa, lan qua tận bên Pháp, cộng đồng bên đó mời toàn ban sang Pháp diễn. Diễn lại toàn bộ với đầy đủ tiết mục ca, vũ, nhạc, kịch, cả tuồng cải lương mà tại Thụy Sĩ vừa diễn xong hôm Tết.

Văn nghệ nói chung, ngoài nội dung có ý nghĩa, phong phú, đầy tình tự quê hương và đa dạng sắc màu, hình thức cũng góp phần quan trọng không kém.

St. Gallen là thành phố nổi tiếng không chỉ tại Thụy Sĩ về ngành hàng vải mà có thể nói được nhiều quốc gia khác biết đến. Chính phu nhân của Tổng Thống Obama trong ngày đăng quang của chồng đã mặc chiếc áo xuất xứ vải từ St. Gallen, chưa kể phu nhân Clinton, Thủ Tướng Đức Angela Merkel v.v... cũng đều mặc quần áo từ thành phố này trong ngày trọng đại của họ.

Người Việt tỵ nạn đến St. Gallen hầu hết đều làm trong những hãng xưởng may mặc, hay chuyên trang trí cho quần áo như reng, kim tuyến v.v... Cuối năm thông thường dọn kho, hãng tống khứ hoặc bán rẻ mạt một số hàng dư thừa không hợp thời trang nữa dù giá thành vốn rất mắt. Thế là Ban văn nghệ St. Gallen hốt hết, quy tụ những tay nghề biết may, chia nhau, để tự may những bộ quần áo trình diễn. Lúa tốt nhờ phân, người đẹp nhờ lụa. Nhờ thế, tất cả quần áo diễn cho từng tiết mục được chăm chút kỹ lưỡng, trang trí cẩn thận trông khá tươm tất lộng lẫy không thua dân chuyên nghiệp bao nhiêu.

Niềm vui lớn của Ban tổ chức cũng như Ban văn nghệ được mời đi lưu diễn, điều đó đồng nghĩa cả gánh hát đã được sự thương mến, ưu ái của khán giả, dù không có thù lao, nhưng những ngày cả đoàn lăng xăng nhắc nhở nhau thu xếp hành trang lên đường như một cuộc du lịch tập thể, được bao ăn, bao ở, bao cả chuyến xe Bus cho 50 người vui biết chừng nào. Dù những lần lưu diễn, vấn đề ngủ nghỉ hơi phức tạp, điều kiện tài chánh không cho phép, trừ các phái nữ tùy nghi được ưu ái sắp xếp phòng ốc tử tế; cánh nam nhân, phải lăn lóc cuộn mình trong những chiếc túi ngủ mang theo, xếp cá mòi trên sàn trong phòng khách những nhà thân quen của Ban tổ chức bạn, sống như những du mục xa chiếc giường êm nệm ấm tại nhà, thế nhưng, chẳng ai nệ hà mà đều hớn hở vui vầy bên nhau nói cười thoải mái quên đi nỗi cô đơn buồn tủi trong những ngày xuân tha hương.

Đó là những tháng năm đầu tiên đón xuân tại Thụy Sĩ. Niềm vui không chỉ dành cho Ban văn nghệ, Ban tổ chức của thành phố St. Gallen nói riêng mà còn lan tỏa đến cộng đồng Việt có cơ hội tìm đến nhau, sum họp bên nhau, chia sẻ các món ăn đậm nét quê hương để tìm lại hơi hướm quê nhà, ấm lòng trong những ngày Tết. ■

Trần Thái Học

XUÂN NÀY VẮNG MẸ !

Vậy là sắp đến Tết nữa rồi, lại thêm một cái Tết vắng bóng mẹ mình. Đã gần hai năm rồi sao mình vẫn không thể làm quen được cái cảm giác trống vắng và xót xa này. Bao kỷ niệm về những cái Tết khi còn mẹ cứ ùa về.

Ngày xưa nhà mình nghèo lắm, nhưng đó là cái nghèo chỉ có trong gia đình biết thôi. Người ngoài nhìn vào vẫn nghĩ gia đình mình no ấm lắm. Người vén khéo chu toàn mọi việc trong nhà chính là mẹ mình. Cứ mỗi năm Tết đến mẹ mình lại gói bánh tét, không phải để ăn đâu mà là bán lại cho cô Tư mình kiếm chút lời để chi tiêu trong những ngày đầu năm mới. Cứ khoảng 25-26 tháng chạp mẹ bắt đầu xé lá chuối, lau lá, chuẩn bị dần mọi thứ để bắt đầu đến 27 là bắt đầu gói bánh. Thời gian ấy cũng là lúc hai chị em mình được nghỉ Tết nên cũng giúp mẹ được chút ít. Cả gia đình 4 người: mẹ, ba, hai chị em mình cứ làm quần quật liên tục từ 27 đến 30 Tết. Cực nhọc nhất là mẹ, vừa gói, vừa nắn nhưng, vừa coi nấu bánh. Bánh của mẹ gói ngon lắm. Mình thích nhất là lúc nắn nhưng, thỉnh thoảng lại vón một cục đậu xanh béo ngậy, thơm lừng cho vào miệng, nhắm mắt lại và thưởng thức hương vị tuyệt vời chỉ có vào những ngày trước Tết. Bạn hàng của cô Tư cũng rất thích bánh mẹ làm. Năm nào cũng đặt hàng gói bánh muốn rã rời người luôn. Họ đặt nhiều loại lắm: bánh nhưng chuối, đậu xanh, thịt mỡ, thập cẩm, lạp xưởng, trứng vịt nữa,... mà loại nào cũng trên cả tuyệt vời luôn. Mình thích nhất lúc vớt bánh ra, mẹ luôn cắt một đòn bánh ra thử, mùi thơm của nếp mới, đậm đà của đậu xanh, béo ngậy của mỡ, cùng hòa quyện vào nhau tạo nên mùi vị không thể nào quên. Cho đến tận bây giờ tôi vẫn chưa nếm được bánh tét nào giống như mẹ tôi đã làm. Tuy cực khổ là vậy nhưng lời lãi chẳng bao nhiêu, nhưng đối với gia đình tôi lúc đó có còn hơn không, được thêm đồng nào để chi tiêu cho ngày Tết là tốt rồi.

Vì những ngày trước Tết quá mệt nên hai chị em tôi thường ít khi còn đủ sức để đón Giao thừa. Duy chỉ có mẹ luôn cúng Giao thừa đúng giờ. Mẹ là Phật tử nên những nghi lễ cúng kiếng do ông bà để lại mẹ luôn giữ đúng. Tết có thể không có tiền vui chơi nhưng lễ vật cúng kiếng vẫn phải đầy đủ. Bàn thờ gia tiên phải có mâm ngũ quả và một cành mai vàng, đặc biệt là mùi thơm của loại nhang trầm mà chỉ đến Tết mẹ mới dám mua tỏa hương thơm ấm cả ngôi nhà. Ngày mùng một bước vào nhà tôi không có vị khách nào mà không xuýt xoa trầm trồ vì bày biện khéo léo, gọn gàng và ấm cúng của nhà tôi. Hai chị em tôi luôn tự hào rằng dù nhà mình không phải là mái ngói tường cao nhưng hiếm có nhà nào trong xóm bài trí ngày Tết lại ấm cúng và trang nghiêm như nhà tôi.

Tranh vẽ: Cát Đơn Sa

Mười mấy năm trời, Tết năm nào mẹ tôi cũng trải qua những ngày cực nhọc như thế. Đến khi chúng tôi đã có việc làm ổn định, gia cảnh cũng khá hơn, xây được nhà mới, mới được nghỉ ngơi hơn ba năm thì mẹ bỏ chúng tôi ra đi.

Chúng tôi không thể tin được và cũng không thể chịu đựng được nỗi đau đớn, xót xa này. Mẹ tôi mới có một đứa cháu ngoại đầu tiên, muốn ở với nó lâu hơn mà không thể. Đến lúc chúng tôi có điều kiện để báo hiếu mẹ thì mẹ không còn. Đến lúc lẽ ra mẹ phải được hưởng phước thì lại chịu sự giày vò đau đớn của bệnh tật... Đó là hậu quả của những tháng năm lao tâm, lao lực.

Những mong những ai còn mẹ trên đời hãy quý từng phút giây có mẹ. Đừng để đến lúc nào đó phải thốt lên hai tiếng: "Giá như..."! ■

Nguyễn Hoàng Duy

KIẾN TRÚC ĐÌNH LÀNG XƯA

Đình là một công trình kiến trúc cổ truyền ở khắp miền quê Việt Nam, nơi thờ Thành hoàng làng và cũng là nơi hội họp, sinh hoạt thư giãn của người dân. Sau những giờ lao động mệt nhọc, căng thẳng trí óc, tuyệt vọng, mất niềm tin vào cuộc sống hoặc cầu tài, sự nghiệp, công danh thì người ta thường tìm đến đình làng [hoặc chùa chiền] để được chở che, an ủi tinh thần.

Tầm ảnh hưởng của đình làng

Trong các làng, đình là một kiến trúc có quy mô to nhất và theo ý nghĩ của người xưa có tầm quan trọng ảnh hưởng tới sự thịnh vượng và sức khỏe của tất cả dân làng. Dựng đình là việc chung của cả làng. Một việc tối quan trọng của ngôi đình là hướng đình. Ca dao cũ có câu: "Toét mắt là tại hướng đình/ Cả làng cùng toét riêng mình em đâu" đã nói lên ý nghĩa quyết định của việc chọn hướng đình. Hướng của đình làng thậm chí đã trở thành hướng quy hoạch cho các ngôi nhà trong làng, hoặc làm song song theo hướng đình hoặc làm vuông góc. Dân làng kỵ nhất là làm nhà hướng thẳng vào các góc đao của đình làng. Hướng của các ngôi đình thường quay về hướng nam để thích ứng với môi trường tự nhiên, khí hậu nhiệt đới ở nước ta. Bên cạnh hướng đình là vị trí thế đất, nơi được xây dựng. Chọn hướng và thế đất xây đình, người xưa tin vào thuyết phong thủy, đình phải được xây trên lưng hay trên trán của các con vật thiêng tìm ẩn trong đất như long, lân, quy, phượng. Đình thường được chọn xây trên một gò cao, một doi đất, trước mặt có dòng nước chảy hay ao hồ, nếu không kể sông ngòi thì người dân đào giếng ao, hồ để tạo nên cảnh nước non. Những câu tục ngữ về thế đất chọn làm đình như: "Thè lè lưỡi trai, chẳng sai được nó/ Khum khum gọng vó, chẳng nó thì ai" là những tổng kết dân dã về thế đất "tụ phúc, tụ thủy", là những vị trí tốt nhất để xây đình làng, đình làng thường được xây ở dìa làng, thoáng đãng trên một khu đất cao rộng, nhà của dân làng chỉ ở sau lưng không được ở phía trước đình.

Đình làng ban đầu có lẽ chỉ là một kiến trúc nhỏ gồm ba gian và hai chái, sau đó số gian tăng lên đến năm, bảy hay chín gian, cộng thêm kiến trúc phía sau gọi là hậu cung, thêm phía trước gọi là tiền tế, thêm hai bên gọi là tả vu và hữu vu. Ban đầu xung quanh chưa bịt kín nhưng sau dần để tôn nghiêm thần thánh, người dân xây bao kín quanh kiến trúc chỉ để mở cửa phía trước, đặc biệt ở hậu cung thì xây bịt kín tối như bưng (là nơi thần thánh ngự trị). Đình làng vốn là một kiến trúc mở không có tường bao quanh vì kiến trúc gỗ cổ truyền dựa trên khung các cột cái và cột quân kê trên các đá tảng. Các cửa bức bàn và các hàng chấn song con tiện phía trước là để thỏa mãn nhu cầu thần mỹ, các tường bao quanh là nhằm linh thiêng hóa thần linh, được làm bổ sung về sau.

Kiến trúc đình làng đa dạng

Một điều đặc biệt là các đình đều có kết cấu mái đình có góc mái cong mà người ta gọi là đao mái. Góc mái cong có thể là một sáng tạo đầy tính nghệ thuật của đình làng Việt Nam và thành một đặc trưng độc đáo khiến kiến trúc gỗ truyền thống Việt Nam khác với các kiến trúc gỗ các nước khác trong khu vực. Những ngôi đình cổ thường có bộ mái lớn chiếm đến 2/3 công trình. Trong điều kiện của một xứ sở lắm mưa nhiều nắng thì đó là hình thức thích nghi nhất cho kiến trúc. Bộ mái không chỉ thuần túy có công năng che mưa chắn nắng mà còn thực hiện được cả việc điều khiển hóa vi khí hậu trong lòng công trình. Đạt được cách xử lý thông minh này, chắc chắn người Việt đã trải qua một quá trình chọn lọc văn hóa kiến trúc.

Các đao mái đình vút cong ở bốn góc mái làm cho hai mái đình trở nên thanh thoát nhẹ nhàng. Mặt ngoài của các đầu đao được gắn đắp các hình rồng sinh động. Hai đầu bờ nóc thường được đắp vênh lên như mũi thuyền, trên thường đắp rồng chầu mặt nguyệt, các bờ giải ở hai mái cũng được đắp gắn các mảnh sứ hình các con trong tứ linh hoặc gắn các con nghê sành nung. Các đầu đao mái đình thực sự đã gợi lên vẻ uyển chuyển mềm mại cho ngôi đình to lớn cùng với những cây đa cổ thụ tạo nên một biểu tượng thân thiết của làng quê Việt Nam.

Mỗi đình làng còn là một công trình điêu khắc và chạm trổ, sơn vẽ với chất liệu cổ truyền là sơn ta và ba màu: đen, đỏ và vàng. Người nghệ nhân thường chạm trổ ở các câu đầu, các cột giá chiêng, các đầu bảy, các ván trong lòng giá chiêng... nhưng hình đầu rồng, đuôi rồng, rất sinh động. Những cột cái ở trung đình thường được sơn vẽ rồng mây làm cho ngôi đình rực rỡ trang trọng, gợi lên ý nghĩa đây là nơi cung điện của thần thánh uy nghiêm.

Các đình thường ghi ngày tháng năm khởi công xây dựng và hoàn thành ở các xà nóc hoặc hai câu đầu trung đình.

Ở trung đình đều có lắp một cửa võng sơn son thếp vàng làm cho không gian đình sáng lên lộng lẫy. Cửa võng là một bức rèm bằng gỗ chạm trổ rất công phu gắn vào hai cột và hoành ở trung đình, nơi đặt bàn thờ thánh hoàng. Hai bên cửa võng là những bức hoành phi ca ngợi công đức thần, sơn son thếp vàng hoặc khảm trai, do các kỳ hào trong làng hoặc các quan viên cúng tiến. Trên các cột đình cũng còn có nhiều câu đối cũng là để tưởng nhớ và ca ngợi công đức của thần.

Có những đình trước kia làm ở nơi đất trũng hoặc ở bờ sông, bị nước xói lở bào mòn, ngập lụt hoặc sắp đổ, người dân đã có biện pháp thi công để kiệu, nâng đình lên cao dần dần như đình Chèm làm ở ngoài bãi sông Hồng. Người dân đã đỡ mái ngói cho nhẹ bớt, đánh đai các cột đình thành một khối, sau đó dùng đòn bẩy kích dần các cột cùng một lúc lên cao độ 5,6cm, kê các cột lên và tôn nền lên theo, cứ thế dần dần nền đình đã được nâng cao lên trên 2m trên mặt nước sông lúc mùa lũ nước lớn. Đình Thổ Hà ở Việt Yên, Bắc Giang gần đây cũng áp dụng phương pháp kiệu đình lên cao 1,80m bằng phương pháp thủ công như đình Chèm.

Nét chung của đình làng Việt Nam

Kiến trúc đình làng tùy theo lịch sử xây dựng của từng địa phương song về đại thể vẫn có những nét chung của nơi thờ tự thánh hoàng. Đình thường chia làm hai phần rõ rệt: đình ngoài và đình trong. Đình ngoài còn gọi là nhà tiền tế hay đại bái. Đình ngoài là một kiến trúc lớn nhất được chia làm ba phần. Chính giữa nhà đại bái, còn gọi là trung đình, được dùng làm nơi tế tự thánh hoàng. Ở trung đình có đặt bàn thờ, hương án. Hai bên hương án thường bày các đồ tự khí. Đồ tự khí gồm có:

-Tam sự gồm có: một bát hương to bằng đồng hoặc một lư hương đỉnh đồng hai bên là hai hạc đồng trên cắm hai cây nến.

-Ngũ sự gồm có: Một bát hương, hai cây đèn nến, hai lọ lộc bình cắm hoa, một mâm bồng ngũ quả, một cái kỷ còn gọi là tam sơn, ở giữa cao hơn đặt bộ đài con ba chiếc đế ba chén đựng rượu một bên để đĩa trầu cau, một bên để bát nước.

Những đồ thờ thần ở đình, đền gọi là nghi trượng gồm khí giới dùng để đánh nhau và các đồ dùng khi đi đường (làm giả như thật). Nghi trượng thờ thần quý nhất là thanh gươm cẩn còn gọi là gươm vàng thường gác ở giá trước một long hài. Khi rước thần thì cử người có chức tước cầm gươm đi trước mặt kiệu, thường gọi là gươm dàn mặt. Kế đến là gươm trường và giáo mác (tràng kiếm và can qua) sau đến cờ tiết mạo, lưỡi phủ việt, trường côn và đoản trượng. Những khí giới đó ngày thường thì cắm ở giá, khi có tế lễ rước thì cử trai tráng mỗi người cầm một thứ đi trước kiệu làm đồ nghi vệ. Trong những đồ nghi vệ còn có đồ lỗ bộ, bát bửu, tàn, quạt, cờ, lọng. Có nơi thường gọi lẫn lỗ bộ với bát bửu làm một và cũng không cứ phải là 8 cái. Những thứ này cũng được cắm ở giá hai bên bàn thờ. Giáp bàn thờ ở phía trong một bên có một lá cờ, gọi là cờ vía, một bên có một cái biển gói là biển vía. Cờ làm bằng vóc hoặc nhiễu, giữa thêu 4 chữ "Thượng đẳng phúc thần" hoặc "Trung đẳng phúc thần" hoặc "Hạ đẳng phúc thần" tùy theo sắc vua phong cho thần, một bên thêu "Lịch triều phong tặng", xung quanh thêu rồng bằng chỉ ngũ sắc, chữ thêu bằng chỉ kim tuyến. Biển làm bằng gỗ sơn son, chữ thếp vàng, giữa cũng khắc chữ như cờ, xung quanh chạm tứ linh. Khi rước thần thì cờ và biển vía cũng phải do những người sang trọng trong làng mới được cầm.

Hai bên hương án và bàn thờ của các đình thường bày bộ bát bửu. Bát bửu là 8 vật quý gồm: cái kiếm, cái bút, cái quạt, quả bầu co, giỏ hoa, cái khánh hoặc phất trần, cái bàn cờ.

Mỗi thứ trong bát bửu được chạm lộng trên đầu một cán dài sơn son thếp vàng và cắm trên một cái giá đặt ở hai bên trước bàn thờ. Trước hương án còn có một dàn lỗ bộ hay còn gọi là Bát kích. Bát kích là tám thứ vũ khí đời xưa: thanh long đao, cây mác trường, cái chùy, thanh kiếm, câu liêm, cái đinh ba, cái tay thước, cái nắm tay. Những đồ thờ bát bửu, bát kích trên đây tượng trưng cho tài văn võ song toàn của thần hay thánh hoàng làng, làm tôn vẻ uy nghi của thần. Hai bên hương án còn có hai con hạc cao to đứng trên lưng rùa, tượng trưng cho âm dương hòa hợp và sự trường cửu của thần thánh cùng với dân làng. Lọng, tàn, quạt cũng thuộc vào đồ lỗ bộ. Tàn thường làm bằng vóc hoặc nhiễu, xung quanh thêu "lưỡng long chầu nguyệt" hoặc "cửu long tranh châu", được khâu tròn lại như một cái lồng, trên lại có một tầng vải hoặc vóc nhiễu làm đình trần, ở giữa có cán cầm. Quạt thường được làm khung bằng gỗ, khá to căng vóc, nhiễu cũng có thêu, có tay cầm hơi chếch về mặt quạt. Khi rước kiệu thần người cầm quạt che ở hậu bành trên kiệu, vì to nên được gọi là quạt vả. Lọng thì như một cái dù to ngày nay, cán làm bằng một khúc tre cây dài từ 2 đến 2,5m, khi bật lên thì nóc lọng là một hình tròn để che mưa nắng cho thần. Lọng thường làm bằng giấy phất hoặc vóc, xung quanh có tua chỉ ngũ sắc hay kim tuyến. Ngoài ra trong đình đền nếu thờ dương thần còn có ngựa thờ làm bằng gỗ sơn son thếp vàng, dưới chân ngựa có bánh xe tròn nhỏ bằng gỗ để khi rước có thể đem theo. Nếu thờ âm thần thì có võng cáng cũng được làm rất đẹp.

Ngoài các thứ trên ra, đình đền thờ thần còn có cờ ngũ hành. Cờ ngũ hành là năm lá cờ cùng một kiểu, năm lá có năm màu khác nhau, mỗi màu thuộc về một phương, mỗi phương thuộc về một hành. Màu xanh là phương đông, thuộc về hành Mộc, màu trắng là phương tây, thuộc về hành Kim; màu đỏ là phương nam thuộc về hành Hỏa; màu đen là phương bắc thuộc về hành Thủy; màu vàng là trung ương thuộc về hành Thổ. Cờ ngũ hành thường làm năm lá, có khi làm 10 lá, hình chữ nhật lệch, một bên xâu vào cán cờ còn ba bên đều làm đường hỏa, giữa cờ để trơn, có khi thêu rồng phượng. Thần còn có một cờ lệnh, to gấp bốn hay sáu lần cờ ngũ hành, dùng để kéo lên trên cột cờ cao ở sân đình mỗi khi có lễ hội. Ngoài ra còn cờ đuôi nheo là một lá cờ nhỏ chỉ bằng một phần ba cờ ngũ hành, hình đuôi cá nheo. Khi có rước thần thì một người chỉ huy cầm cờ đó làm hiệu lệnh cho những người mang các nghi vệ trong.

Các đình, thường có kiệu để khi làm lễ rước thần. Các kiệu làm bằng gỗ sơn son thếp vàng, số kiệu nhiều ít tùy theo số thần thờ trong đình, thường được cất giữ ở gác nhà tả mạc và hữu mạc. Về nhạc khí, đình thường có 1 trống cái (to) đánh lên những khi mời làng ra họp hoặc tế lễ hội hè, chiêng khánh, mõ đại làm bằng cả một cây gỗ to được khoét rỗng giữa.

Nghi trượng của thần thờ ở các đình, đền làng không giống nhau tùy theo thần, thánh hoàng được thờ. Nếu thánh hoàng là các vị vua đời trước như Đinh Tiên Hoàng, Lê Đại Hành… thì sửa sang đồ nghi trượng y như của vua dùng, còn nếu thờ các vị trung thần nghĩa sĩ thì tùy theo quan chức mà sắm sửa, song cũng có vị thần, nguyên chỉ là quan nhưng do được vua phong Vương nên dân làng cũng sắm sửa đồ nghi trượng như của vua cũng vẫn được.

Đại bái thường được xây to gồm đền bảy gian hay chín gian. Trước hương án ở trung trình là nơi các chức sắc trong làng tế thần, thường được trải chiếu hoa khi có tế và là nơi diễn các tích chèo sân đình, hát ca trù, nơi các quan viên ngồi gõ trống chầu thưởng thức… Hai bên nhà đại bái là tả gian và hữu gian, thường được đóng sàn gỗ, dùng làm nơi hội họp, chia phần làng, ăn cỗ. Dân làng ngồi theo thứ bậc cao thấp, tiên chỉ và các chức dịch như: lý trưởng, chánh hội… ngồi chiếu trên, bạch đình ngồi chiếu dưới.

Hậu cung đình làng

Kiến trúc nhỏ phía sau gọi là đình trong, hậu cung hay nội điện. Đây là chốn thâm nghiêm, nơi thờ tự chính của ngôi đình người bình thường không được bước vào, cũng gọi là cung cấm. Trong nội điện có bày bài vị của thánh hoàng làng, đặt trong một long ngai hay long khám. Trước long ngai là một hòm đựng sắc phong của thần. Trên hương án cũng đặt một bình hương và các đồ thờ cúng.

Trước nhà đại bái là sân đình, hai bên tả hữu của sân đình thường xây hai dãy nhà nhỏ gọi là tả mạc và hữu mạc, dùng làm nơi sửa soạn dọn lễ trước khi dâng lễ vào nhà đại bái.

Đình Bảng (Bắc Ninh). Nguồn: Wikipedia-Vn

Trước sân đình là cổng, có nơi xây tam quan. Nhiều tam quan cũng được xây đắp rất đẹp. Có các cột trụ biểu, hai bên vách tường thường đắp các con rồng con cọp hoặc vẽ hai võ tướng cầm long đao dáng vẻ dữ tợn như để bảo vệ cho chốn linh thiêng. Cũng có nơi vẽ ngựa, vẽ voi hoặc làm voi đá đứng hai bên. Trên đầu hai cột trụ thường đắp hai con sấu sành gắn các mảnh gốm…

Hiện nay, một số đình trong cả nước bị mai một (nhất là ở phía Bắc) do thời gian bào mòn và sự can thiệp của con người. Tuy nhiên, cũng còn nhiều ngôi đình nổi tiếng lâu đời vẫn được người dân địa phương trân trọng giữ gìn cho đến ngày hôm nay như: Đình Bảng (Bắc Ninh), đình Yên Thành (Ninh Bình), đình Bát Tràng (Hà Nội), đình Châu Phú (An Giang)… Ngoài giá trị văn hóa tâm linh, đình còn là bảo vật, là chứng nhân lịch sử nhắc nhở lớp trẻ nhớ về cái thuở xa xưa. ■

Quần thể kim tự tháp Giza (ảnh tác giả)

Lương Nguyên Hiền

AI CẬP - XỨ SỞ NGÀN NĂM NGỦ QUÊN

Chiếc Boeing 737 của hãng hàng không Egyptair từ từ đỗ xuống phi trường quốc tế Cairo vào 9 giờ đêm, một buổi tối đầu thu. Trời tối đen như mực, không khí lành lạnh làm tôi tỉnh ngủ sau mấy tiếng đồng hồ ngồi ngáp dài trên máy bay. Đây là lần đầu tiên tôi đặt chân tới Cairo, thủ đô của Ai Cập. 20 năm về trước tôi đã một lần tới đất nước này, tới thành phố Hurghada nằm sát bờ biển Đỏ (Red Sea) ở phía đông của Ai Cập. Hurghada có những bãi cát trắng chạy dài vô tận, có nước biển trong vắt thấy cá lội dưới chân mình, nhưng lại không có kim tự tháp bởi vì phần lớn các kim tự tháp đều nằm ở chung quanh Cairo. Lòng vẫn nuối tiếc không nguôi, tôi vẫn hẹn với mình một ngày nào đó phải trở lại đây, tới Cairo để được nhìn tận mắt sờ tận tay những ngôi tháp ngàn năm vĩ đại đó, tượng trưng cho nền văn minh Ai Cập cổ đại.

Về Ai Cập, tôi chỉ biết mơ hồ về những kim tự tháp to lớn, những Pharaoh huyền bí, những sa mạc mênh mông và dòng sông Nile dài uốn khúc. Nhưng có điều khi nhắc đến đất nước này, tôi đều nghĩ ngay đến cuốn phim „Cleopatra“ (1963) mà tôi đã được xem khi còn ở quê nhà. Một cuốn phim thật vĩ đại đã gây ấn tượng cho tôi nhiều nhất về Ai Cập. Phim nói về cuộc đời đầy sóng gió của nữ hoàng Cleopatra VII (69-30 TCN), vị nữ Pharaoh cuối cùng của Ai Cập, do hai tài tử nổi danh Elizabeth Taylor và Richard Burton đóng. Nam tài tử Richard Burton trong vai Mark Antonius, tướng La Mã đóng quân ở Ai Cập và cũng là chồng bà. Nữ tài tử Elizabeth Taylor đóng vai nữ hoàng Cleopatra, một người đàn bà tài sắc vẹn toàn. Cả cuộc đời của Cleopatra là sự cố gắng không ngừng để cứu Ai Cập khỏi bị Đế quốc La Mã thôn tính. Bà đã thuyết phục được chồng mình, cầm quân chống lại triều đình La Mã. Nhưng cuối cùng thất bại, Mark Antonius tự tử và sau đó Cleopatra cũng tự sát theo. Tương truyền Cleopatra đã để cho con rắn hổ mang rất độc cắn chết. Cleopatra mất khi mới 39 tuổi, đánh dấu sự chấm dứt triều đại Ptolemaios cai trị Ai Cập cổ đại kéo dài khoảng 300 năm. Ai Cập sau đó bị sát nhập thành một tỉnh của Đế Quốc La Mã, được gọi là Aegyptus. Thời kỳ này gọi là "thời kỳ thuộc La Mã" kéo dài khoảng 670 năm.

Điều thú vị mà lịch sử nhắc đến là nữ hoàng Cleopatra có làn da trắng không sậm màu như dân bản xứ bởi vì bà không phải là người Ai Cập thuần túy, đúng hơn là gốc người Hy Lạp. Cleopatra vốn thuộc dòng dõi Ptolemaios I Soter, gốc người Macedonia Hy Lạp là một vị tướng thân cận của Alexander Đại Đế. Năm 332 TCN (Trước Công Nguyên), Alexander Đại đế có tên Hán-Việt là A Lịch Sơn Đại Đế (356 – 323 TCN), vua của Macedonia Hy Lạp, mang quân giải phóng dân Ai Cập khỏi ách thống trị bạo tàn của Đế chế Ba Tư (Achaemenid) và chấm dứt „thời kỳ thuộc Ba Tư“ kéo dài gần 200 năm. Người dân Ai Cập đã coi Alexander Đại Đế như vị cứu tinh. Thành phố Alexandria do ông lập ra sau này trở thành trung tâm về học thuật và văn hóa, với thư viện Alexandria nổi tiếng, với ngọn hải đăng Alexandria một trong bảy kỳ quan thế giới cổ đại. Sau đó, trước khi qua đời ở Babylon, ông đã giao cho Ptolemaios I Soter cai trị Ai Cập. Sau khi ông mất, đế chế của ông tan rã, lợi dụng cơ hội này Ptolemaios I Soter tự phong mình là Pharaoh và lập lên vương triều Ptolemaios. Vương triều Ptolemaios kéo dài từ 323 TCN cho đến 31 TCN, gần 300 năm, thời kỳ này là „thời kỳ thuộc Hy Lạp".

Đứng đón chúng tôi tại phi trường, anh hướng dẫn viên tên là Mohamed, người Ai Cập, nói thành thạo tiếng Đức. Anh đã từng học ở Đại học về Ai Cập học (Egyptologie) nên rất giỏi về lịch sử, văn chương cũng như đọc được cổ ngữ Ai Cập. Cũng nhờ anh mà tôi hiểu và biết thêm về đất nước của những Pharaoh đầy huyền thoại. Chúng tôi được chở đến 1 khách sạn ở ngoại ô Cairo, ăn tối lúc 11 giờ đêm. Mau lên giường ngủ để sáng mai còn phải dậy sớm thăm mấy cái kim tự tháp.

Kim tự tháp Giza

6 giờ dậy ăn sáng, 7 giờ lên xe bus chạy tới cao nguyên Giza. Kim tự tháp Giza không xa Cairo, khoảng 15 km. Nhưng chúng tôi phải khởi hành từ sáng sớm, để tránh cái nắng gay gắt buổi trưa nhiều khi nóng tới 40 độ C mặc dù trời đã vào thu và cũng để tránh nạn kẹt xe. Nạn kẹt xe ở đây rất kinh khủng, Cairo một thành phố quá tải có hơn 23 triệu dân (2025) gần ¼ dân số Ai Cập với 118 triệu dân, thành phố lớn nhất Ai Cập và của cả Phi Châu. Xe bus gần tới Giza, từ xa đã nhìn thấy kim tự tháp, tôi bàng hoàng trước sự vĩ đại của nó, lớn nhất Ai Cập với thể tích 2,5 triệu m^3 và đứng nhì thế giới chỉ thua kim tự tháp Cholula (4,45 triệu m^3) ở Mexico. Với chiều cao 146,6 m kim tự tháp Giza đã trở thành vô địch thế giới về chiều cao. Kim tự tháp Giza nổi tiếng không chỉ vì chiều cao, không chỉ vì sự đồ sộ mà còn vì sự xây dựng với độ chính xác đáng để chúng ta phải kinh ngạc và khâm phục, những tảng đá khổng lồ chồng khít lên nhau với sai lệch chỉ một vài milimet. Mà mỗi tảng đá nặng cả trăm tấn được vận chuyển từ xa tới. Đây là kim tự tháp lâu đời nhất và là một trong bảy kỳ quan thế giới cổ đại duy nhất còn sót lại nguyên vẹn. Bốn kỳ quan đã hoàn toàn biến mất, còn hai kỳ quan kia bị hư hỏng nặng nề. Kim tự tháp Giza được xây làm lăng mộ cho Pharaoh Khufu (khoảng 2589–2566 TCN), nên cũng có tên là Khufu hoặc Cheops (tên Hy Lạp của Pharaoh Khufu), xây tổng cộng mất 27 năm với cả chục ngàn nhân công. Anh Mohamed hãnh diện nói nhân công thời đó được trả lương và tuyệt đối không có nô lệ. Nếu tính đến ngày hôm nay kim tự tháp Giza đã tồn tại khoảng 4.500 năm.

Bên cạnh kim tự tháp Giza còn có kim tự tháp Khafre và Menkaure. Kim tự tháp Khafre xây dựng khoảng 2558–2532 TCN, cho Pharaoh Khafre, con trai của Khufu, với chiều cao 143,5 m. Đặc điểm là trên đỉnh tháp vẫn còn lớp đá vôi trắng mịn bọc ngoài mà ở các kim tự tháp khác ngày hôm nay không còn nữa và tượng Nhân sư (Sphinx) khổng lồ gần đó, cao 20 m và dài 73 m được chạm khắc từ một khối đá vôi. Nhân sư là vị thần bảo vệ của kim tự tháp có thân sư tử và đầu người, tượng trưng cho sức mạnh và trí tuệ. Kim tự tháp Menkaure được xây dựng khoảng 2510 TCN cho Pharaoh Menkaure, con trai của Khafre, là kim tự tháp thấp nhất với chiều cao 65,5 m. Ba kim tự tháp này tạo nên một quần thể kim tự tháp Giza, nằm trên cao nguyên Giza. Một học giả người Pháp thời Napoleon (1769-1821) khi qua Ai Cập đã tính rằng với những viên đá của ba kim tự tháp ở Giza, người ta có thể xây dựng một bức tường cao một mét bao quanh toàn bộ nước Pháp, đã nói lên được cái vĩ đại ở Giza. Quần thể kim tự tháp Giza biểu tượng cho nền văn minh Ai Cập cổ đại, đã chứng minh được trình độ kỹ thuật, kiến trúc và tổ chức xã hội xuất sắc vượt bực. Một điểm phải đến của du khách khi tới Ai Cập.

Nhân đây cũng phải nói một chút về kiến trúc kim tự tháp. Kim tự tháp được kiến trúc theo hình chóp, bốn mặt là tam giác đều và có đáy hình vuông, bốn cạnh bằng nhau. Có cả thảy khoảng 138 kim tự tháp được tìm thấy ở Ai Cập, hầu hết đều nằm ở hữu ngạn sông Nile vì người Ai Cập khi xưa tin là phía tây nơi mặt trời lặn là vùng đất chết. Kim tự tháp được xây dựng với mục đích làm các lăng mộ cho Pharaoh. Vì họ tin rằng Pharaoh ngoài nhiệm vụ lãnh đạo về chính trị, quân sự còn là vị thần sống nối liền các thần linh với loài người và kim tự tháp được coi như là một nơi chuyển tiếp từ thế giới này sang thế giới bên kia, là giao điểm giữa ánh sáng và bóng tối, sự sống và cái chết. Chóp nhọn của kim tự tháp tượng trưng cho cầu thang để linh hồn Pharaoh lên trời, hợp nhất với thần mặt trời Ra. Thần mặt trời Ra (hay Re) là vị thần đứng đầu và quan trọng nhất trong thần thoại Ai Cập cổ đại. Thần Ra được tôn thờ như nguồn gốc của sự sống, sự sáng tạo và trật tự của vũ trụ. Các Pharaoh đều tin vào cuộc sống sau khi chết, nên đều chôn theo vàng bạc châu báu trong kim tự tháp để sử dụng bên kia thế giới. Cũng như ướp xác là tục lệ để giúp bảo quản thi thể, để đảm bảo cho linh hồn có thể quay trở về lại cơ thể để tiếp tục cuộc sống vĩnh cửu sau này. Ba ngày hai đêm ở Cairo, ngoài quần thể kim tự tháp Giza chúng tôi được dẫn đi xem bảo tàng viện Ai Cập, nổi tiếng bộ sưu tập cổ vật Ai Cập lớn nhất thế giới với hơn

Tượng Nhân sư (Sphinx) (ảnh tác giả)

120.000 hiện vật được trưng bày. Rồi đi tham quan khu phố cổ Coptic, nơi Cơ đốc giáo Coptic Ai Cập sinh sống và phát triển qua nhiều thế kỷ. Khu phố nổi tiếng với những nhà thờ, tu viện cổ. Sau đó được chở tới Saqqara để thăm kim tự tháp bậc thang Djoser được xây vào năm 2650 TCN, một trong những kim tự tháp cổ nhất Ai Cập.

Xuôi ngược sông Nile

Từ Cairo chúng tôi lấy máy bay tới Luxor sau đó sẽ lênh đênh 7 ngày trên dòng sông Nile. Trước khi bước lên thuyền, anh Mohamed đã nói với chúng tôi: "Không có sông Nile thì không có Ai Cập". Một câu ngắn gọn rất đơn giản nhưng đầy đủ ý nghĩa vì nếu kim tự tháp là biểu tượng sự hùng mạnh của Ai Cập cổ đại thì dòng sông Nile là mạch máu của sự sống, huyết mạch giao thông, hình thành và phát triển nền văn minh cổ đại rực rỡ của Ai Cập. Nile trong tiếng cổ ngữ Ai Cập là „Iteru“ có nghĩa là „sông lớn“. Đúng như tên nguyên thủy của nó, „sông lớn“ dài nhất thế giới với 6.650 km đi qua 11 nước có 2 nguồn sông chính chảy vào, sông Nile xanh và sông Nile trắng, rồi đổ ra Địa Trung Hải, hình thành đồng bằng châu thổ Nile (Nile Delta). Sông Nile trắng bắt nguồn từ Uganda, có nước màu trắng đục vì mang theo phù sa trắng (đất và bùn sét trắng). Nile xanh bắt nguồn từ cao nguyên Ethiopia, có nước màu xanh đậm mang theo phù sa đen màu mỡ nên đất đai trồng trọt không cần phân bón. Ai Cập phần đông là sa mạc, chỉ có 5% đất canh tác dọc hai bờ sông Nile nhưng lại là nguồn sống chính gồm nông sản, thủy sản và nước ngọt của 95% dân số.

Người Ai Cập xưa quan niệm sông Nile là một con sông cực kỳ quan trọng vì đã ban cho họ sự sống. Một bài thánh ca "Hymn to the Nile" (Ca tụng sông Nile) được tìm thấy ghi trên cuộn giấy cói (papyrus) cách đây 3.000 - 4.000 năm để tôn vinh dòng sông:

Xin chào ngươi, hỡi sông Nile!
Người hiển hiện trên vùng đất này,
Và đến để ban sự sống cho Ai Cập

(chuyển ngữ từ tiếng Anh "Hail to thee, O Nile! Who manifests thyself over this land, And comes to give life to Egypt...").

Thuyền chúng tôi khởi hành từ thành phố Luxor ghé qua Edfu, Kom Ombo tới đập Aswan (tên cũ là đập Assuan) là trạm cuối rồi quay về lại Luxor. Từ đó chúng tôi sẽ bay trở lại Cairo rồi đổi máy bay về nhà.

Thung lũng các Vua

Ngày đầu tiên ở Luxor chúng tôi được đi thăm Thung lũng các Vua (Valley of the Kings) nằm ở bờ Tây sông Nile, không xa Luxor, nơi đây chôn cất hơn 60 Pharaoh. Bắt đầu từ khoảng năm 1500 TCN, nền kinh tế suy yếu, quyền lực phân tán và để tránh trộm cướp đào mồ, các Pharaoh đã chuyển sang xây mộ trong các thung lũng đá. Mộ lớn có nhỏ có, từ vài phòng đến 100 phòng nằm sâu dưới hàng trăm mét với những bức tranh khắc trên đá rất nghệ thuật và nhiều báu vật giá trị. Nổi tiếng nhất là ngôi mộ của Pharaoh Tutankhamun (1332–1323 TCN), một Pharaoh trẻ chết lúc mới 19 tuổi. Nổi tiếng không phải vì to lớn mà là ngôi mộ duy nhất còn nguyên vẹn không bị cướp bóc sau 3.300 năm với hơn 5.000 báu vật được tìm thấy. Trong đó đặc biệt có 1 mặt nạ được khắc rất tinh xảo, bằng vàng ròng nặng 11 kg chạm ngọc Lưu Ly (lapis lazuli) lấy từ Afghanistan. Tất cả những hiện vật ở trong mộ đều được chuyển đến Bảo tàng Ai Cập ở Kairo.

Đền thờ nữ Pharaoh Hatshepsut

Đã đến Luxor thì phải đến thăm đền Hatshepsut. Đền Hatshepsut là một trong những đền thờ nổi bật nhất của Ai Cập cổ đại nằm ở Deir el-Bahri, nên còn có tên gọi là đền Deir el-Bahri, nằm bờ tây sông Nile gần thành phố Luxor. Đền được xây dựng vào thế kỷ 15 TCN, thờ Hatshepsut (1479-1458 TCN), một nữ Pharaoh đầu tiên, tài ba và quyền lực nhất trong lịch sử Ai Cập. Bà đã mang lại thịnh vượng và hòa bình cho Ai Cập thời đó. Đền được thiết kế ba tầng nối liền bằng cầu thang dốc, tựa lưng vào vách núi Thebes sừng sững. Một sự kết hợp tuyệt vời giữa kiến trúc và thiên nhiên. Các bức tượng và phù điêu trong đền được khắc họa sắc sảo và độc đáo phần lớn kể lại về cuộc đời và sự thành tựu chính trị của bà. Sau khi bà mất một số tượng và phù điêu về bà bị đập phá, đục bỏ cũng như tài liệu lịch sử về bà cũng bị xóa bỏ. Nguyên nhân có thể vì lý do chính trị, sự ganh ghét và nghi kỵ của các Pharaoh sau này.

Chúng tôi còn được đi tham quan đền Karnak, một trong những đền thờ lớn ở Ai Cập nằm cách

Đền Hatshepsut (ảnh tác giả)

Đền Edfu (ảnh tác giả)

Luxor khoảng 2,5 km. Đền Karnak nổi tiếng với những bức tượng khổng lồ và các cột trụ cao vút. Đền thờ thần Amun một trong những vị thần quan trọng nhất ở Ai Cập được mệnh danh là "Vua của các vị thần", đem lại may mắn và bảo hộ người dân.

Mỗi buổi tối sau khi ăn, tôi thích leo lên boong tàu ngồi, để tận hưởng những cơn gió mát lạnh từ sa mạc thổi tới sau một ngày nóng bức, nhâm nhi ly trà nóng, nhìn ra hai bên bờ sông phủ màu đen của bóng tối, xa xa những ngọn đèn của thuyền chạy trên sông như một hải đảo đang di động. Tôi chợt nhớ hai câu thơ lờ lững, lững lờ trong bài thơ "Ngập ngừng" của Hồ Dzếnh:

Thư viết đừng xong, thuyền trôi chớ đỗ
Cho nghìn sau... lờ lững... với nghìn xưa...

Thời gian như chậm lại, thuyền trôi lững lờ không bến đỗ, mọi lo toan, tính toán chợt tan biến, chỉ còn lại sự tĩnh lặng êm ả của buổi tối trời mịt mù, hòa tan giữa cái thực tại với cái quá khứ cả nghìn năm trở về để chỉ còn ta với ta.

Đền Edfu thờ thần chim ưng

Rồi thuyền cũng tìm được một bến đỗ ở thành phố Edfu. Thành phố Edfu nằm giữa Luxor và đập Aswan, nổi tiếng với đền Edfu hay còn được gọi là đền Horus vì thờ thần Horus. Thần Horus (Thần chim ưng) mình người đầu chim ưng, cai quản bầu trời, bảo vệ các Pharaoh, biểu tượng cho chiến thắng. Trước cửa đền có khắc hai bức tượng chim ưng cao lớn. Đền được xây dựng từ năm 237 đến 57 TCN vào „thời kỳ thuộc Hy Lạp" nên lối kiến trúc của ngôi đền là sự kết hợp giữa kiến trúc của Hy Lạp và Ai Cập. Trên tường những bức phù điêu được khắc họa rất đẹp mắt kể lại những chuyện thần thoại về thần Horus. Đền Edfu được bảo quản rất tốt chỉ vì đã bị chôn vùi dưới cát mấy ngàn năm. Năm 1860 mới được một đoàn thám hiểm người Pháp phát hiện.

"Đền kép" Kom Ombo

Thành phố Kom Ombo thuộc tỉnh Aswan cách đập Aswan khoảng 50 km. Đền thờ Kom Ombo được xây dựng vào "thời kỳ thuộc Hy Lạp" khoảng 100 năm TCN, là một kiệt tác độc đáo với thiết kế "đền kép" (hai đền) thờ hai vị thần lớn trong cổ đại của Ai Cập, bên phải thờ thần Sobek và bên trái thờ thần Horus. Thần Sobek là thần cá sấu, mình người đầu cá sấu, được xem là vị thần cai quản sông Nile và biểu tượng cho sức mạnh, sự sinh sản. Còn thần Horus như đã nói ở trên, thần chim ưng, mình người đầu chim ưng. Đền có hai lối đi vào, hai sân ngoài và điện thờ riêng biệt nối liền bởi một đại sảnh. Những phù điêu và chữ tượng hình được khắc trên tường, miêu tả cuộc sống thường ngày cũng như nghi lễ hiến dâng của người dân, cho ta cái nhìn về quá khứ ngàn năm của đất

Đền Kom Ombo(ảnh tác giả)

nước này. Bên cạnh đền thờ có bảo tàng viện xác ướp cá sấu.

Đập Aswan ngăn lũ sông Nile

Từ xa chúng tôi nhìn thấy được đập Aswan. Đập Aswan cách Cairo 1.000 km là một trong những đập lớn nhất thế giới, khởi công từ năm 1960 và hoàn thành năm 1970. Mục đích xây đập này là ngăn lũ do sông Nile, chấm dứt các trận lũ hàng năm, cung cấp thủy điện, nước để tưới cho nông nghiệp và cũng là một điểm du lịch thu hút du khách tới tham quan. Đập cao 111 m và có chiều dài 3,83 km. Cách đập 200 km có một hồ nước vĩ đại, hồ nước Nasser. Nasser (1918-1970) là tên của vị Tổng thống đầu tiên của Ai Cập, người đã ra lệnh quốc hữu hóa kênh đào Suez và đã khởi xướng xây dựng đập Aswan và hồ Nasser. Để vinh danh người ta đặt tên ông cho hồ. Hồ Nasser là hồ nhân tạo lớn nhất thế giới được hình thành từ năm 1970 với diện tích là 5.250 km2. Nhiệm vụ hồ là giúp điều tiết dòng chảy của sông, mùa mưa giữ nước để tránh lũ lụt và mùa hè thì xả nước để tránh hạn hán. Đập Aswan và hồ Nasser đã mang lại

Sông Nile (ảnh tác giả)

Đền Philae (ảnh tác giả)

sự thịnh vượng cho nền kinh tế của Ai Cập nhưng cũng tạo nên một số vấn đề. Trên 100.000 người Nubian phải di dân đến chỗ khác, đập giữ lại phù sa dẫn đến suy thoái đất đai ở hạ lưu, xói mòn bờ sông và các di tích cổ như đền Abu Simbel, đền Philae phải bị di dời để tránh bị ngập nước. Sự di dời đền từ cả cột lẫn tượng và phù điêu được UNESCO tài trợ.

Philae, ngôi đền bị di dời

Đền Philae trước kia nằm ở đảo Philae, nhưng sau khi xây xong đập Aswan, đảo Philae bị ngập nước hoàn toàn. Để cứu đền Philae, UNESCO đã cho tháo dỡ từng khối đá và di dời qua đảo Agilika, cách đảo Philae không xa. Đền được xây dựng vào „thời kỳ thuộc Hy Lạp“ từ thế kỷ 4-3 TCN thờ thần Isis. Nữ thần Isis là một vị thần quan trọng nhất và được tôn thờ nhất trong thần thoại Ai Cập cổ đại. Phải viết một chút về nữ thần này ở xứ "nhiều thần lắm Pharaoh". Thần thoại Ai Cập có một điểm đặc biệt là các vị thần cũng rất "hỉ nộ ái ố" như người trần tục. Nữ thần Isis biểu tượng của sự sinh nở, sự tái sinh và phép thuật. Bà cũng là vị thần bảo hộ những sản phụ và người mẹ. Bà là chị em với Osiris (sau này là chồng bà), Seth và Nephthys. Seth vì ghen tị nên đã giết Osiris, chặt xác thành 14 mảnh rải khắp Ai Cập. Bà cùng nữ thần Nephthys đi khắp nơi tìm từng mảnh rồi ghép lại. Bà dùng phép thuật của mình để hồi sinh Osiris và thụ thai với chồng sinh ra Horus, thần chim ưng. Sau đó bà lấy quyền năng của mình biến Osiris thành vị thần cai quản địa ngục. Horus, người con trai, lớn lên và trở thành Pharaoh tìm cách diệt Seth để trả thù cho cha. Truyền thuyết nói rằng khi xưa, đảo Philae rất linh thiên, nơi chôn Osiris nên không có một loài chim nào dám bay trên đảo và không có một loài cá nào dám bơi tới ven đảo.

Quay trở về lại Luxor

Thuyền quay trở về Luxor, ngôi đền cuối cùng mà chúng tôi đi thăm là đền Luxor. Nơi đây là một quần thể đền thờ nằm phía đông sông Nile thuộc thành phố Luxor, gồm 1 đền chính và nhiều nhà nguyện nhỏ, được xây dựng khoảng 1.400 TCN để tôn vinh ba vị thần Ai Cập cổ: Amun, Mut và Khonsu. Thời cổ đại, các vị Pharaoh đã tới đền này để làm lễ đăng quang lên ngôi của mình. Con đường nối liền đền Luxor với đền Karnak dài 2,7 km, mang tên là „đại lộ Sphinx“ vì có hơn 1.000 tượng Sphinx được đặt hai bên lề đường. Tượng Sphinx, thân sư tử và đầu người, có nhiệm vụ bảo vệ các lăng mộ và đền thờ.

Trước cửa đền có hai tượng khổng lồ của Pharaoh Ramses II (1303-1213) cao khoảng 7-8 m cùng với hai cột đá Obelisk hình vuông đầu nhọn, một cột cao 27 m và cột thứ hai khoảng 23 m. Nhưng nay chỉ còn một, vì khi Napoleon qua Ai Cập năm 1830, ông đã ra lệnh mang cột thứ hai nặng 227 tấn về để tại Quảng trường Concorde (Place de la Concorde) ở Paris. Người Pháp đã cần đến gần 6 năm trời để chuyên chở cột Obelisk

Đền Luxor với cột đá Obelisk (ảnh tác giả)

từ lúc đóng thuyền cho đến di chuyển lên thuyền và chở về Pháp năm 1836. Đến đây ta mới thấy khâm phục người Ai Cập cách đây mấy ngàn năm, không máy móc, tay không họ đã dựng lên được khoảng 30 cột Obelisk ở khắp đất nước. Cột đá Obelisk được làm từ một khối đá nguyên khối hình vuông, tượng trưng cho tia sáng mặt trời, sức mạnh của các Pharaoh và sự kết nối với thần linh. Hiện tại chỉ còn khoảng 30 cột Obelisk cổ đại trên thế giới, nhiều nhất ở Ý có 13 cột, sau đến Ai Cập với 9 cột, Pháp và Mỹ 1 cột… Trên thân mỗi cột đá có khắc chữ tượng hình (hieroglyphs) nhằm mục đích để tôn vinh công đức và sức mạnh của các Pharaoh, đặc biệt dành cho Pharaoh Ramses II. Pharaoh Ramses II (1303-1213) trị vì 66 năm và được ca tụng là "Ramses Đại đế" nhờ những chiến công hiển hách về quân sự và những công trình kiến trúc đồ sộ như đền Abu Simbel.

Tôi chợt nhớ đến bài thơ „Ozymandias“ của

nhà thơ người Anh Percy Bysshe Shelley (1792–1822). Ozymandias tên gọi bằng tiếng Hy Lạp của Pharaoh Ramses II. Một bài thơ nổi tiếng nói về sự suy tàn, đổ nát, trần trụi theo thời gian của các công trình vĩ đại do Pharaoh Ramses II dựng lên. Tất cả chỉ là phù du, gió bụi với thời gian, nay chỉ còn lại những bãi cát lặng lẽ trải dài cô độc. Tôi xin trích 3 câu cuối cùng của bài thơ „Ozymandias":

Chẳng còn gì sót lại. Bao quanh sự đổ nát
Tàn tích vĩ đại, mênh mông, trần trụi,
Bãi cát lặng lẽ trải dài cô độc.
(Nothing beside remains. Round the decay
Of that colossal Wreck, boundless and bare
The lone and level sands stretch far away
Ozymandias)

Cuối cùng

Nền văn minh Ai Cập cổ đại được xếp trong sáu "cái nôi văn minh" (cradles of civilization) của nhân loại. Sáu "cái nôi văn minh" gồm có Lưỡng Hà (Mesopotamia), Ai Cập cổ đại, Ấn Độ (Thung lũng Indus), Trung Quốc cổ đại (sông Hoàng Hà), Mesoamerica (Maya/Olmec), và Peru. Văn minh Lưỡng Hà bắt đầu sớm nhất khoảng 3500 TCN, nằm giữa hai con sông Tigris và Euphrates (thuộc Thổ Nhĩ Kỳ, Syria, Iraq), vào thời đó đã có chữ viết, luật pháp và các thành phố. Sau đó là văn minh Ai Cập cổ đại bắt đầu trễ hơn một chút. Khoảng năm 3.100 TCN, Ai Cập đã được thống nhất và có Vương triều đầu tiên, có thủ đô ở Memphis. Chữ tượng hình Ai Cập cổ đại xuất hiện vào khoảng năm 3.300 TCN, giấy cói (papyrus) cũng được làm ra khoảng thời gian đó. Trên một số tài liệu tìm thấy cho biết người Ai Cập đã sử dụng Pi (π = 3,1416) từ ngàn năm trước để xây kim tự tháp và đo lường đất đai, với sai số Pi bằng 3,1605 thay vì 3,1416. Người BabyLon ước lượng 3,125.

Lịch sử của Ai Cập cổ đại thật là huy hoàng và rực rỡ. Điều đó không ai có thể chối cãi được, nhưng có một điều tôi vẫn thắc mắc là tại sao cả một nền văn minh quá vĩ đại như thế, xây được những kim tự tháp to lớn, những đền thờ đẹp tuyệt vời, dựng cột Obelisk cả trăm tấn, biết chế giấy cói (papyrus) đầu tiên, biết sử dụng chữ Pi, mà lại bị chôn vùi vào cát bụi sa mạc cả bao nhiêu thế kỷ. Ngay cả chữ của mình người Ai Cập cũng đọc không được phải chờ cho đến mấy ngàn năm sau, một học giả Pháp tên Jean-François Champollion đã giải mã được chữ tượng hình đó. Ông công bố sự thành tựu của mình vào năm 1822. Ông thành công nhờ phiến đá Rosetta (Rosetta Stone). Đó là một phiến đá đen được tìm thấy năm 1799 ở Rosetta (Rashid) do một sĩ quan Pháp đi theo đoàn quân viễn chinh của Napoleon. Trên phiến đá này có khắc sắc lệnh của vua Ptolemaios V Epiphanes ở "thời kỳ thuộc Hy Lạp" bằng ba loại chữ viết: chữ tượng hình Ai Cập, chữ Demotic (chữ dân gian Ai Cập), và chữ Hy Lạp cổ. Chính nhờ chữ Hy Lạp này, Champollion có dịp để so sánh và tìm ra được ý nghĩa của chữ tượng hình Ai Cập. Cái khó trong sự giải mã là bởi vì thứ chữ cổ này không chỉ đơn thuần là tượng hình mà còn thêm cả tượng thanh nữa. Sự giải mã này đã giúp ông mở cánh cửa để đi vào tìm hiểu về lịch sử cổ đại của Ai Cập, khi đọc và hiểu các văn bản được khắc ở các đền thờ hay trong kim tự tháp.

Lật lại lịch sử của Ai Cập, vào khoảng 3.100 TCN Pharaoh Menes, còn có tên là Narmer, người đã thống nhất Thượng và Hạ Ai Cập và lập lên Vương Triều đầu tiên của Ai Cập lấy Memphis làm thủ đô. Ông có công đưa Ai Cập thành một quốc gia có nền văn minh rất sớm. Ai Cập được một thời gian ổn định về chính trị và phát triển về kinh tế, nhờ có một chính quyền trung ương mạnh mẽ, tập trung vào Pharaoh, người đứng đầu nắm quyền lực tối cao bên cạnh có các tăng lữ trong các đền thờ, tu viện trợ giúp về mặt tôn giáo. Ai Cập dần bị suy yếu, vì nội loạn, vì hạn hán, vì lũ lụt do sông Nile mang lại, các Pharaoh lo xây Kim Tự Tháp, tăng lữ thì lo xây đền thờ, người dân kiệt sức vì sưu cao thuế nặng. Vào năm 525 TCN bị các nước láng giềng xâm chiếm trong đó có Đế quốc Ba Tư (Đế quốc Achaemenid), kết thúc thời kỳ độc lập của Ai Cập. Dưới chế độ hà khắc của Đế quốc Ba Tư, một số đền bị phá hủy, tôn giáo Ai Cập không được tôn trọng, Ai Cập càng ngày càng suy yếu. Năm 332 TCN, Alexander Đại đế đánh bại quân Ba Tư chinh phục Ai Cập, bắt đầu thời kỳ „Hy Lạp hóa". Năm 305 TCN, Ptolemy I Soter, một trong những tướng của Alexander, tự phong mình là Pharaoh, lập lên Vương Triều Ptolemaic kéo dài 270 năm. Mặc dù tôn giáo Ai Cập được tôn trọng trở lại nhưng bị Hy Lạp hóa từ kiến trúc cho đến triết học, ngôn ngữ. Tiếng Hy Lạp được coi là ngôn ngữ chính trong triều đình. Người Ai Cập muốn tiến thân phải biết nói và viết tiếng Hy Lạp, tiếng và chữ Ai Cập từ từ bị đi vào lãng quên. Năm 30 TCN, Ai Cập một lần nữa lại bị mất về Đế quốc La Mã. Sau khi nữ Pharaoh Cleopatra cuối cùng của Ai Cập tự vẫn, Ai Cập trở thành một tỉnh lỵ của Đế quốc La Mã dưới quyền của Hoàng đế Augustus. „Thời kỳ thuộc La Mã" kéo dài 670 năm. Ai Cập bị bóc lột về kinh tế nặng nề, thành vựa lúa của Rome, cung cấp 1/3 lượng lúa mì cho Rome. Các đền thờ bị cướp phá, có nhiều thời kỳ tôn giáo Ai Cập bị coi như „ngoại đạo“ và bị cấm hành đạo. Dưới „thời kỳ thuộc La Mã“, tiếng Hy Lạp vẫn còn được sử dụng nhưng tiếng La Tinh được dùng trong hành chính. Tôn giáo Ai Cập từ từ suy tàn dần, các tăng lữ ở các đền thờ cũng dần biến mất mang theo tiếng tượng hình của Ai Cập đi vào quên lãng. Năm 640 SCN, Amr ibn al-As dẫn quân Ả Rập đánh bại Byzantine và chinh phục Ai Cập dẫn đến sự sát nhập Ai Cập vào thế giới Hồi giáo, đã đánh dấu sự kết thúc của Ai Cập cổ đại. Thời kỳ Hồi giáo kéo dài 1.380 năm cho đến ngày hôm nay, Ai Cập đã trở thành một quốc gia với 90 % dân số theo đạo Hồi. Năm 1922 Ai Cập chính thức được độc lập từ Anh, và năm 1953 trở thành một nước Cộng hòa với Tổng thống đầu tiên. Ngôn ngữ chính thức hiện nay của Ai Cập là tiếng Ả Rập, người Ai Cập nói chuyện với nhau thường ngày bằng tiếng Ả Rập Ai Cập, đây là một phương ngữ phổ biến nhất.

Ở Ai Cập, chưa bao giờ tôi lại ngỡ ngàng nhiều như đứng trước cái vĩ đại của Kim Tự Tháp, của các đền đài, của những cột trụ Obelisk cao sừng sững đã được dựng lên cách đây cả 3.000-4.000 năm, với bàn tay không, với dụng cụ thô sơ họ đã làm được mà cho đến ngày hôm nay nhiều người vẫn không tin được chuyện đó, vẫn cho rằng có sự tiếp sức của loài người ngoài hành tinh. Ít nhiều gì, tôi cảm nhận một niềm hãnh diện đang lặng lẽ dâng lên trong lòng. Thủy tổ của loài người chúng ta quá xuất sắc. Cũng như tất cả chu trình tiến hóa của nhân loại, có lúc lên cao rồi sẽ có lúc xuống thấp. Văn minh của Ai Cập qua thời kỳ cao điểm của mình đã đi xuống và đã ngủ quên mấy ngàn năm, như một nàng tiên ngủ trong rừng đang chờ nụ hôn đánh thức của một vị hoàng tử. Vị hoàng tử đến quá trễ và nàng tiên Ai Cập đã ngủ quên quá lâu trên bục vinh quang đến nỗi quên cả chữ nghĩa của mình.

Ở phi trường Cairo, tôi bước lên máy bay quay lại nhìn Ai Cập lần cuối, thầm nói lời tạm biệt: mae alsalama. ■

Tài liệu tham khảo:

- Im Reich von Isis und Osiris. Eine Nilreise von Abu Simbel bis Alexandria. Camen Rohrbach, 2012
- Ägypten. Der Nil - Kairo. Der Tour Group, 2024
- Ai cập huyền bí, Paul Brunton. Nguyễn Hữu Kiệt dịch, 2019
- Muôn kiếp nhân sinh, Nguyên Phong , 2020
- Wikipedia

THƠ - Nguyễn Sĩ Long

SÓNG

Sóng êm như tiếng thì thầm
Đêm khuya gợi nhớ cung đàn thuở xa
Sóng về vỗ khúc hoan ca
Ru em tròn giấc ngọc ngà an nhiên

Sóng cho em hết muộn phiền
Nhớ câu mẹ hát dịu hiền năm xưa
Sóng về trong buổi ban trưa
Má hây hây đỏ cơn mưa bất ngờ

Sóng về hốt hoảng giấc mơ
Sóng xô thành quách sóng chờ bình minh
Sóng chia thao thức đôi miền
Bên ni bên nớ triền miên dâng trào

Sóng chờ đêm xuống đầy sao
Trăng khuya vọng tiếng rì rào mênh mang
Sóng đùa với gió mây ngàn
Thuyền xa bến đậu lòng tan nát lòng

Sóng theo đến cuối nỗi sầu
Như chèo buông lái như cầu lững lơ
Biển mênh mông gió lặng lờ
Thả trôi con nước sóng vờ lặng câm

Sóng buồn sóng vỗ ầm ầm
Sóng than sóng khóc sóng thầm gọi tên
Thuyền như chiếc võng vô tình
Chấp tay em nguyện lời kinh cuối cùng

Sóng đi theo gió muôn trùng
Sóng say sưa kể nỗi lòng cô đơn
Sóng thương sóng ghét sóng hờn
Trăm năm tại sóng mà đờn so dây

Sóng cho ta những nhịp cầu
Đưa ta về với miếng trầu ca dao
Quê hương vạn nẻo ngọt ngào
Người đi có nhớ dâng trào mến thương

Sóng ơi sao vẫn đôi đường
Sao chưa tìm bến sông Tương mà về?
Dòng đời muôn dặm sơn khê
Sóng đi đi mãi hồn quê ngậm ngùi ./.

Nguyên Hạnh HTD

ÁNH SÁNG KHÔNG CÒN!

Lần về Việt Nam, tôi đã được một nhóm bạn rủ đi tham dự ngày "Quốc tế công tác xã hội" được tổ chức tại quận nhất. Chủ đề của buổi họp mặt là "Gặp gỡ yêu thương", khách được mời chính là các em khiếm thị thuộc "Mái ấm Thiên Ân" quận Tân Phú và Trung tâm dạy nghề cho người khuyết tật.

Một chương trình khá hay, rất cảm động đầy lòng nhân ái và chủ đề buổi họp mặt thật thấm thía, mang ý nghĩa sâu xa vô cùng!

Tôi cứ nghĩ vẩn vơ, một hôm nào đó khu phố bị mất điện vài ngày thôi, chúng ta đã cảm thấy khó chịu, bứt rứt biết chừng nào. Đó là chúng ta vẫn còn có ánh sáng mặt trời, đèn cầy, đèn pin v.v... Vậy mà ở đây các em khiếm thị hoàn toàn không nhận được bất kỳ một loại ánh sáng nào. Trước mắt các em là một đêm đen kéo dài bất tận, thật xót xa khi nghĩ đến nỗi khổ tâm và khó khăn của các em đã gặp rất nhiều trở ngại.

Trong buổi sinh hoạt tập thể hôm đó, các em đã rất tích cực tham gia các trò chơi chung, hát chung các bài hát và luôn nở nụ cười trên môi như muốn hòa đồng với nhịp sống chung của cuộc đời. Các em có nhiều tài, hát hay, đàn giỏi, có em lại còn bắt chước được tiếng kêu của các loài thú, tiếng khóc trẻ em v.v...

Tôi lân la gần gũi một vài em, chia sẻ tâm tư tình cảm của các em phần nào, càng nghe càng thấy ngậm ngùi chua xót đắng cay!

* Em Điệp đã tâm sự từ khi bị mù cả hai mắt, dù được gia đình yêu thương và quan tâm nhưng trong lòng em cũng trăn trở, luôn luôn tự hỏi chẳng lẽ mình sẽ trở thành người vô dụng suốt đời hay sao!? Sau một thời gian suy nghĩ, em đã tìm cách trốn khỏi nhà từ Vũng Tàu để vào Sài Gòn tìm cơ hội học hỏi.

Người nhà em đã túa ra đi tìm khắp nơi, cuối cùng họ đã tìm thấy em ở nhóm Thiên Ân (nhóm được thành lập do thầy Phong bị khiếm thị sau một tai nạn), nhóm luôn hỗ trợ và tạo điều kiện học hỏi cho các em khiếm thị. Anh chị đã năn nỉ Điệp trở về gặp mẹ, nếu không mẹ sẽ chết mòn chết dần vì thương nhớ con.

Điệp thương mẹ nên đành trở về nhưng vẫn không từ bỏ ý chí học tập của mình. Nhờ sự can thiệp của bà con họ hàng mà gia đình hiểu được nguyện vọng tha thiết muốn thành người hữu dụng của em. Sau cùng em đã được gia đình đồng ý để em vào Sài Gòn học tập. Hiện nay em đang học Computer, em hy vọng sẽ trở thành chuyên gia về Computer để có thể chỉ dẫn lại cho các bạn đồng cảnh ngộ, hầu mở ra một chân trời mới tươi đẹp hơn cho những người đã bị lấy đi niềm tin, ý chí vươn lên, tinh thần muốn giúp đỡ người khác. Đặc biệt là quyết tâm không đầu hàng số phận!

Quan điểm về cuộc đời của em thật đáng phục!

* Đây là tâm tình chia xẻ của em La Kim Linh thuộc trường dạy nghề cho người khuyết tật ở Hóc Môn. Em cho biết em bị mù từ nhỏ do nhà nghèo, thiếu chăm sóc chu đáo. Mẹ mất sớm, ba lấy vợ khác. Đêm đen đời em kéo dài từ nỗi khổ này đến nỗi đau khác. Sau này lớn lên em đã gặp và lấy người đồng cảnh ngộ nhưng cuộc hôn nhân đã bị gia đình hai bên phản đối, vì họ hy vọng mù lấy sáng còn có người dẫn dắt, chứ mù lấy mù thì chết chùm luôn!

Hai em đã thoát ly gia đình, thuê nhà ở Long An, bán vé số sống qua ngày. Nhưng cuộc sống mỗi lúc mỗi khó khăn, em lên thành phố rồi theo sự chỉ dẫn em đến trường dạy nghề với hy vọng học được một nghề có thể ổn định cuộc sống, không phải nhờ vả ai. Chua xót thay, số phận hai em đành phải chia lìa; chồng em đã được ba má ruột đem về nuôi và dứt khoát chỉ nuôi một mình anh, chứ không chấp nhận thêm em.

Nỗi buồn đó cũng được khỏa lấp phần nào khi em đã hoàn thành lớp huấn luyện massage, nhưng mơ ước tự lập và đoàn tụ với chồng vẫn còn nằm ngoài tầm tay vì em không thể tìm được việc làm dù đã có nghề trong tay - Em nói trong ngấn lệ: Em không muốn sống bám, muốn tự nuôi thân, em đã có nghề, xin hãy giúp em có việc làm!

Trong buổi gặp gỡ này, tình cờ tôi lại gặp được một hình ảnh đáng yêu, nổi bật với tà áo dài Việt Nam tha thướt và một tấm lòng đồng cảm sâu sắc với những người khiếm thị Việt Nam. Đó là hình ảnh của bà Grace, một phụ nữ Mỹ, đến từ tiểu bang Indiana. Đi đâu bà cũng phải nhờ đến cây gậy dẫn đường Bà thường gọi nó là người bạn tốt thân thiết nhất của bà. Vậy mà bà rất hăng hái trong các công tác xã hội Việt Nam. Bà đã xem Việt Nam là quê hương thứ hai của bà, hiện bà đang phụ trách một chương trình giảng dạy về công tác xã hội ở Đại học Khoa học Nhân văn thành phố, Đại học Đà Lạt và Đại học Hà Nội cũng đã mời bà cộng tác.

Tất cả công việc của bà ở Việt Nam đều là thiện nguyện, bà còn tìm thêm những nguồn tài trợ khác cho những trường hợp đặc biệt cần giúp đỡ.

Từ 7 năm nay, bà đã ở Việt Nam nhiều hơn ở Mỹ. Bà luôn luôn cố gắng hòa nhập vào xã hội Việt Nam để có thể hiểu và phục vụ tốt hơn cho công tác xã hội.

Hình chụp minh họa của Lương Nguyên Hiền

Tôi thật ngạc nhiên lẫn khâm phục khi bà có thể vỗ tay hát theo mọi người một số bài hát cộng đồng.

Gần nhau trao cho nhau tin yêu tình loài người
Gần nhau trao cho nhau tin yêu đừng gian dối
Gần nhau trao cho nhau ánh mắt nhân loại này
Gần nhau trao cho nhau xây đắp nên tình người...

Bà rất quan tâm đến từng tâm sự của mỗi em trong nhóm nhỏ hội thảo của bà. Tuy là người Mỹ nhưng lòng bà đã nặng trĩu thương yêu đối với những người Việt Nam khốn khổ không cùng tổ quốc với bà.

Buổi chiều là phần văn nghệ của các em khiếm thị. Có một em gái đã lên hát bài "Lý Mồ Côi" để nói lên tâm sự của đời mình. Mẹ chết khi em mới vài tháng tuổi, ba theo người khác, cậu tội nghiệp đem về nuôi. Được vài năm cậu chết, mợ đem em bỏ ra đường. Từ đó em mồ côi, bơ vơ giữa chợ đời.

Hát xong em về chỗ, gục đầu vào vai bạn, hai đứa ôm nhau khóc. Khi nghe tôi thông dịch lại, mắt bà Grace đỏ hoe.

Đến phần nói lên mơ ước của đời mình qua việc nặn những hình ảnh bằng đất sét, có em đã nặn hình hai bàn tay và nói ra tâm sự ước mơ của mình. „Người xưa thường nói giàu hai con mắt, có hai bàn tay". Mẹ đã không cho em đôi mắt nhưng đã cho em hai bàn tay. Em ước mơ với hai bàn tay khéo léo, em sẽ tự mưu sinh để lo cho mình và có thể giúp đỡ người khác.

Em Kim Linh thì mơ ước có được một căn nhà nhỏ để em có thể đoàn tụ với chồng cũng khiếm thị như em và trong căn nhà nhỏ đó rồi đây sẽ có tiếng cười, tiếng khóc của trẻ thơ.

Ôi! Những ước mơ thật đời thường, thật giản dị của một người phụ nữ Việt Nam nhưng biết đến bao giờ. Bao giờ những giấc mơ bình dị này mới trở thành hiện thực?

Cám ơn các bạn khiếm thị, buổi gặp các bạn hôm nay thật vô cùng ý nghĩa cho tôi. Các bạn đã giúp tôi nhận ra một điều hết sức quý giá mà tôi đang sở hữu (trước đây tôi thấy nó hết sức bình thường). Đó là đôi mắt! Nhờ hai viên ngọc vô giá đó, tôi có thể nhìn thấy ánh bình minh rực rỡ vào mỗi buổi sáng, cảm nhận được vẻ đẹp huyền diệu của ánh trăng, lung linh của ánh sao về đêm, cùng vô vàn những hình ảnh tươi đẹp khác của cuộc sống mà tôi đón nhận mỗi ngày.

Cám ơn đời đã cho tôi sinh ra được làm người bình thường nhưng đừng để tôi trở thành người tầm thường khi tôi chưa biết „Cho nhiều hơn là Nhận".

Hỡi những người được bình thường như tôi, xin hãy cùng nhau tiếp sức cho những ước mơ của những người bạn khiếm thị. Xin đừng hững hờ trước những tâm tư chua xót của những người không được diễm phúc bình thường như chúng ta. Biết cho và biết giúp đỡ người khác là tài sản giá trị nhất của đời người.

Đúng là "Sống trong đời cần có một tấm lòng". Đó là lòng nhân ái được trải rộng để gió cuốn đi và được lan truyền khắp nơi để ngọn lửa tình người được thắp lên từ mỗi trái tim, hầu sưởi ấm những tâm hồn băng giá vì những bất hạnh của kiếp người.

Từ đó chúng ta có thể tự nhủ với lòng mình.
"Cám ơn đời, mỗi sớm mai thức dậy
Ta có thêm một ngày mới để yêu thương!" ■

THƠ
Tịnh Bình

MÙI CƠM SÔI

Bâng khuâng miền ký ức
Thương hình bóng quê nhà
Ao quê bông súng nở
Tím hoàng hôn phôi pha

Cánh cò bay dẫn lối
Man mác hình quê xa
Áng mây chiều cô lữ
Chợt dừng chân bôn ba

Lối cũ về xóm nhỏ
Vang tiếng trẻ nô đùa
Mẹ ngồi tựa hiên vắng
Đăm chiêu nét trầm tư

Lặng nghe chiều nắng tắt
Cánh đồng gió ngân nga
Đường đê mòn cỏ dại
Lúa vàng bông thật thà

Mùi cơm sôi chái bếp
Lửa hồng bén rạ rơm
Nghe lòng như ấm lại
Khói lam chiều nồng thơm…

Lê Hứa Huyền Trân

TIẾNG TÍC-TẮC TRONG ĐÊM TỐI

Căn nhà mấy gian đột nhiên trở nên đông đúc hơn hẳn nhưng là để tiễn một người ra đi. Ông Liễn ngồi trên tấm phản nhìn dòng người cứ từ từ vào xin chia buồn mà lòng trở nên khô cạn đến mức không cảm xúc. Nơi bàn tang, thằng Chương đang đứng bên di ảnh nghi ngút khói nhang của ba mình.

Ngày anh Hiến dẫn thằng Chương về thưa với ông Liễn đã là chuyện của hơn năm năm về trước, khi thằng Chương lên bảy. Vợ ông Liễn mất sớm, mình ông nuôi dưỡng và trông mong ở anh rất nhiều. Đủ tuổi trưởng thành, anh lên phố lập nghiệp, chỉ về quê để thưa chuyện cưới xin. Lần đầu tiên ông gặp thằng Chương là lúc đó. Ở đâu dẫn về một người phụ nữ xin thưa đám cưới. Ngặt nỗi người phụ nữ ấy đã có một đứa con riêng. Đám cưới không được sự đồng ý nên anh Hiến không tổ chức mà chỉ đăng ký kết hôn với người phụ nữ ấy và trở thành ba của thằng Chương.

Ba năm trước, lại một lần nữa anh Hiến về nhà. Nhưng lần này chỉ độc hai cha con. Người phụ nữ ấy đã bỏ nhà theo một người tình nhân nào đó để lại con trai mình cho anh Hiến nuôi dưỡng. Giấy tờ nhà cũng bị cầm cố vì những món nợ của cô ta và không thể trụ nổi nên anh Hiến đành về quê nương nhờ ba một thời gian...

- Thưa nội, xe đến rồi, ông cháu mình lên xe tiễn ba...

Dòng hồi tưởng của ông bị cắt đứt. Ngồi trên xe, thằng Chương vẫn miên man suy nghĩ, có cảm giác suy nghĩ của nó đắp dần lên suy nghĩ của ông Liễn ban nãy.

- Nội chắc ghét con lắm hả ba? Hai năm trước lúc về nội đã không muốn thấy con...

Tối, hai cha con nằm trên cái giường tre ở gian nhà gần dưới bếp chuẩn bị ngủ thì thằng Chương thỏ thẻ. Anh Hiến biết ba mình là người nghiêm khắc, cũng rất trọng danh dự nhưng ông lại là một người dễ mềm lòng.

- Con trai ba là người rất ngoan ngoãn, ba tin con sẽ khiến ông thương mình.

Ông Liễn ngồi trên tấm phản gỗ đặt một góc ở gian nhà chính để nhìn ra sân. Từ khi anh Hiến về ở, căn nhà vốn chỉ còn mình ông đột nhiên trở nên như có tiếng nói hơn hẳn. Chương là một thằng nhóc khá lanh lợi, bình thường anh Hiến đi làm trên cơ sở thì chỉ có nó ở với ông, ông thấy rõ ràng nó luôn cố gắng để kéo gần khoảng cách dù không mấy khi ông trả lời nó. Khi anh Hiến ở nhà làm gì đó, nó luôn chạy theo phía sau để đỡ đần. Không khi nào thấy nó ở yên một chỗ.

Ảnh minh họa: Nguyên Đạo

- Chiều con đi chặt cau cho nội nghe ba. Con để ý trầu nội mới hết đó ba, chốc con lấy rổ đi nhặt.

Ông Liễn thoáng nghe rồi nhìn lại rổ trầu mình vẫn hay ăn thậm chí không biết nó hết từ lúc nào. Thằng nhỏ rất hay để ý ông dù ông luôn lạnh lùng với nó.

Nửa đêm, anh Hiến giật mình tỉnh giấc thì thấy thằng Chương đang nhẹ nhàng vén màn đứng dậy như sợ làm anh tỉnh ngủ.

- Con đi đâu đấy?

- Con lên chỗ gian phòng nội. Tầm giờ này nội hay dậy đi vệ sinh. Tối trời rồi, con đi theo nội sợ nội ngã.

Anh Hiến cười xoa đầu con trai. Anh có lén đi theo. Thấy hai chiếc bóng in trên tường. Chiếc bóng nhỏ hơn đang đỡ chiếc bóng có phần lom khom. Ban đầu bị hất ra nhưng nó cứ nhào vô lại, rồi không bị đẩy ra nữa...

***

Hơn hai năm trước, cơn lũ lịch sử về với làng quê nhỏ. Nước dâng lên một cách đột ngột, ai cũng được cảnh báo nên di chuyển lên phía trên cao nhà hoặc tới những vị trí an toàn trên cao. Nhà anh Hiến cũng ở vị trí cao, nước có tràn vào nhà nhưng chỉ ở mức tầm đầu gối. Anh sau khi cõng ông Liễn vào gian phòng ông để yên vị trên giường thì ra cõng đứa nhỏ vào. Lũ về dâng xung quanh mênh mông biển nước, ở trong nhà an toàn hơn. Căn nhà cũng ngập nhưng nếu ngồi trên giường hay bàn ghế thì tạm vẫn ổn. Tránh ra ngoài vì nước có thể dâng lên cuốn đi bất ngờ. Trời lại tối. Mưa đang không ngớt.

- Ba cho phép thằng nhỏ ở trong phòng một hôm. Bên ngoài bão nước dữ quá, con sợ lo không kịp cho hai người.

Thằng Hiến ngồi nép ở góc giường co ro. Mặt nó tái mét. Anh Hiến vừa lo cho nó chỉ kịp nói "thở đều con..." rồi vội lội ra ngoài để chèn chống các thứ. Bên ngoài trời tối đen như mực.

- Nó bị sao vậy? - Ông Liễn hỏi.

- Nó bị chứng rối loạn tăng động nhẹ. Dễ bị mất bình tĩnh nếu căng thẳng ba ạ.

Anh Hiến vẫn đang không ngơi tay để lo các thứ đồ đạc khỏi trôi vừa chèn lại mái nhà cũ. Ông Liễn suy nghĩ một hồi ngoắc thằng nhỏ lại đưa cho nó chiếc đồng hồ quả quýt quý giá mà ông vẫn luôn nhét trong túi áp vào tai nó:

- Bây áp lên tai đi, đếm theo tiếng tíc-tắc trong đó, chú ý cái tiếng đó thôi. Đừng chú ý cái chi nữa.

Thằng Chương làm theo. Tiếng tíc-tắc của đồng hồ làm nó bình ổn lại, nhịp tim cũng trở nên đều hơn. Tiếng tíc-tắc trong đêm vang trong ngôi nhà nhỏ.

Nửa đêm, anh Hiến mệt lả nằm ngất ở góc giường thì nghe tiếng bõm rõ to. Anh bật dậy thấy ông Liễn cũng đã thấm mệt mà ngủ nhưng không thấy thằng Chương đâu. Cầm cây đèn pin chiếu rọi khắp nhà gọi to lên đều không thấy, anh vội mở cửa lao ra phía bên ngoài. Nước bên ngoài dâng nhanh chóng, anh nghe tiếng thằng Chương chới với trong dòng nước. Anh vội bơi ngược giữa nước chảy xiết để cứu nó, khi chạm được vào tới nó thì nó vừa khóc vừa nói: "Hình của má, ba ơi, nó trôi mất rồi, thứ còn lại duy nhất của má...". Nó không bình tĩnh, anh Hiến trấn an nó, bơi ngược đưa nó về neo lại trong nhà rồi lại bơi ra về phía nó chỉ một cái hộp lớn có kỷ vật của má nó. Thế nhưng, nước lũ chảy xiết và mưa không ngớt, anh không về nữa...

Đám tang trôi qua, căn nhà chỉ còn lại hai ông cháu.

- Ông định thế nào? Nó cũng đâu phải máu mủ của ông. Đương không vì cả mẹ nó lẫn nó mà giờ ông mất đi thằng con trai duy nhất.

Ông Liễn im lặng uống tách trà xanh rồi hỏi người đồng niên:

- Thằng con ông dạo này có về thăm không?

- Nó bận trên phố xây thêm căn nhà nữa. Gớm, nó thành danh như thế tôi cũng an lòng.

- Ba ở dưới quê thì bão lũ, mà con bận tới mức xây thêm cơ ngơi không về thăm à? Đến cả thằng cháu ông, trạc tuổi thằng Chương nhỉ? Đã mấy năm nó không về mà tôi thậm chí còn không nhớ nổi mặt nó như thế nào.

Người đối diện trở nên chưng hửng.

***

Cơn bão số mười ba được dự đoán là cơn bão mạnh nhất trong mười mấy năm trở lại đây ở Bình Định. Lúc mới nghe tin Quy Nhơn nơi mình ở trở thành tâm bão ông Liễn đã rất lo. Hơn hai năm đã trôi qua kể từ ngày anh Hiến mất, thằng Chương giờ đã lớn phổng phao dù mới lên mười hai. Từ sáng, nó đã cùng mấy anh dân quân chặt bỏ bớt mấy cây cau cây chuối trong vườn vì sợ ngã đổ. Chương kéo bụi chuối vào trong nhà rồi nói với ông:

- Bão này mạnh lắm ông, mình trữ trái cây, mì tôm, đồ khô nhiều chứ sợ không có điện nước để nấu. Con ra giếng xách nước trữ vô chum hết rồi. Sợ không có nước sạch.

Đêm. Từ năm giờ chiều trời đã tối đen như mực. Tin đài báo bão không ngừng cảnh báo người dân với các công tác phòng chống. Trong suốt mấy chục năm, ông chưa bao giờ thấy cơn bão nào mạnh như vậy. Sáu giờ tối, bên ngoài mưa không ngớt và tiếng gió rít thổi từng cơn. Trong sự ồn ào của cơn bão, ông còn nghe tiếng tôn và gạch bay khắp nơi bên ngoài. Thằng Chương không ngừng đưa tay lên ngực để tự trấn an mình. Hơn bảy rưỡi, cúp điện. Nó ngồi ngay cửa là để ngóng tin. Cơn bão như đang mang trong mình một nỗi giận nguyên sinh, điên cuồng quằng trên mái nhà.

Ầm ầm. Tiếng đổ vỡ rất to làm thằng Chương hét lên: "Ông nội". Gian phòng nơi ông ở bị thứ gì đó rất lớn đập vào tường và bức tường đổ xuống. Căn phòng đã gần như bị đổ sập. Chỉ có vài cột chống đang cố đỡ một khoảng hở chỗ chiếc giường. Tiếng nói yếu ớt của ông Liễn vọng ra: "Đừng có vào đây. Chạy đi. Nó sắp sập rồi". Nó quan sát một cách nhanh chóng và quyết định liều mạng luồn vào giữa hai thanh chống của cột nhà để kéo ông ra. Đây là một quyết định liều mạng vì nếu nó ra không kịp có thể sẽ bị chôn vùi cùng ông. Nó lập tức len vào giữa hai cột chống và ra sức kéo ông ra, khi hai ông cháu vừa ra khỏi gian phòng thì gian phòng đổ sập. Cả hai chạy qua gian nhà bên cạnh, chui xuống dưới tấm phản lớn và kiên cố ở gian bên cạnh để núp bão.

Trước mắt nó một mảng tường đã đổ sập phía trước đủ để nó thấy cơn bão đang tàn phá bên ngoài. Nó bắt đầu thở dốc.

- Chương! Nghe ông, thở đều. Nghe tiếng đồng hồ...

Ông Liễn vừa nói vừa đưa chiếc đồng hồ quả quýt áp lên tai thằng nhỏ. Nó hít thở sâu sau đó tập trung sự chú ý vào chiếc đồng hồ được ông áp lên tai. Thằng Chương bật khóc. Tiếng tíc-tắc trong đêm từ chiếc đồng hồ nhịp nhàng cứ như nhịp tim của nó vậy. Không còn dồn dập nữa.

Cơn bão qua đi nhưng hậu quả để lại vô cùng lớn không chỉ với ông mà còn với thành phố lúc này. Nhiều tỉnh miền Trung lân cận cũng chịu ảnh hưởng từ cơn bão hết sức đau thương. Ngày hôm sau, khi những tia sáng ban ngày bắt đầu trở lại nơi đây thì cũng là lúc những khung cảnh hoang tàn bắt đầu được hiện lên một cách rõ rệt. Điện không có. Nước cũng cúp. Có những hộ dân có giếng thì còn có nước sạch đôi chút. Cây cối đổ rạp, bật gốc khắp nơi. Những căn nhà san sát nhau bị sập hoặc bị hư hại rất nhiều. Ngay cả nhà của ông Liễn cũng đã bị sập hết cả gian chính, chỉ còn gian phụ và nhà bếp cũng bị bật nóc ít nhiều. Tiếng khóc vang vọng khắp nơi.

***

Tiếng người thanh niên đẩy chiếc cổng tre kẽo kẹt bước vào vang vọng cả một góc sân:

- Con về rồi nội ơi!

Cụ giáo lớn tuổi đang ngồi đánh cờ với mấy người bạn đồng niên trên bậc thềm căn nhà cũ ngước mắt nhìn ra. Người bạn của ông bật cười:

- Anh kỹ sư thủy lợi nhà ta lại về nữa rồi à?

Khiến Chương bật cười. Chương giờ đã là kỹ sư, làm việc trên phố, nhưng cứ cuối tuần là về quê. Anh sắp lấy vợ, niềm vui nhân đôi khi sau nhiều năm tích góp cuối cùng cũng đã xây được một căn nhà nhỏ, muốn nhân dịp này đón nội lên ở cùng tiện bề chăm sóc. Anh cũng hứa với ông cứ cuối tuần lại chở ông về thăm bà con lối xóm ông mới chịu đi.

Đưa nội lên phố, anh dẫn nội đi chụp ảnh. Vợ anh góp ý như thế để có ảnh gia đình treo trong nhà. Lúc chuẩn bị chụp, anh như sực nhớ ra rồi nhất quyết lấy trong hộp kỷ vật một chiếc đồng hồ cũ đeo lên trên cổ cố để sao cho thấy rõ trong bức hình. Ảnh được rửa ra, người thợ chụp hình khẽ cười:

- Hồi trẻ chắc cụ ông đẹp trai lắm. Hai ông cháu cười y hệt nhau.

Ông Liễn cười rồi nháy mắt với Chương:

- Chuyện. Ông cháu mà sao không giống nhau cho được.

Chương bật cười mà hoàng hôn khiến mắt anh bắt đầu đỏ ửng. Anh bỗng chợt nghe chiếc đồng hồ đã yên lặng từ rất lâu có những tiếng tíc-tắc âm thầm... ■

(Bình Định ngày bão 6/11/2025)

THƠ

Tôn Nữ Mỹ Hạnh

NIỆM KHÚC HOA VÀNG

Đêm qua trên đồi cỏ
Mơ thấy chuyện chúng mình
Mùa xuân về qua ngõ
Sắc hoa vàng lung linh.

Ký ức xanh thầm lặng
Tan trong sương ban mai
Ráng chiều bày nghi lễ
Nhặt nỗi buồn tàn phai.

Sóng chòng chành đáy mắt
Ráng chiều đầy hân hoan
Chồi non reo tí tách
Nở trên bờ môi ngoan

Muôn sắc màu lấp lánh
Giấu mình trong lá sen
Mềm môi ly rượu ngọt
Hương cốm tình lên men.

Ngày lang thang trong gió
Hát trên đồi cỏ non
Hoa vàng bay qua ngõ
Ai nhớ thời xuân xanh?

Diễm Châu (Cát Đơn Sa)

Ý CHÍ LÀM NGƯỜI

Qua Mỹ đã ba chục năm rồi, mà bà Tương rất ngại mỗi khi đối diện với người Mỹ, hay bốc phôn trả lời điện thoại mà nghe giọng Mỹ cất lên là bà tái mặt, sợ quýnh! Bà không phải là người vô học! Dù sao thì hồi đó cũng xong Trung Học rồi bà mới lấy chồng, chứ không phải người ở quê!

Nhưng! Có hai điều mà bà cảm thấy mình rất yếu kém, đó là lái xe và nói tiếng Mỹ! Bà có thể viết lưu loát một bài văn, có thể đọc cả bồ sách không biết chán... nhưng điều đó nếu xảy ra trên quê hương của bà thì quá tốt, vì bà đọc và viết bằng tiếng Việt. Ở đây độc giả và hàng xóm biết tiếng Việt quá giới hạn, nên tài nghệ bà thu chột trong một điểm nhỏ.

Ngay cả mỗi lần đi đâu phải nhờ ông hay con chở, điều này làm cho bà cảm thấy tức tối, như bà là một cây leo bám vào người khác không bằng, cho dù chồng bà thích như vậy. Đàn bà chỉ cần ở nhà lo lắng tốt cho chồng con là đủ!

Giờ già rồi trí óc mụ đi, bà để vụ học tiếng Mỹ từ từ, nhưng bà đang tìm tòi về những con đường mà xe Bus chạy qua, để bà tự đi đây đi đó, không nhờ vào ông nữa!

Minh biết bà khoảng vài năm nay vì ở gần nhà nhau. Thấy cuộc đời của bà chẳng có gì vui ngoài việc lo nấu nướng lau chùi nhà cửa, trong coi mấy con chó… Cho nên những lúc có giờ rảnh, Minh thường chạy qua để hai cô cháu đàm đạo, Minh còn nói chuyện với bà bằng những câu tiếng Anh thông dụng.

Khi biết bà thích viết và đọc sách, Minh chỉ cho bà ngồi vào bàn máy Computer của ông để tự mở máy, tự liên lạc gởi bài cho những tờ báo tiếng Việt khắp nơi, nếu bà muốn.

Minh cũng sưu tầm những bài hay, rồi gởi đến địa chỉ Email của bà cho bà đọc, bắt bà phải tự "check" mail một mình cho quen.

Hôm nay, bà Tương thấy Minh gởi cho bà một bài viết khá thú vị. Bà bưng tách cà phê sữa nóng ngồi nhâm nhi bên bàn máy, vừa đọc câu chuyện trong sự nhàn nhã của buổi sáng vắng lặng như tờ…

"Tôi yêu tiếng nước tôi từ khi mới ra đời, người ơi, Mẹ hiền ru những câu xa vời, À à ơi! Tiếng ru muôn đời. Tiếng nước tôi! Bốn ngàn năm ròng rã buồn vui, Khóc cười theo mệnh nước nổi trôi, nước

ơi… Phạm Duy - Tình ca 1953".

***

Đồng hồ ở nhà bếp kêu một cái "teng", báo hiệu đã đến giờ đi nấu cơm. Dạo này bà hay vặn đồng hồ cho nó báo động kêu lên nhắc nhở để bà khỏi quên. Có khi bà rim thịt lại bỏ ra vườn thu dọn, khiến cho nồi thịt kho cháy khét! Khi bà nghe được mùi bay lan tỏa trong không khí, chạy vào thì phải đổ đi, không cứu vãn được nữa, vì nó khét lẹt đắng nghét ăn gì nổi mà ăn!

Bà Tương cảm thấy mỏi mắt sau khi đọc câu chuyện khá thú vị vừa xong. Người ta người Mỹ mà còn chịu khó tìm tòi sưu tầm tiếng Việt, nói tiếng Việt giỏi… trong lúc mình đang ở trên đất nước người ta, lại chẳng chịu khó học hỏi thêm tiếng Anh để mà đối thoại cho bản thân mình.

Bây giờ thì có chồng con giúp. Nhưng nói dại, khi con lập gia đình xa, rồi chẳng may ông mê con nào bỏ bà, dám lắm ạ, vì bây giờ các ông hay chê mấy bà vợ già để đi theo bồ nhí cho đời lên hương, cho mụ vợ xuống chó… thì chỉ có nước húp cháo!

Bà Tương ngồi nán thêm một chút, coi sơ lại bài viết, rồi nhất quyết từ nay, trong mỗi ngày phải nhín chút giờ, khoảng 20 phút để học tiếng Anh.

Bà đem ý định này cho Minh biết. Minh nghe bà nói, tròn mắt nhìn bà khâm phục, thích thú ra mặt:

- Bác hay quá, cháu đề nghị là bác chỉ cần học 10 phút thôi, còn thì vặn TV ra mà coi những chương trình quen thuộc hàng ngày, cũng vui lắm, mà tai bác thì nghe tiếng Mỹ cho quen.

Đề nghị hợp lý. Thế là từ đó, khi ông chồng bà và con gái đi làm ra khỏi nhà trước 8 giờ sáng, thì bà Tương vặn TV lên coi không sót chương trình nào. Cứ thấy đài nào hấp dẫn là bà coi.

Mà bà cũng hay lắm, cứ vặn TV lên để đó rồi đi làm những công việc hàng ngày, tai nghe mà mắt không cần thấy. Chỉ khi nào mệt thì bà ngồi xuống, nhìn lên TV, đổi đài nào muốn coi, rồi nhìn theo hàng chữ tiếng Anh chạy phía dưới nếu như muốn hiểu rõ hơn.

Bà còn biết danh từ "TeleCaption" (Phụ đề) là gì, để giải thích cho chồng và con nghe, khiến họ ngẩn người ra ngạc nhiên vô cùng!

Vậy rồi thời gian từ từ trôi đi. Lúc này thì bà Tương có thể đi bất cứ đâu theo ý bà muốn. Ông chồng bà cũng thấy như vậy là tiện, khác hẳn với ý nghĩ đầu tiên không muốn bà biết cái gì ngoài việc nội trợ!

Tiếng Anh thì bà cũng hiểu được khoảng 65%, không còn tỏ ra lúng túng sợ sệt như xưa nữa! Có lần Minh gặp bà ở một khu shopping xa, nơi đây họ bán đồ "Sale" tới 80% cho những người đến sớm mua hàng, từ 6 đến 9 giờ sáng.

- Ai chở bác đến sớm vậy?
- Bác đi xe bus.
- Cha, giờ bác biết nhiều rồi há tha hồ mà đi.

Minh đồng ý ngay với quan điểm này của bà Tương. Ít ra mình phải sống cho mình khi được sinh ra trên trái đất này.

- Chứ sao, chẳng lẽ mình cứ ngồi một đống ở nhà đẻ con và nấu nướng dọn dẹp!

Câu nói của bà Tương cứ vang vọng mãi trong đầu Minh. Hình như trong những người Minh quen thân, còn có chị Lụa cũng suốt ngày ru rú trong nhà, chẳng biết gì đến thế giới bên ngoài.

- Mình phải đến thăm chị Lụa mới được.

Nụ cười của bà Tương làm cho Minh phấn chấn… Minh mỉm cười và mau chóng lựa hàng…

"Chị Lụa mà được vào đây shopping rẻ thì thích phải biết! Em sẽ đến thăm chị "as soon as I can"!". ■

THƠ
Diệu Danh

SEN HỒNG DÂNG MẸ

Mẹ ơi đây đóa sen hồng
Lòng con hiếu thảo xin dâng về Người
Nhớ xưa Mẹ đẹp tuyệt vời
Như bà tiên thuở trong thời ấu thơ

Mẹ như ước mộng con mơ
Từ muôn kiếp trước con chờ đã lâu
Mỗi khi con ốm, ưu sầu
Mẹ là viên thuốc nhiệm mầu cho con

Thiếu Mẹ con thấy héo hon
Từ Mẹ vắng bóng lòng con ngậm ngùi./.

Các Infografik về Y khoa thường thức của nhóm Bác sĩ CN St (Đức)

SỨC KHỎE

Gürtelrose: Nên tiêm ngừa không? Ai nên tiêm ngừa?

Những ai từng mắc **Windpocken** (thủy đậu) đều có thể bị **Gürtelrose** (bệnh zona thần kinh). Ngay cả sau khi Gürtelrose đã khỏi, người bệnh vẫn có thể bị **đau rát dây thần kinh lâu – đôi khi kéo dài nhiều năm.**

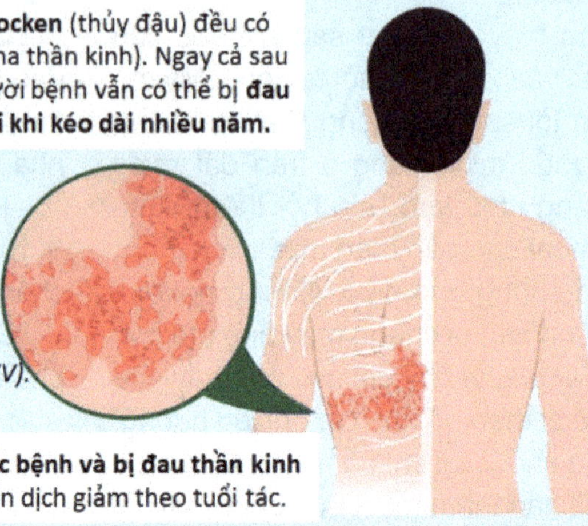

***Gürtelrose** = bệnh **zona thần kinh** còn có tên gọi là **bệnh giời leo**. Nó là kết quả của sự tái hoạt động của virus Herpes Zoster (VZV).*

Tuổi càng cao, nguy cơ mắc bệnh và bị đau thần kinh kéo dài càng lớn, vì hệ miễn dịch giảm theo tuổi tác.

Tiêm ngừa có thể bảo vệ bạn khỏi Gürtelrose với hiệu quả khoảng 90%.

Viện RKI khuyến cáo người **trên 60 t.** nên đi tiêm ngừa. Những ai có bệnh nền hay suy giảm miễn dịch có thể nói chuyện với BS nhà để xin tiêm ngừa **từ 50 t.**

Nguồn: RKI, STIKO, Cochrane, Quarks, WDR

SHCĐ

THUỐC LÁ

Có hại cho bạn và cho môi trường

Cho bạn:

- Nó là **nguyên nhân của ung thư**: 1 trong 5 ca ung thư mới là liên quan đến thuốc lá
- Làm tăng gấp đôi nguy cơ **đột quỵ và bệnh tim mạch**
- **Hút thuốc thụ động** cũng gây hại cho những người xung quanh

Cho môi trường:

- **Phá rừng để trồng cây thuốc lá**: mỗi năm diện tích rừng bị phá tương đương diện tích 3 TP Hamburg, Köln và Berlin
- **Tiêu thụ nước:** 3,7 lít nước cho mỗi điếu thuốc
- **Rác thải từ bao bì**: hàng năm khoảng 2 triệu tấn trên toàn thế giới
- **Tàn thuốc lá**: mất khoảng 10-15 năm để phân hủy

Nguồn: WHO, UBA, Deutsches Krebsforschungszentrum, Quarks, WDR

SHCĐ

Chuyên mục "THẾ HỆ 2+: TIẾNG LÒNG TUỔI TRẺ HẢI NGOẠI"

(bắt đầu từ Viên Giác 271 - Tháng 2/2026 – Thế Hùng phụ trách)

Thế hệ 2+ Việt Nam sinh trưởng ở hải ngoại, lớn lên giữa nhiều nền văn hóa khác nhau nhưng vẫn mang trong tâm cội nguồn văn hóa và những giá trị nhân bản Việt. Chuyên mục này của Tạp Chí Viên Giác mong giới thiệu những tâm tư tuổi trẻ hải ngoại – những cảm nhận, suy tư và trải nghiệm liên quan đến văn hóa, tôn giáo, đời sống và bản sắc Việt trong bối cảnh thế giới rộng mở. Khung bài viết: khoảng 800–1500 chữ (có thể dài hơn khi cần thiết). Chúng tôi cũng hoan nghênh những sáng tác thuộc các thể loại khác như thơ, nhạc, hội họa. Bài gửi, xin vui lòng ghi rõ họ tên, nơi cư trú và vài dòng giới thiệu ngắn về tác giả. Ngôn ngữ: tốt nhất là tiếng Việt; trong trường hợp không tiện viết tiếng Việt, có thể gửi bằng tiếng Đức hoặc tiếng Anh, Viên Giác sẽ hỗ trợ chuyển sang Việt ngữ.

** Kurzinfo (Deutsch)*

THẾ HỆ 2+: Junge Stimmen aus der vietnamesischen Diaspora

Beiträge zu Kultur, Buddhismus und vietnamesischer Identität sind herzlich willkommen.

Textlänge: 800–1500 Wörter (bei Bedarf länger). Auch andere Beiträge wie Lyrik, Musik oder bildnerische Arbeiten sind willkommen. Bitte Name, Wohnort und eine kurze Autorenangabe beifügen. Sprache: nach Möglichkeit Vietnamesisch; falls nicht möglich, gerne Deutsch oder Englisch – wir übernehmen die Übersetzung ins Vietnamesische.

** Short Notice (English)*

THẾ HỆ 2+: Voices of Young Vietnamese Abroad

We welcome contributions and reflections on culture, Buddhism and Vietnamese identity.

Length: 800–1500 words (longer if necessary). Other forms such as poetry, music or visual arts are also welcome. Please include your name, place of residence and a brief author's bio. Language: preferably Vietnamese; if this is not possible, German or English is fine – we will translate into Vietnamese.

LÁ THƯ CHỦ BÚT

Về Chuyên Mục

THẾ HỆ 2+: TIẾNG LÒNG TUỔI TRẺ HẢI NGOẠI

Thân gửi: các bạn trẻ gốc Việt đang sinh sống ở khắp nơi trên thế giới – đặc biệt là ở Đức.

Trong dòng chuyển động mạnh mẽ của đời sống di dân hôm nay, mỗi người trong chúng ta đều mang theo những câu chuyện riêng tư - về gia đình, văn hóa, tôn giáo, bản sắc và cả những ưu tư đi tìm ý nghĩa cuộc sống giữa nhiều nền văn hóa dị biệt. Những câu chuyện ấy không chỉ đáng nghe – mà còn rất cần được lắng nghe.

Một trong những điều chúng tôi nhận biết rất rõ là: các bậc phụ huynh luôn thương yêu lo lắng và muốn thấu hiểu các thao thức của con cháu, nhưng nếu không có những lời thổ lộ tâm sự của các bạn trẻ, những tình cảm ấy có thể lạc nhịp đập, tạo hiểu lầm. Chính vì vậy, mỗi chia sẻ, mỗi bày tỏ cảm xúc đều có giá trị kết nối, chữa lành và làm sáng tỏ khoảng cách giữa các thế hệ.

Với ước muốn tạo một không gian lắng nghe và đối thoại, Tạp Chí Viên Giác trân trọng mời các bạn trẻ thế hệ 2+ (và cả 1.5+, 3+...) tham gia viết cho chuyên mục "Thế hệ 2+: Tiếng Lòng Tuổi Trẻ Hải Ngoại". Chúng tôi đón nhận mọi hình thức biểu lộ cảm xúc và sáng tạo: văn, thơ, nhạc, hội họa hoặc những hình thức khác.

Chúng tôi mong được nghe những suy nghĩ của bạn về văn hóa, ngôn ngữ, tôn giáo; về những trải nghiệm giữa Đông và Tây; những hành trình trưởng thành và khám phá bản thân; hoặc đơn giản là những ghi chép và suy niệm thường nhật.

Mỗi tác phẩm gửi về sẽ là một mảnh ghép làm phong phú thêm bức tranh chung của Cộng đồng Việt Hải ngoại – và cũng là một cách giữ gìn sợi dây kết nối Tuổi trẻ Hải ngoại với Cội nguồn Văn hóa Việt Nam. Rất mong nhận được sự hưởng ứng nhiệt tình từ các bạn.

Thân mến

Chủ bút Tạp chí Viên Giác

Nguyên Đạo Văn Công Tuấn

Liên lạc Email: chubut.viengiac@gmail.com ∎

Thế Hùng phụ trách

Kiều Trinh

MẸ ƠI, DIE ZEIT IST GEKOMMEN

(Original in deutsch)

Tranh vẽ: Cát Đơn Sa

Mẹ ơi, weißt du, die Mayas sagten: „Zeit ist ein Wesen". Weißt du, dass Zeit deshalb nicht vergehen kann, sondern bei uns ankommt? Wie ein Mensch, der nach einer langen Reise nach Hause kehrt. Wie der Vollmond, der erscheint und verschwindet. Wie jeder Atemzug, der geboren, stirbt und neugeboren wird. Zeit ist keine Linie, sie ist ein Kreis.

Mẹ ơi, ich weiß, die Zeit ist längst gekommen ist für uns. Sie hat oft an unsere Tür geklopft, doch wir haben ihr Klopfen nicht gehört. Ich möchte nicht mehr vor der Zeit davonlaufen,

Mẹ. Dieses Mal lade ich sie ein, so wie du mir beigebracht hast, Gäste zu empfangen. Ich biete ihr Tee, und während ich ihr den Tee reiche, sage ich: „Ich lade dich ein, Zeit", so wie ich alle côs, chús und bács einlade. „Cháu mời cô, chú, bác."

Mẹ ơi, hab' keine Angst. Die Zeit ist hier, um mit uns zu sprechen. Wie lange schweigen wir schon? Denn eines Tages, Mẹ ơi, wird uns die Zeit von dieser Welt in eine andere führen. Was passiert, wenn einer von uns vorausgeht, bevor ich alles gesagt habe, was ich dir je sagen wollte?

Mẹ ơi, weißt du, die Mayas sagten auch: „Sei nicht im Wettlauf mit der Zeit". Aber warum fühlt es sich dann so an, als wäre die Zeit im Wettlauf mit dir? Wenn Zeit eine Linie wäre, wäre jedes Medikament, das du nimmst, eine Verlängerung dieser Linie. Eine Pille ist ein Stück mehr Lebenszeit auf dieser Erde.

Mẹ ơi, aber ist es nicht eigentlich die Zeit, die deinen Körper so krank gemacht hat? Elf Stunden am Tag, sechs Tage die Woche, zweiundfünfzig Wochen im Jahr trägst du schwere Töpfe und Pfannen, wäschst hunderte Schüsseln, schneidest Tofu, Garnelen, Enten-, Hühner- und Rindfleisch, merkst dir, wer Chili mag, wer Koriander hasst, wer extra Soße will, wer besonders großen Hunger hat, wer immer Nummer fünfzehn Reis mit Lachs und Pikanter Soße wählt.

Wie viele Jahre willst du noch so schwer schuften? Wie viele Jahre kannst du noch?

Mẹ ơi, ich weiß nicht viel über dein Leben, aber ich weiß: wärest du in Vietnam geblieben, wärest du eine Krankenschwester geworden. Du wolltest immer, dass ich einen Heilberuf wähle. Heute kann ich sehen, ich bin deine Fortführung und dein Wunsch, andere zu heilen, lebt auch in mir.

Mẹ ơi, verstehst du jetzt, warum ich aufgab, Innenräume zu gestalten? Denn was ist ein schönes Zuhause, wenn seine Bewohner*innen krank sind? Ist nicht das wichtigste Zuhause, immer noch unser Körper?

Mẹ ơi, als ich klein war, war ich oft krank, aber krank sein hat mir immer Zeit mit dir geschenkt. Ich erinnere mich an einen Silvesterabend in der ich mit Bauchschmerzen im Bett lag und du die ganze Nacht neben mir, während draußen die Welt das neue Jahr der Weißen feierte.

Aber die Wahrheit ist, krank sein schenkt uns keine Zeit, sie raubt sie uns. Zeit ist ein Kreis, und doch ist sie auch eine Linie.

Ich weiß nicht, ob du mich verstehst, wenn ich nur über Zeit philosophiere, anstatt dir meine Gefühle mitzuteilen.

Mẹ ơi, glaubst du mir, wenn ich dir sage, das größte Glück für mich wäre, dass du ganz viel freie Zeit hättest? Zeit für dich. Zeit, um gesund zu werden. Zeit, in der du dich um niemanden kümmern musst. Zeit, um zu reisen, um gut zu essen, um zu laut zu lachen, um am Strand entlang zu spazieren, um den Sonnenaufgang zu sehen, um den Wind in deinen Haaren zu spüren. Zeit, um deine Familie in Vietnam zu sehen, die Jahre nachzuholen, die euch genommen wurden. Zeit, um am Grab deiner drei von sechs Geschwister zu stehen, am Grab deiner Schwiegereltern, am Grab deiner Eltern. Zeit, um hineinzufühlen, was es bedeutet, eine Mutter zu sein, die nie eine eigene Mutter hatte. Denn deine ging von dieser Welt, ein Jahr nachdem sie dich auf diese brachte.

Mẹ ơi, ich wünsche dir Zeit, dich selbst

kennenzulernen. Mich kennenzulernen! Ich weiß noch, als du chị Kiều Anh und mir vorgelesen hast aus einem vietnamesischen Kinderbuch. Ich glaube, es ging um ein Kind, das fliegen konnte.

Mẹ ơi, wenn Vögel fliegen, um zu migrieren, warum bist du immer noch kein freier Vogel? Und träumst du manchmal davon, frei zu sein wie ein Vogel? Neulich erzählte ich dir am Telefon von meinem Traum, in dem mich Geister verfolgten. Du sagtest: „Wenn du betest, wird dir nichts passieren. Sag drei Mal, Nam Mô A Di Đà Phật."

Mẹ ơi, was ist, wenn die Geister, die mich verfolgen, die Geister deiner Vergangenheit sind? Wenn ich deine Fortführung bin, sind die Geister dann nicht auch meine? Ich, das Kind eines Kriegskindes.

Nam Mô A Di Đà Phật.

Nam Mô A Di Đà Phật.

Nam Mô A Di Đà Phật.

Das hat dir deine Schwiegermutter beigebracht, die einzige Buddhistin in unserer Familie. Sie ging in einer Nacht, in der der Vollmond schien. Danach fand ich meinen Weg zum Buddhismus, und du auch.

Mẹ ơi, seit ich regelmäßig ins Kloster gehe, denke ich mehr über deine Vergangenheit nach. Es tut weh zu wissen, dass du deine Mutter nie kanntest. Ich bin ihr dankbar, denn auch wenn sie dir keine Mutter sein konnte, hat sie mir eine geschenkt. Ich frage mich, wenn du all die Liebe von bà ngoại erfahren hättest, die ich von dir erfahren habe, wärest du dann vielleicht etwas freier, so frei, wie ich mich fühle?

Mẹ ơi, vielleicht ist Freiheit nichts, nachdem wir suchen müssen. Vielleicht ist Freiheit das, was wir einander schenken, jedes Mal, wenn wir einander wirklich sehen. Ich sehe dich jetzt,

Mẹ ơi, jedes Mal ein Stück mehr. Mẹ ơi, und wenn wir das nächste Mal nicht wissen, worüber wir sprechen sollen, kannst du mir erzählen von deinem Leben? Von damals? Von dem, was du vergessen wolltest, und von dem, was du schon immer erzählen wolltest? Und auch wenn es nur am Telefon ist, weil uns hunderte von Kilometern trennen – anschließend werde ich das Gespräch beenden, so wie jedes Mal: "Con yêu mẹ". ■

Kiều Trinh - Thế Hùng dịch Việt

MẸ ƠI, THỜI GIAN ĐẾN RỒI

Mẹ ơi, mẹ có biết không, người Maya từng nói: "Thời gian là một sinh thể". Thời gian không trôi qua mà nó đến với chúng ta, như người trở về nhà sau một chuyến đi dài; như vầng trăng tròn, có khi ẩn khi hiện; như mỗi một hơi thở - sinh ra, tan biến, rồi lại sinh ra. Thời gian không phải đường thẳng, mà là vòng tròn.

Mẹ ơi, con biết thời gian dành cho hai mẹ con mình đã đến từ lâu. Nó nhiều lần gõ cửa, nhưng mình không nghe. Nhưng lần này con muốn mời thời gian vào, như mẹ đã dạy con cách đón khách. Con rót trà và nói: "Con mời thời gian", giống như khi con nói: "Cháu mời cô, chú, bác".

Mẹ ơi, mẹ đừng lo. Thời gian đến để nói chuyện với chúng ta. Chúng ta đã im lặng lâu rồi. Một ngày nào đó, thời gian sẽ dẫn chúng ta rời cõi đời này sang cõi khác. Nếu một trong hai chúng ta có người đi trước, trước khi con kịp nói hết những điều con muốn nói, thì sẽ ra sao?

Mẹ ơi, người Maya còn nói: "Đừng chạy đua với thời gian". Nhưng sao con lại thấy dường như thời gian đang chạy đua với mẹ?

Nếu thời gian là đường thẳng, mỗi viên thuốc mẹ uống là một đoạn nối dài thêm của đường thẳng ấy, một chút thời gian sống thêm trên cuộc đời này.

Mẹ ơi, có phải chính thời gian đã làm cơ thể mẹ mỏi mòn? Mười một tiếng mỗi ngày, sáu ngày một tuần, năm mươi hai tuần một năm, mẹ bê bưng nồi niêu, rửa bát, thái đậu phụ, tôm, vịt, gà, bò. Mẹ ghi nhớ ai thích cay, ai không thích rau ngò, ai muốn thêm nước, ai ăn nhiều, ai lần nào cũng gọi cơm số mười lăm với cá hồi và sốt cay. Mẹ còn làm việc nặng nhọc như vậy bao lâu nữa? Mẹ còn chịu đựng được bao lâu nữa hở mẹ?

Mẹ ơi, con không biết nhiều về cuộc đời mẹ, nhưng con biết: nếu ở lại Việt Nam, mẹ đã là y tá. Mẹ luôn muốn con theo ngành nghề y tế. Giờ con hiểu, con là sự tiếp nối của mẹ, và ý nguyện chữa lành bệnh cho mọi người vẫn sống trong con.

Mẹ ơi, giờ mẹ hiểu vì sao con bỏ thiết kế nội thất chưa? Vì một ngôi nhà đẹp thì có nghĩa gì nếu người sống trong đó đau ốm? Chẳng phải ngôi nhà quan trọng nhất chính là cơ thể của chúng ta sao?

Hồi nhỏ, con hay đau ốm, nhưng mỗi lần con ốm lại được gần mẹ nhiều hơn, hệt như những cơn bệnh đã tặng cho con thêm một ít thời gian với mẹ. Con còn nhớ đêm Giao thừa, con đau bụng nằm trên giường, mẹ ngồi cạnh con suốt đêm, trong khi bên ngoài, người ta đón năm mới.

Nhưng sự thật là bệnh tật không đem thời gian đến, mà nó cướp đi thời gian của mình. Thời gian là vòng tròn, nhưng đồng thời nó cũng là đường thẳng. Con không biết mẹ có hiểu khi con chỉ nói về thời gian, mà không nói về những cảm xúc của con.

Mẹ ơi, mẹ có tin con không khi con nói rằng, điều hạnh phúc lớn nhất đối với con bây giờ là mẹ có thật nhiều thời gian rảnh rỗi? Thời gian cho chính mẹ. Thời gian để mẹ khỏe lại. Thời gian mà mẹ không phải lo cho ai cả. Thời gian để đi du lịch, để ăn ngon, để cười thật to, để đi dọc bờ biển, để ngắm bình minh, để cảm nhận gió luồn vào mái tóc mẹ. Thời gian để về thăm gia đình ở Việt Nam, bù lại những năm tháng đã mất. Thời gian để đứng trước mộ ba người anh chị em đã khuất, trước mộ ông bà nội, ông bà ngoại. Thời gian để cảm nhận được thế nào là làm mẹ, khi chính mẹ chưa từng có người mẹ bên cạnh. Vì bà ngoại qua đời khi mẹ mới một tuổi. Mẹ ơi, con mong mẹ có thời gian để hiểu chính mẹ và hiểu con nữa.

Con vẫn nhớ mẹ đọc truyện thiếu nhi cho chị Kiều Anh và con nghe. Hình như đó là câu chuyện về một đứa trẻ biết bay. Mẹ ơi, chim bay để đến một nơi an lạc, sao mẹ chưa được tự do như chim? Mẹ có từng mơ được tự do như chim không?

Hôm trước con kể mẹ nghe giấc mơ con bị ma rượt đuổi. Mẹ nói: "Con hãy cầu nguyện thì mọi việc sẽ an lành. Hãy niệm ba lần câu: Nam Mô A Di Đà Phật".

Mẹ ơi, nếu những bóng ma ấy là bóng ma quá khứ của mẹ thì sao?

Nếu con là sự tiếp nối của mẹ, thì phải chăng bóng ma ấy cũng là của con? Con - đứa con của một thế hệ sinh ra trong chiến tranh.

Nam Mô A Di Đà Phật.
Nam Mô A Di Đà Phật.
Nam Mô A Di Đà Phật.

Đó là điều bà nội dạy mẹ, người Phật tử duy nhất trong nhà. Bà mất trong đêm trăng tròn. Rồi con tìm đến đạo Phật, và mẹ cũng vậy.

Mẹ ơi, từ ngày con thường xuyên lên chùa, con nghĩ nhiều về quá khứ của mẹ. Con thấy đau nhói trong lòng khi biết mẹ chưa từng biết mẹ của mình là ai. Con rất biết ơn bà ngoại, vì dù bà không thể làm mẹ của mẹ lâu hơn, bà đã ban cho con một người mẹ.

Con tự hỏi, nếu mẹ từng nhận tình yêu như con đã nhận từ mẹ, liệu hôm nay mẹ có tự do hơn, như con cảm nhận?

Mẹ ơi, có lẽ tự do không phải thứ ta phải tìm. Có lẽ tự do là món quà ta trao nhau mỗi khi ta thật sự nhìn thấy nhau. Và giờ đây Mẹ ạ, con nhìn thấy mẹ, mỗi lúc một nhiều hơn.

Mẹ ơi, lần tới nếu mình không biết nói gì thì mẹ kể cho con nghe về cuộc đời của mẹ nhé? Về ngày xưa, về những điều mẹ muốn quên và những điều mẹ luôn muốn kể. Dù chỉ qua điện thoại, dù hàng trăm cây số ngăn cách.

Và rồi con sẽ kết thúc cuộc gọi như mọi lần: "Con yêu mẹ". ■

Thị Thiện - Phạm Công Hoàng

30 NĂM GIA ĐÌNH PHẬT TỬ CHÁNH GIÁC (1995 – 2025)

Thế gian người ta thường nói: "Tam Thập Nhi Lập" có nghĩa là với cái tuổi 30 là có sự nghiệp, sự nghiệp này thành công hay thất bại, còn tùy theo người đó, có được thuận duyên hay nghịch duyên. Với Gia Đình Phật Tử Chánh Giác, ba mươi năm không chỉ là độ dài của thời gian, mà là kết tinh của nhiều nhân duyên, nhiều tâm huyết con người và của một chí nguyện bền bỉ phụng sự Đạo pháp và Dân tộc nơi xứ người.

Nhân duyên khởi nguồn

Nhìn lại chặng đường đã qua, Gia Đình Phật Tử Chánh Giác hình thành và lớn lên nhờ nhiều nhân duyên thù thắng. Ngay từ buổi đầu phôi thai của Chi Hội Phật Tử Bremen, đã có sự quan tâm, khích lệ của Hòa Thượng Phương Trượng Tổ Đình Viên Giác, cùng đệ tử của Ngài là Thượng Tọa Thích Hạnh Tấn.

Trong hoàn cảnh Phật tử tại thành phố Bremen còn rất thưa thớt, Đạo hữu Thục Giác và Đạo hữu Thị Thiện là những người âm thầm gieo những hạt giống đầu tiên đưa ánh sáng Phật pháp về thành phố này.

Nhân duyên ấy tiếp tục được nuôi dưỡng khi Ni Sư Thích Nữ Như Viên về trụ trì và hướng dẫn sinh hoạt Phật sự tại Bremen. Chính sự hiện diện, khuyến tấn và dìu dắt của Ni Sư đã giúp Chi Hội Phật Tử Bremen được duy trì và từng bước phát triển.

Bên cạnh đó là sự động viên, nâng đỡ

tinh thần của quý anh chị Huynh Trưởng tiền bối: HTr. Thị Lộc Võ Văn Mai, HTr. Tâm Cừ Trương Tôn Châu, HTr. Thiện Căn Phạm Hồng Sáu và HTr. Tâm Bạch Trần Huyền Đan cùng với quý phụ huynh và thanh thiếu niên Phật tử, tất cả đã đồng lòng phát nguyện thành lập một Gia Đình Phật Tử tại Bremen.

Trong một buổi lễ trang nghiêm tại Tổ Đình Viên Giác, Hòa Thượng Phương Trượng đã hoan hỷ đặt tên là Gia Đình Phật Tử Chánh Giác, cái tên mang theo lý tưởng soi sáng con đường tu học cho nhiều thế hệ áo Lam nơi đây.

Dòng thời gian hình thành và phát triển

Gia Đình Phật Tử Chánh Giác được chính thức thành lập vào tháng 7 năm 1995, nhân dịp Trại Hè Họp Bạn Liên Hoa III tổ chức tại thành phố Bremen. Theo quy chế tổ chức, điều kiện để thành lập một đơn vị GĐPT là vô cùng khó khăn: Huynh Trưởng phải qua huấn luyện, đoàn sinh phải quy y Tam Bảo. Trong khi đó, chỉ có anh Thị Thiện là người đã qua trại huấn luyện, còn lại đều phải tự học, tự rèn và tham gia các khóa huấn luyện gần xa.

Song song đó, nhiều anh chị em được Ni Sư Như Viên làm lễ quy y Tam Bảo, tiêu biểu trong dịp Đại Lễ Vu Lan năm 1995, đặt nền tảng tâm linh vững chắc cho sinh hoạt áo Lam về sau.

Trong bối cảnh Bremen là tiểu bang nhỏ nhất nước Đức, Phật tử Việt Nam chỉ đếm trên đầu ngón tay, sinh hoạt tôn giáo ban đầu chỉ là những buổi tụng kinh giản dị do anh Thị Thiện và anh Thục Giác đảm trách. Nhưng chính trong sự đơn sơ ấy, tình đạo vị và tinh thần cộng đồng lại càng thêm gắn bó.

Không gian sinh hoạt – Nuôi dưỡng tình Lam

Thời gian đầu, Ni Sư Như Viên về trú ngụ tại tư gia của Huynh Trưởng Thị Thiện, nơi một chánh điện nhỏ được thiết trí trên tầng cao để thờ Phật và hướng dẫn tu học. Khi Ni Sư có duyên hoằng pháp nơi khác, tư gia này vẫn tiếp tục là nơi sinh hoạt chung của Chi Hội và Gia Đình Phật Tử.

Sau này, sinh hoạt nhiều lần phải di chuyển: từ nhà Cô Hai – cựu Chi Hội Trưởng, đến cơ sở trong khuôn viên bệnh viện, rồi lại tìm địa điểm mới khi hoàn cảnh thay đổi. Dẫu ở đâu, tinh thần Chi Hội Phật Tử Bremen và Gia Đình Phật Tử Chánh Giác luôn nương tựa vào nhau, sáng Gia Đình Phật Tử Chánh Giác lễ Phật – học Pháp, trưa cùng nhau dùng bữa trong không khí gia đình ấm áp.

Trong điểm này, là người ngay từ đầu gắn bó với Chi Hội và Gia Đình Phật Tử, phải nói đến lời tri ân sâu sắc đối với một người Cô, một người Chị, luôn luôn nghĩ đến Chi Hội và GĐPT, lo việc sắp xếp phiên nấu nướng, chuẩn bị món gì cho mỗi buổi sinh hoạt Chi Hội và GĐPT. Rất tiếc là Cô đã ra đi để lại biết bao nhiêu thương tiếc, đó là cô Các, Pháp Danh Thiện Thảo, Hiền Thê của Bác Cựu Gia Trưởng và là Hiền Mẫu của Chị Liên Đoàn Phó Thiện Tịnh và Chị Mai Phương, hiện tại là người thay thế cô Thiện Thảo và cùng với cô Chúc, người ngay từ đầu cùng với cô Các lo việc ăn uống cho Chi Hội và GĐPT.

Trải qua bao chặng đường thăng trầm, một nhân duyên thù thắng đã nở hoa qua hành trình tu học: đoàn sinh Vũ Trọng Ánh, Pháp danh Thiện Đạo, được Hòa Thượng Phương Trượng Tổ Đình Viên Giác và Chư Tôn Đức chứng minh xuất gia, nay là Thượng Tọa Thích Hạnh Lý, Tri sự Tổ Đình Viên Giác. Đây là niềm tự hào lớn lao cho Gia Đình Phật Tử Chánh Giác.

Chu niên lần thứ 30

Kỷ niệm Chu niên lần thứ 30 như một nguồn năng lượng lành để Chánh Giác tiếp tục kiên tâm trên con đường phụng sự Đạo pháp và xây dựng Gia Đình Phật Tử ngày càng vững mạnh. Để đánh dấu một cột mốc quan trọng ấy, GĐPT Chánh Giác đã tổ chức buổi lễ ấy vào ngày 15.11.2025 dưới sự quang lâm và chứng minh của Hòa Thượng Phương Trượng Tổ Đình Viên Giác, Thượng Tọa Thích Hạnh Tấn, Cố vấn Giáo Hạnh GĐPT; Thượng Tọa Thích Hạnh Định Trụ trì Tổ Đình Viên Giác; Thượng Tọa Thích Hạnh Lý, Tri Sự Tổ Đình

Viên Giác; Thượng Tọa Thích Hạnh Giới Trụ trì Tu viện Viên Lạc và Đại Đức Thích Hạnh Đức, Tăng chúng Tổ Đình Viên Giác.

Tham dự buổi lễ còn có sự hiện diện của anh cả cấp Dũng Thị Lộc Võ Văn Mai, anh Trưởng Ban Hướng Dẫn GĐPTVN Âu châu Thiện Mỹ Thái Văn Anh, cùng các anh chị khác trong Ban Hướng Dẫn GĐPTVN Đức quốc và các anh chị Huynh Trưởng đại diện cho các GĐPT bạn, cũng như các Bác, Cô Chú, Anh Chị thuộc Chi Hội Phật Tử Bremen, cùng quý vị Đạo Hữu, quý ân nhân và tập thể Đoàn sinh GĐPT Chánh Giác.

Tuy chỉ gói gọn trong một hội trường lớn, nhưng buổi lễ diễn ra trong không khí ấm áp tình Lam, chan chứa đầy tình cảm. Từ những lời chúc mừng, quà tặng lưu niệm, đến những lời khuyến tấn của Ban Hướng Dẫn và đặc biệt là những lời Đạo từ quý báu của Chư Tôn Đức dành cho Lam sinh GĐPT Chánh Giác.

Về phần ẩm thực có nhiều món ăn chay đa dạng và ngon miệng do các Cô, các Chị đã chuẩn bị chu đáo cho buổi lễ.

Sang phần 2 là phần văn nghệ với những tiết mục múa rất đẹp mắt, đầy ý nghĩa của các em Lam sinh GĐPT Chánh Giác cúng dường Chư Tôn Đức và quan khách. Lần đầu tiên anh Huynh trưởng Nguyên Mãn, Phó Trưởng Ban Nội vụ Ban Hướng Dẫn Đức Quốc góp mặt văn nghệ với phần đơn ca. Đặc biệt hơn cả là phần ngâm thơ của Hòa Thượng Phương Trượng Tổ Đình Viên Giác. Thật là một phước báu vô biên cho GĐPT Chánh Giác.

Buổi lễ mừng Chu niên lần thứ 30 GĐPT Chánh Giác được kết thúc hoàn mãn vào lúc 22 giờ cùng ngày sau phần hợp ca trên sân khấu của quý anh chị Huynh trưởng đến từ Ban Hướng Dẫn GĐPTVN Đức quốc cùng các GĐPT bạn trên toàn nước Đức và GĐPT Chánh Giác thân thương.

Duyên lành:

Gia Đình Chánh Giác tính đến nay
Đã được ba-mươi-năm tháng ngày
Khuyến tấn do Anh Chị Huynh Trưởng
Thời gian trôi nhanh tựa gió bay

Trong những ngày tháng năm trôi qua
Có nhiều sóng gió đã xảy ra
Chi Hội Gia Đình đầy kiên nhẫn
Vượt khó nhất tâm niệm Di Đà

Chánh Giác đoàn sinh rất hiếm hoi
Có những chướng duyên rất thiệt thòi
Đoàn sinh phần đông rời trụ xứ
Lúc về lúc không như con thoi

Những Đại Lễ Phật Đản Vu Lan,
Đến lượt dâng hoa tại Đạo Tràng
Nhận nhiệm vụ các em cố gắng
Hoàn thành vui vẻ chẳng thở than

Cuối năm có hội nghị thường niên
Phân chia tổ chức khắp mọi miền
Tham dự trước Bảy nay thành Tám
Gia đình Sen trắng đẹp hồn nhiên ■

THÔNG BÁO VỀ KHÓA TU HỌC NĂM 2026 CỦA GIA ĐÌNH PHẬT TỬ TẠI ĐỨC QUỐC

Chủ đề: Tam Bảo

Thời gian: 02.04. - 06.04.2025

Ban Điều hành Khóa Tu Học: Do 3 đơn vị GĐPT Minh Hải, GĐPT Pháp Quang và GĐPT Chánh Giác đảm trách.

Nội dung và chương trình: Ngoài đề tài Phật Pháp theo các bậc Tu Học của Gia Đình Phật Tử, có thêm các chương trình sinh hoạt khác như:

* Ngành Đồng: Các em được tham gia Thời Huân Tu Tịnh Độ (chương trình riêng, ngắn gọn) và chương trình thủ công, thể thao, văn nghệ…

* Ngành Thiếu: Chương trình thi đua thể thao, sinh hoạt đố vui, sinh hoạt tự trị.

* Ngành Thanh: Sinh hoạt thảo luận, mỗi tối có các buổi trà đàm để trau dồi tiếng Việt, kết tình Lam.

* Lớp Phụ Huynh: Có chương trình và đề tài riêng.

*Huynh Trưởng: Cùng nghe giảng với lớp phụ huynh, ngoài ra có thêm những giờ trau dồi kiến thức Gia Đình Phật Tử.

Đặc biệt năm nay lồng trong chương trình của khóa học sẽ có buổi Lễ Kỷ niệm 30 năm Khóa tu học Truyền thống của Gia Đình Phật Tử tại Đức.

Các học viên muốn theo dõi và tham khảo các đề tài học cho năm 2026, có thể vào trang nhà www.gdpt-ducquoc.de xem tài liệu.

Địa điểm: Chùa Viên Giác, Karlsruher Str. 6, 30519 Hannover - Niedersachsen.

Lệ Phí: Oanh vũ 15€, Thiếu, Thanh & Phụ huynh 30€.

Ghi danh: Các học viên có thể ghi danh online trên trang nhà GĐPT Đức quốc www.gdpt-ducquoc.de

Liên Lạc điện thư: Văn Phòng Ban Hướng Dẫn GĐPT Việt Nam tại Đức Quốc: btv.gdptvndq@gmail.com. ■

Hoa Lan

VIÊN THÔNG, NGÔI CHÙA GIỮA BIÊN GIỚI ĐỨC-TIỆP

Cách đây 6 năm, vào khoảng năm 2019 cái thời Covid sắp lên ngôi, có một vị Khách Tăng trụ xứ tại Đức tình cờ đi ngang qua một tỉnh nhỏ gần biên giới Tiệp. Thế rồi không hiểu sao Thầy lại quyết định mua một cơ sở đổ nát về xây dựng thành một ngôi Tam Bảo thanh tịnh và trang nghiêm. Chỉ nghe thế thôi cũng biết đường tu của vị Thầy này gặp lắm khó khăn.

Thầy không có nhiều tịnh tài, cũng không có nhiều đệ tử đại gia cúng dường góp sức. Cái tỉnh Thầy chọn nhỏ xíu, đi năm phút đã trở về chốn cũ. Ngày xưa nó cũng huy hoàng lắm, khi còn cơ sở sản xuất đồ gốm, đồ sứ lừng danh với thương hiệu Rosenthal Porzellan thuộc tỉnh Selb. Người Việt tại đây đếm trên đầu ngón tay chỉ được vài người, nhưng bên Tiệp kéo sang thì cũng tạo dựng được một Đạo tràng.

Nếu Phật đã bổ xứ thì Ngài sẽ cử người đến giúp, tuần tự từng người. Cái người đầu tiên phải đưa vai ra gánh là cô đệ tử của Sư Ông Như Điển chùa Viên Giác. Cô ấy nhận số tiền bốn chục ngàn Euro của Thầy chuyển cho chủ ngôi nhà để nhận chìa khóa, vì thời gian ấy Thầy bận đi hành hương Ấn Độ. Nếu cô ấy cầm tiền bỏ trốn thì ngày nay đâu có ngôi Chùa ?!!!

Người thứ hai gánh tiếp là hai vợ chồng anh chủ quán Sài Gòn Restaurant ở gần Chùa. Thấy ông Thầy ngồi tụng Kinh trong giá lạnh và trần nhà lở lói rơi lả tả thật đau lòng, vợ chồng anh mời Thầy về nhà ở tạm trong thời gian sửa chữa ngôi Chánh điện.

Rồi một năm, hai năm trong gian khổ, ngôi Tam Bảo đã thành hình nhưng cửa sổ vẫn mỏng manh một lớp không đủ chắn lạnh mùa đông. Thời gian ấy đại dịch Covid-19 hoành hành, không ai được di chuyển ra vào nơi chốn đông người.

Vị Thầy lâm bệnh nơi xứ người, cần về Việt Nam chữa trị và giải quyết một số các việc như độ cho cha mẹ xuất gia, một sự trả hiếu tối thượng cần phải thực hiện trong kiếp này. Và chính trong thời điểm đó, Thầy bị kẹt lại tại quê nhà quá 6 tháng, Visa của Thầy mất hiệu lực không được trở lại Đức nữa. Muốn vào phải làm lại giấy tờ từ đầu, một việc làm khá vất vả và khó khăn. Đến đây Thầy đành mang tiếng là bỏ người đệ tử xuất gia của Thầy một mình bươn chải với ngôi chùa.

Nhân vật thứ ba đã xuất hiện, đó là một đệ tử xuất gia của Thầy, đem từ bên Mỹ sang Đức, được giao cho trách nhiệm trông coi ngôi chùa từ A đến Z. Nghĩa là toàn quyền bỏ tiền túi ra sửa chữa ngôi chùa cho đi vào sinh hoạt. Ôi thôi! Thân nữ dặm trường, ai thấy cũng thương cảm mà hết lòng giúp sức. Vị Ni Cô này mới xuất gia nên còn phải học hỏi nhiều, phải đợi sau 5 năm thọ giới Tỳ Kheo Ni và An cư kiết hạ đầy đủ, mới được Sư Phụ truyền trao lại cho quyền Trụ Trì ngôi chùa.

Tên chùa là Viên Thông, một danh hiệu của Bồ Tát Quán Thế Âm, do Thầy thỉnh cầu vị Ân Sư của mình là Hòa Thượng Thích Như Điển đặt tên. Viên xuất thân từ Tổ Đình Viên Giác ở Hannover Đức quốc, như một chuỗi các chùa: Viên Đức, Viên Quang, Viên Âm, Viên Lạc, Viên Minh, Viên Ý, Viên Dung ở rải rác khắp nơi tại Âu Châu.

Hôm nay ngày 21 tháng 9 năm 2025, một ngày trọng đại cho ngôi chùa Viên Thông. Kính mừng Đại lễ Vu Lan và Lễ Trao Quyền Trụ Trì cho Ni Cô Quảng Đàm Hoa, hay Tỳ Kheo Ni Thích Nữ Minh Nghiêm, trước sự chứng minh của các vị Chư Tăng Ni, Phật tử đến từ các nơi. Quả là ngày quan trọng

cho vị Trụ Trì mới, vừa trẻ, vừa mới trong đường đạo lẫn đường tu, một thế hệ thứ hai sống tại xứ Hoa Kỳ, phải sang tận Âu Châu để hoằng dương Chánh Pháp trong một nơi tạm gọi là "biên địa" giữa hai biên giới Đức, Tiệp vắng vẻ và nghèo nàn, nhưng phong cảnh núi đồi chập chùng rất đẹp.

Buổi lễ diễn ra thật long trọng dưới sự chứng minh của Chư Tôn Đức gồm 20 vị, ít nhất 5 vị Thượng Tọa Trụ trì các Chùa từ xa đến:

. Thượng Tọa Thích Nghiêm Quang, Viện chủ chùa Viên Thông, Selb - Đức quốc.

. Thượng Tọa Thích Từ Nhơn, Trụ trì chùa Từ Ân, Berlin - Đức quốc.

. Thượng Tọa Thích Thanh Hương, Trụ Trì chùa Bồ Đề, Cộng Hòa Séc.

. Thượng Tọa Thích Thông Đạt, Trụ Trì chùa Trúc Lâm, Potsdam - Đức quốc .

. Thượng Tọa Thích Pháp Chương, Trụ Trì Thiền Lâm Tự, Ziegenrueck - Đức quốc.

Bên Chư Tôn Đức Ni cũng không kém phần, nào là các Vị đến từ Việt Nam hay các vùng Đông Đức:

. Ni Sư Thích Nữ Tâm Minh, Trụ trì chùa Quán Âm ở Vũng Tàu - Việt Nam.

. Ni Sư Thích Nữ Tuệ Luật, Tri sự Tu Viện Lộc Uyển ở Rostock - Đông Đức.

Và nhiều vị khách Tăng Ni đến từ các nơi.

Ngày Chủ nhật hôm 21 tháng 9 năm 2025 ấy thật đặc biệt và hơi quá tải cho 3 sự kiện dồn lại trong một ngày. Từ 10 giờ sáng đã đăng đàn Chẩn Tế cúng Thí thực Thập loại Chúng sinh. Thầy Nghiêm Quang với Y Áo Mũ Mão thật chỉnh tề để đăng đàn với đầy đủ các nghi thức.

Buổi chiều sau 15 giờ là buổi lễ Trao Quyền Trụ Trì cho vị Ni Cô trẻ Thích Nữ Minh Nghiêm, diễn ra thật long trọng và cảm động, khi Thầy Nghiêm Quang kể lại các quá trình xây dựng ngôi chùa, từ gian khổ đến vinh quang. Trước tiên Thầy tri ân vị Ân Sư của mình là Hòa Thượng Thích Như Điển và không quên cám ơn cùng vinh danh các Phật tử của những Chùa ở khắp nơi về góp sức, không thể thiếu các Phật tử của Đạo tràng Heilbronn, cùng các Phật tử từ bên Cộng Hòa Séc và Tiệp kéo về.

Lời tri ân kéo dài gần nửa tiếng giờ, khiến công đức của các đàn na tín chúng cho ngôi chùa Viên Thông càng thêm sâu đậm. Ai ai cũng vui lòng và hướng ánh mắt vững một niềm tin về ngôi Tam Bảo.

Có lẽ người hạnh phúc nhất trong buổi lễ hôm nay là vị Tân Trụ trì, Cô nhận được không biết bao nhiêu là lời chúc mừng cùng quà tặng của các vị Chư Tôn Đức Tăng Ni và Phật tử. Nhưng mặt trái bên trong là những lo lắng cho con đường "Hoằng dương chánh pháp" gian nan ở trước mặt. Nhưng thôi, Cô cứ yên tâm tu cho rốt ráo, thế nào Long thần Hộ pháp cũng cử người tới giúp, một định luật bất biến từ ngàn xưa về tâm linh, cô ạ!

Buổi tối khoảng 20 giờ 30 mới bắt đầu Đại lễ Vu Lan, đèn đóm thắp lên lung linh như một Hội Hoa Đăng. Có nhiều vị Khách Tăng ở xa đã ra về, nhưng bù lại có Vị cũng ở xa mới đến nên vẫn hùng hậu như lúc đầu. Các chị dâng hoa với áo dài đỏ đồng phục thật trang nghiêm và bắt mắt, họ múa hát các bài ca tụng về tình mẫu tử thật não lòng, khiến mọi người ngồi nghe cứ chực trào nước mắt vì nhớ mẹ. Rồi lễ Bông Hồng Cài Áo trắng, đỏ, khiến ai đó khi nhìn hoa hồng trắng phải thốt câu: "Tôi nay hoa trắng, trắng màu xót thương. Đời mất vui khi mẹ chẳng còn", như lời bài hát: "Tâm sự người cài hoa trắng" của tác giả Thích Trường Khánh. Sau phần Dâng đèn cúng Phật là buổi lễ hoàn mãn lúc 22 giờ 30, tuy một số các ca sĩ nghiệp dư còn muốn cúng dường thêm một vài bài hát nữa, nhưng mọi người đã giải tán lực lượng, thu dọn dàn máy để trả lại yên tĩnh cho Chùa.

Trong quá trình 15 năm làm Khách Tăng tại Cộng Hòa Liên Bang Đức, Thầy Nghiêm Quang đã đi qua không biết bao nhiêu ngôi Chùa, mỗi nơi trụ lại một thời gian, ngắn dài tùy theo nhân duyên. Bước đầu tiên là được Ân Sư Thích Như Điển tặng cho một học bổng sang Ấn Độ làm luận án Tiến sĩ, sau khi tốt nghiệp Thầy được mời sang Đức để hoằng dương chánh Pháp với tên gọi là Thích Giác Trí, cái tên Ân Sư đặt cho.

Các Chùa Thầy đã trụ lại trải dài từ Bắc xuống Nam, như Linh Thứu (Berlin), Viên Giác (Hannover), Phật Huệ (Frankfurt), Phổ Bảo (Muenchen); từ Đông sang Tây như Từ Ân (Đông-Bá Linh), Niệm Phật Đường Magdeburg, Heilbronn và Selb.

Thỉnh thoảng Thầy cũng xuất hiện ở những Khóa Tu học Phật Pháp Âu Châu để giảng dạy cho Lớp 2, chẳng hạn như Khóa 26 tổ chức tại Thụy Sĩ năm 2014.

Cuối cùng Thầy Giác Trí cũng dừng tại thành phố Selb để tạo dựng một ngôi Tam Bảo tên Viên Thông. Đây là một thành phố được mệnh danh là "Thủ phủ Sứ" (Gốm Sứ) của Đức, với các công trình như Đài phun nước Sứ hay con hẻm được lát bằng Sứ, Tòa Thị chính có một dàn chuông làm bằng Sứ rất độc đáo. Vị trí địa lý nằm trong vùng dãy núi Fichtel xinh đẹp, một khu vực có nhiều rừng và cảnh quan thiên nhiên. Selb nằm gần với biên giới Cộng hòa Séc, thuộc vùng Oberfranken của bang Bayern. Thị trấn nhỏ, duyên dáng, nổi tiếng với bầu không khí ấm cúng và thân thiện. Thường xuyên có các lễ hội, đặc biệt là các sự kiện liên quan đến Sứ như "Tuần lễ Vàng Trắng" hay Lễ hội những người thợ làm Sứ.

Cách tỉnh Selb khoảng 50 cây số qua biên giới Tiệp là thành phố Karlovy Vary, đây là nơi UNESCO đã bình chọn là Di sản Văn hóa vào năm 2021. Một thành phố nổi tiếng nằm ở phía Tây Cộng hòa Séc, được mệnh danh là thành phố suối khoáng và thành phố điện ảnh đầy thơ mộng, một Hollywood của Âu Châu.

Một ngôi Chùa tuy nhỏ, tuy còn nhiều khó khăn nhưng chắc chắn Viên Thông sẽ vươn cao trong nhiều năm tới, cho xứng đáng với danh hiệu của Bồ Tát Quán Thế Âm.

Nam Mô Đại Cường Tinh Tấn Dõng Mãnh Phật.

Liên lạc: SC Thích Nữ Minh Nghiêm.
Wunsiedler Str.3 – 95100 Selb.
Tel. +49 176 4174 3025

KÊU GỌI ĐÓNG GÓP MỘT MÉT VUÔNG XÂY DỰNG HỌC VIỆN PHẬT GIÁO VIÊN GIÁC

Học Viện Phật Giáo Viên Giác sẽ là một cơ sở giảng dạy về Phật học, các Ngôn ngữ Pali, Sanskrit, Tây Tạng & Việt tại Hannover, Đức (có giảng kèm tiếng Anh và tiếng Đức). Công trình xây dựng gồm 5 tầng, mỗi tầng 1000 mét vuông.

Dự kiến vào ngày 30.5.2026 lúc 11 giờ sẽ tổ chức Lễ đổ bê-tông Cột trụ đầu tiên của Học Viện.

Chúng tôi kêu gọi cúng dường một hay nhiều lần cho một mét vuông xây dựng, trị giá 1.500,- Euro. Cúng dường xin chuyển vào tài khoản sau đây:

Người nhận: Pagode Viên Giác
Nhà Bank: Sparkasse Hannover
IBAN: DE 90 2505 0180 0910 5706 55
BIC (SWIFT-Code): SPKHDE2HXXX

[PHẬT SỰ ÚC CHÂU]

Thích Nguyên Tạng

TÁN THÁN CÔNG HẠNH HOẰNG PHÁP CỦA

HÒA THƯỢNG THÍCH NHƯ ĐIỂN

(BBT VG lược bỏ phần nghi thức)

Với tâm nguyện hoằng truyền Chánh Pháp và lòng bi mẫn sâu xa đối với hàng hậu học cùng chúng sanh hữu duyên, Hòa Thượng Thích Như Điển đã suốt một đời dấn thân không mệt mỏi cho sự nghiệp Đạo pháp và Dân tộc. Dù niên cao lạp trưởng, gần tám mươi tuổi, Hòa Thượng vẫn không quản ngại đường sá xa xôi, hoan hỷ ngồi máy bay hơn ba mươi tiếng đồng hồ từ Âu Châu đến Melbourne, trực tiếp quang lâm chứng minh và giảng dạy tại Khóa Tu Học Phật Pháp Úc Châu kỳ 23, mang theo trọn vẹn từ bi, trí tuệ và đạo phong khả kính của bậc long tượng thiền môn.

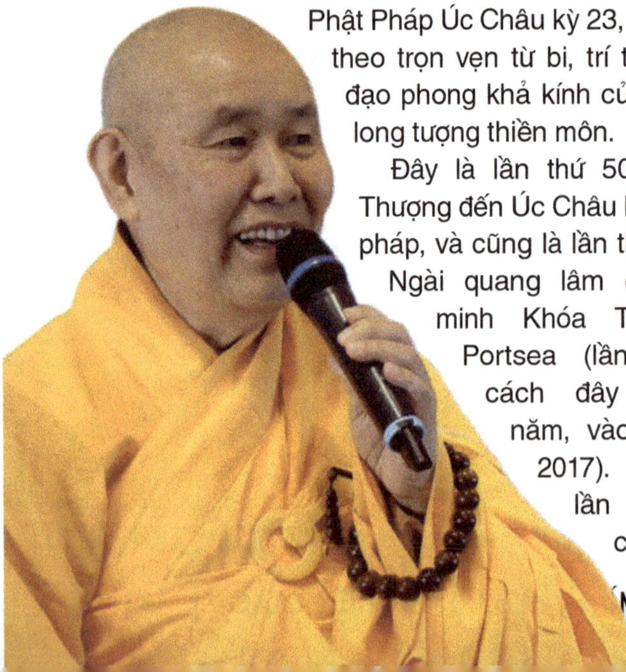

Đây là lần thứ 50 Hòa Thượng đến Úc Châu hoằng pháp, và cũng là lần thứ hai Ngài quang lâm chứng minh Khóa Tu tại Portsea (lần đầu cách đây chín năm, vào năm 2017). Mỗi lần đặt chân đến Úc Châu, Hòa Thượng đều để lại trong lòng Tăng Ni và Phật tử một dấu ấn sâu đậm của một bậc Thầy lớn, sống trọn đời cho Phật pháp, lấy giáo dục và hoằng pháp làm sự nghiệp lâu dài.

Tại Khóa Tu Học Phật Pháp Úc Châu kỳ 23, trong lễ khai mạc trang nghiêm và thắm đượm đạo tình, Hòa Thượng Thích Như Điển đã ban lời huấn từ đầy cảm xúc và chiều sâu lịch sử, đưa đại chúng trở về những bước chân đầu tiên của Phật giáo Việt Nam tại Úc Châu. Hòa Thượng ôn lại kỷ niệm lần đầu tiên đặt chân đến Úc vào năm 1978, khi Phật giáo Việt Nam nơi xứ người còn ở buổi sơ khai, đơn sơ và vô cùng khiêm tốn. Thuở ấy, trong cộng đồng Tăng sĩ Việt Nam tại Úc, chỉ có duy nhất một vị Sa-di, là chú Đồng Trung, người mà hôm nay đã trở thành Hòa Thượng, trụ trì Chùa Dược Sư tại Seattle, Hoa Kỳ.

Từ hình ảnh ban sơ ấy, Hòa Thượng Thích Như Điển đã dẫn dắt đại chúng nhìn lại gần nửa thế kỷ hình thành và phát triển của Phật giáo Việt Nam tại Úc Châu. Từ những ngày đầu thiếu thốn cơ sở, nhân sự và phương tiện hoằng pháp, từng bước gây dựng giữa bao khó khăn nơi xứ người, cho đến hôm nay, một nền Phật giáo Việt Nam vững chãi, quy củ và đầy sinh lực đã được kiến lập. Khắp các tiểu bang, nhiều tự viện trang nghiêm đã ra đời, Tăng Ni kế thừa ngày càng đông đảo, sinh hoạt tu học phong phú, nề nếp, trở thành chốn nương tựa tâm linh vững bền cho cộng đồng người Việt xa quê.

Sau lễ khai mạc, khi Hòa Thượng quang lâm trai đường thọ trai, đã diễn ra một khoảnh khắc đầy xúc động và thấm đượm đạo tình. Một cư sĩ lớn tuổi pháp danh Diệu Từ, thuộc chùa Pháp Quang, Brisbane, Queensland (do HT Thích Nhật Tân trụ trì), đã thành kính đến đảnh lễ, cúng dường Hòa Thượng và báo tin vui đầy ý nghĩa. Cư sĩ Diệu Từ bùi ngùi thưa rằng: vào năm 1978, trong chuyến hoằng pháp đầu tiên của Hòa Thượng tại Úc Châu, cụ đã có duyên được trực tiếp đến nghe thời pháp của Ngài tại Queensland, cách đây đúng 47 năm. Lời thưa mộc mạc ấy như một nhịp cầu thời gian, nối liền buổi sơ khai gian khó với hiện tại rạng rỡ hôm nay, làm sáng lên giá trị của một đời bền bỉ gieo trồng hạt giống Chánh Pháp. Đó không chỉ là niềm vui của riêng người Phật tử hữu duyên năm xưa, mà còn là chứng tích sống động cho công hạnh hoằng pháp lâu dài, liên tục và sâu rộng của Hòa Thượng, công hạnh đã âm thầm nuôi dưỡng niềm tin, thắp sáng đạo tâm cho biết bao thế hệ Phật tử Việt Nam tại Úc Châu suốt gần nửa thế kỷ qua.

Lời huấn từ của Hòa Thượng không chỉ là một bản hồi ức lịch sử, mà còn là lời nhắc nhở sâu sắc về nhân duyên, về công hạnh của bao thế hệ tiền bối, đã âm thầm hy sinh, kiên trì giữ gìn ngọn đèn Chánh Pháp nơi xứ lạ quê người. Đồng thời, đó cũng là nguồn khích lệ lớn lao cho hàng hậu học hôm nay, để mỗi người biết trân quý thành quả hiện tại, tiếp tục nối chí tiền nhân, chung tay hộ trì và phát triển Phật giáo Việt Nam tại Úc Châu trong tinh thần đoàn kết, hòa hợp và phụng sự.

Tại Khóa Tu Học Phật Pháp Úc Châu kỳ 23 ở Portsea, bên cạnh những thời pháp và sinh hoạt tu học trang nghiêm, Phiên Vấn Đáp Phật Pháp III, diễn ra vào thứ Ba, ngày 30/12/2025, đã để lại một dấu ấn đặc biệt sâu đậm trong lòng toàn thể đại chúng. Phiên vấn đáp được chủ tọa bởi Hòa Thượng Thích Như Điển, cùng sự chứng minh và tham gia giải đáp của chư Tôn Đức: Hòa Thượng Thích Tâm Minh, Thượng Tọa Trưởng ban tổ chức khóa tu Thích Nguyên Tạng, Thượng Tọa Đạo Nguyên, Thượng Tọa Thường Tín, Thượng Tọa Viên Tịnh, Đại Đức Huyền Thọ, Ni Sư Thảo Liên và Sư Cô Huệ Minh. Đây là một hội chúng thanh tịnh, hòa hợp, kết tinh trí tuệ Tăng đoàn, làm chỗ nương tựa cho đại chúng trong sự học và hành.

> Với phong thái từ tốn, khiêm cung mà thâm trầm, Hòa Thượng Thích Như Điển đã điều phối và trực tiếp giải đáp phần lớn các câu hỏi bằng ngôn ngữ giản dị, rõ ràng nhưng hàm chứa chiều sâu Phật học và kinh nghiệm tu tập sống động. Mỗi lời đáp không chỉ nhằm giải thích đúng-sai, mà còn dẫn dắt người hỏi quay về cội nguồn của chánh kiến, giúp người nghe tự soi lại chính mình trong đời sống tu học hằng ngày.

Điều đặc biệt của phiên vấn đáp lần này là sự phong phú và chiều rộng của nội dung. Sáu mươi mốt câu hỏi được nêu lên không phải là những vấn đề xa rời thực tế, mà trải rộng từ:

-Căn bản giáo lý: Phật, Pháp, Tăng, Giới, Định, Tuệ, Tứ Thánh Đế, Tứ Niệm Xứ, Bát Chánh Đạo, bốn bậc Thánh;

-Phật học chuyên sâu: Chân đế -Tục đế, Chân Không – Tánh Không, Vô Sanh Pháp Nhẫn, Thức và tâm thức, Thanh Văn Tạng, các bộ kinh lớn như Kim Cang, Pháp Hoa, Lăng Nghiêm, Địa Tạng;

-Đời sống tu tập thực tiễn: chuyển nghiệp, giữ gìn Từ Bi khi bị tổn thương, hành thiền, buông xả

Tham-Sân-Si, quán thân, quán tâm;

-Nghi lễ và sinh hoạt Phật giáo: hộ niệm, tang lễ, chẩn tế, cúng Ngọ, Bát Quan Trai, oai nghi, công đức khi công quả;

-Những trăn trở rất đời: hiếu đạo với cha mẹ hiện tiền và quá vãng, bất hòa trong gia đình, mất mát người thân, niềm tin trước bệnh tật, khổ đau và vô thường;

-Các vấn đề giao thoa thời đại: khoa học và Phật giáo, du lịch, hành hương, tu học, mạng xã hội và công đức, biểu tượng Phật giáo trong xã hội hôm nay.

Trước mỗi câu hỏi, Hòa Thượng không vội trả lời theo tri thức sẵn có, mà luôn dẫn đại chúng trở về gốc rễ của vấn đề, nhấn mạnh rằng: tu học không phải để tích lũy kiến thức, mà để chuyển hóa thân tâm, để sống an lạc hơn cho mình và lợi lạc hơn cho người. Chính vì vậy, những câu trả lời tuy đa dạng, nhưng đều quy tụ về chánh kiến, chánh niệm và chánh hành.

> Nhiều Phật tử đã xúc động nhận ra

rằng, những lời giải đáp trong phiên vấn đáp không chỉ dành cho người đặt câu hỏi, mà như đang nói thay nỗi niềm, nghi vấn và khát vọng tu học của rất nhiều người trong hội trường, kể cả những người đang âm thầm làm công quả, không có mặt trực tiếp nhưng vẫn đồng hưởng trọn vẹn pháp lạc.

Phiên Vấn Đáp Phật Pháp III vì thế không chỉ là một buổi giải thích giáo lý, mà là một pháp hội sống động, nơi trí tuệ được soi sáng bằng từ bi, nơi kinh điển được nối liền với đời sống, và nơi đại chúng được củng cố niềm tin nơi Tam Bảo, thêm vững vàng trên con đường tu tập giữa một xã hội nhiều biến động.

Những lời chỉ dạy trong phiên vấn đáp ấy chính là kết tinh của cả một đời hành trì, học hỏi và phụng sự không mệt mỏi của Hòa Thượng Thích Như Điển và chư Tôn Đức. Đó là gia tài tâm linh vô giá được trao truyền bằng tất cả sự chân thành, khiêm cung và trách nhiệm của bậc Thầy đối với hàng hậu học.

Phiên Vấn Đáp Phật Pháp III khép lại, nhưng dư âm của trí tuệ và pháp lạc vẫn còn lan tỏa, trở thành hành trang quý báu cho mỗi hành giả trên bước đường tu học, để biết quay về soi sáng chính mình, sống đúng với tinh thần Giới – Định – Tuệ, và từng bước chuyển hóa khổ đau trong đời sống hiện tại.

Đặc biệt vào tối ngày 30/12/2025, trong Lễ Hoa Đăng cúng dường vía Đức Phật A Di Đà, đồng thời kỷ niệm 50 năm hình thành và phát triển của cộng đồng người Việt tỵ nạn tại Úc Châu, Hòa Thượng Thích Như Điển đã được cung thỉnh ban lời đạo từ trang nghiêm và đầy chiều sâu lịch sử.

Trong không khí linh thiêng của ánh sáng hoa đăng và niềm hoan hỷ của đại chúng, Hòa Thượng đã khéo léo gợi mở một vấn đề lớn của lịch sử Phật giáo Việt Nam, đó là vị trí và căn nguyên của Tịnh Độ Tông tại quê hương Đại Việt, đồng thời trân trọng nhắc đến Ngài Đàm Hoằng như một bậc tiền bối đặc biệt có liên hệ mật thiết với sự hình thành Tịnh Độ Tông Việt Nam.

Hòa Thượng nhấn mạnh rằng trong lịch sử Phật giáo Việt Nam, Thiền Tông có hệ thống truyền thừa tương đối rõ ràng, bắt đầu từ Tỳ Ni Đa Lưu Chi vào năm 580. Trong khi đó, Tịnh Độ Tông, tuy là pháp môn được đại đa số Phật tử Việt Nam hành trì suốt nhiều thế kỷ, lại chưa từng được xác lập một vị Sơ Tổ chính thức. Đây là một khoảng trống đáng kể trong lịch sử Phật giáo nước nhà, cần được nhìn lại một cách nghiêm túc, khách quan và dựa trên sử liệu.

Dựa vào các công trình nghiên cứu quan trọng của Hòa Thượng Thích Mật Thể, Thiền sư Thích Nhất Hạnh (Nguyễn Lang) và đặc biệt là Giáo sư Tiến sĩ Lê Mạnh Thát, Hòa Thượng khẳng định rằng Phật giáo đã được truyền trực tiếp từ Ấn Độ vào Giao Châu rất sớm, ít nhất từ thế kỷ thứ I, thậm chí trước khi được truyền vào Trung Hoa. Tuy nhiên, Tịnh Độ Tông xuất hiện tại Việt Nam từ khi nào và do ai khai mở vẫn là vấn đề chưa được xác định rõ ràng, cho đến khi trường hợp của Ngài Đàm Hoằng được khảo sát một cách cẩn trọng.

Theo các tư liệu cổ như Lương Cao Tăng Truyện và Phật Quang Đại Từ Điển, Ngài Đàm Hoằng là một vị Tăng người Trung Hoa, sinh vào cuối thế kỷ IV và viên tịch năm 455. Trong khoảng thời gian từ 420 đến 455, Ngài đã đến Giao Châu, trụ trì tại chùa Tiên Sơn, núi Tiên Du (Bắc Ninh ngày nay), suốt 35 năm hoằng pháp và tu hành.

Điều mang ý nghĩa quyết định là: Ngài chuyên trì tụng Kinh Vô Lượng Thọ và Kinh Quán Vô Lượng Thọ, thực hành Thập Lục Quán, phát nguyện vãng sanh Tây Phương Cực Lạc. Khi Ngài tự thiêu cúng dường vào năm 455, dân chúng trong vùng đều thấy toàn thân Ngài rực sáng, cưỡi nai vàng hướng về phương Tây – một biểu tượng Tịnh Độ rõ nét, hoàn toàn tương ưng với tư tưởng và thực chứng được trình bày trong Kinh Quán Vô Lượng Thọ.

Xét trên dòng truyền thừa tư tưởng, điều này đặc biệt quan trọng. Trước Ngài Đàm Hoằng, Long Thọ (thế kỷ II) được xem là Sơ Tổ Tịnh Độ tại Ấn Độ, và Thế Thân (thế kỷ IV–V) là Đệ Nhị Tổ, dựa trên ba kinh Tịnh Độ và các luận vãng sanh. Thời gian hoằng hóa của Ngài Đàm Hoằng hoàn toàn trùng khớp với giai đoạn tư tưởng Tịnh Độ đang được truyền từ Ấn Độ sang Trung Hoa và Đông Á, cho thấy sự tiếp nối hợp lý về lịch sử và giáo lý.

So sánh với Nhật Bản, Phật giáo nước này tôn Ngài Đàm Loan làm Đệ Tam Tổ Tịnh Độ, dù Ngài không phải đệ tử trực tiếp của Ngài Thế Thân, mà chỉ kế thừa tư tưởng qua kinh luận. Do đó, việc tôn xưng Ngài Đàm Hoằng làm Sơ Tổ Tịnh Độ Tông Việt Nam, đồng thời là Đệ Tam Tổ Tịnh Độ sau Ngài Long Thọ và Ngài Thế Thân, là hoàn toàn có cơ sở, không phải sự gán ghép khiên cưỡng, mà dựa trên chứng cứ lịch sử, kinh điển và thực hành cụ thể.

Nếu Việt Nam đã chấp nhận Ngài Tỳ Ni Đa Lưu Chi, một vị Tăng ngoại quốc, là Sơ Tổ Thiền Tông Việt Nam, thì không có lý do gì để không thể chấp nhận Ngài Đàm Hoằng, người đã ở Giao Châu suốt 35 năm, hoằng pháp và để lại dấu ấn Tịnh

Độ rõ ràng, làm Sơ Tổ Tịnh Độ Tông Việt Nam. Việc xác lập này không nhằm tạo thêm danh xưng, mà để: trả lại vị trí lịch sử xứng đáng cho một bậc tiền bối, giúp người tu Tịnh Độ Việt Nam nhận diện căn nguyên pháp môn của mình, và mở ra hướng nghiên cứu tiếp nối nhằm hoàn chỉnh dòng truyền thừa Tịnh Độ Tông Việt Nam trong tương lai.

Bản thân con (người ghi lời niệm ơn này) thiết nghĩ rằng đây là một đề nghị học thuật có căn cứ, cần được tiếp tục bổ sung và thảo luận, nhưng đủ vững chắc để xem như một bước khởi đầu quan trọng trong công cuộc phục hồi lịch sử Tịnh Độ Tông tại quê hương Đại Việt.

Sự hiện diện của Hòa Thượng Thích Như Điển tại Khóa Tu Học Phật Pháp Úc Châu kỳ 23 ở Portsea là một niềm vinh hạnh lớn lao, đồng thời cũng là nguồn hoan hỷ sâu xa hàng đệ tử tham dự khóa tu. Đối với chúng con, Hòa Thượng không chỉ là bậc Tôn túc khả kính, mà còn là một vị Ân Sư lớn, suốt đời lặng lẽ gieo trồng trí tuệ, kiên nhẫn bồi dưỡng Tăng tài, lấy hoằng pháp lợi sinh làm lẽ sống, lấy từ bi và trí tuệ làm hành trang trên từng bước đường hành đạo.

Sau khi Khóa Tu Portsea viên mãn, Hòa Thượng vẫn tiếp tục dấn thân không ngơi nghỉ. Ngài hoan hỷ lưu lại Tu Viện Quảng Đức trong hai ngày, tiếp tục gieo duyên pháp lạc, sách tấn đạo tâm và ban những lời chỉ dạy đầy từ hòa cho đạo tràng. Kế đó, Hòa Thượng di chuyển bằng xe buýt đến Mildura, quang lâm chứng minh Phật sự tại chùa của Sư Cô Thanh Chân, đem đạo tình và ánh sáng Chánh Pháp đến với vùng xa xôi hẻo lánh.

Tiếp nối hành trình hoằng pháp, Hòa Thượng quang lâm Tổ Đình Pháp Hoa, Adelaide, Nam Úc, thành kính dâng hương tưởng niệm Cố Trưởng Lão Hòa Thượng Thích Như Huệ, bậc Ân Sư khả kính thuở xưa tại Trường Bồ Đề Hội An. Tại đây, vào tối ngày 07/01/2026, Hòa Thượng đã có một thời pháp thoại thâm sâu và đầy đạo vị, tiếp tục trao truyền pháp mầu, hun đúc niềm tin và chí nguyện tu học cho Tăng Ni và Phật tử địa phương.

Ngày 08/01/2026, Hòa Thượng bay về Sydney, thăm bào huynh là Trưởng Lão Hòa Thượng Thích Bảo Lạc và đạo tràng Tự Viện Pháp Bảo, tiếp tục vun bồi đạo tình huynh đệ và sách tấn hàng hậu học. Đến ngày 22/01/2026, Hòa Thượng lại lên đường sang Thái Lan, Ấn Độ để đảm trách Phật sự, trước khi hồi hoàn về Đức Quốc, viên mãn một hành trình hoằng pháp dài ngày, liên tục và không gián đoạn.

Hành trình ấy là dấu ấn sống động của một đời dấn thân, lấy bước chân hoằng pháp làm phương tiện độ sinh, lấy Chánh Pháp làm mạch sống, lấy lợi lạc của chúng sanh làm hạnh nguyện tối hậu. Ở nơi đâu có Phật sự cần đến, ở nơi đâu có hàng hậu học khát ngưỡng Chánh Pháp, nơi ấy đều in đậm bóng dáng khiêm cung, đạo phong mẫu mực và tâm nguyện không mỏi mệt của Hòa Thượng.

Chúng con xin cúi đầu đảnh lễ, thành kính cảm niệm và tán thán công đức vô lượng của Hòa Thượng Phương Trượng; nguyện đem tất cả công đức lành này hồi hướng cầu chúc Hòa Thượng pháp thể khinh an, đạo thọ miên trường, tuệ đăng thường chiếu, mãi là ngọn đuốc Chánh Pháp soi sáng con đường tu học cho hàng hậu học và chúng sanh hữu duyên khắp muôn phương.

Nam Mô Bổn Sư Thích Ca Mâu Ni Phật. ■

TM. Ban Tổ Chức Khóa Tu kỳ 23 tại Portsea
Trưởng Ban Tổ Chức - Tỳ Kheo Thích Nguyên Tạng

TT. Thích Nguyên Tạng đứng trước bảng ghi lối vào địa điểm tổ chức.

TIN SINH HOẠT CỘNG ĐỒNG

Đại Nguyên thực hiện

* TƯỞNG NIỆM HẢI CHIẾN HOÀNG SA NĂM 1974

Người Việt không bao giờ quên ngày 19/1 hàng năm, Ngày 19/1/1974 Hải quân VNCH đã chiến đấu anh dũng chống lại Hải quân Trung Cộng để bảo vệ chủ quyền quần đảo Hoàng Sa.

74 chiến sĩ Hải quân VNCH thuộc các chiến hạm: Lý Thường Kiệt (HQ-16), Trần Khánh Dư (HQ-4), Trần Bình Trọng (HQ-5), Nhựt Tảo (HQ-10) và Liên Đoàn Người Nhái đã hy sinh.

Cộng đồng người Việt hải ngoại, các cựu Hải Quân Việt Nam Cộng Hòa (VNCH) tổ chức lễ tưởng niệm Quân nhân các cấp đã chiến đấu giữ gìn truyền thống yêu nước và bảo vệ chủ quyền biển đảo, đã hy sinh bảo vệ Hoàng Sa trong trận hải chiến với Trung Cộng năm 1974.

Lễ tưởng niệm với các nghi lễ trang nghiêm như:

- Lễ Truy Điệu: Lễ nghi trang trọng tại các Đài Tưởng Niệm.
- Đặt Vòng Hoa & Tế Lễ: Dâng hoa, nến và thực hiện nghi thức tế lễ tại tượng đài.
- Cầu Nguyện: Cầu siêu cho các anh hùng tử sĩ. vị quốc vong thân.

Cũng là dịp nhắc nhở cho thế hệ sau về sự kiện lịch sử bi tráng này. Gắn kết Cộng Đồng Người Việt Hải Ngoại. Đây cũng là dịp quan trọng để chúng ta nhắc cho con cháu biết về cố Thủ tướng Phạm Văn Đồng cùng ĐCSVN về tội phản quốc, bán một phần lãnh hải, cho Trung cộng qua Công Hàm năm 1958, cần được lưu truyền cho các thế hệ mai sau biết rõ lịch sử.

* NGƯỜI VIỆT TẠI ĐỨC BIỂU TÌNH PHẢN ĐỐI CSVN ĐÀN ÁP NHÂN QUYỀN

Nhân Ngày Quốc Tế Nhân Quyền 10/12/25 người Việt tại Đức, đại diện nhiều hội đoàn từ Bắc đến Nam, đã xuống đường tại Frankfurt để phản đối tình trạng đàn áp nhân quyền ngày càng nghiêm trọng của CSVN. Đặc biệt là chính sách đàn áp xuyên quốc gia dưới thời ông Tô Lâm. Cuộc biểu tình với chủ đề "Đồng hành cùng thân nhân Tù nhân Lương tâm – Chống đàn áp xuyên quốc gia" đã lên án việc nhà cầm quyền Hà Nội vươn bàn tay công an ra ngoài lãnh thổ, theo dõi, đe dọa và truy bức những người hoạt động nhân quyền đang sinh sống hợp pháp tại châu Âu, trong đó có Đức. Bà Martina Feldmayer, Phó Chủ tịch Quốc hội tiểu bang Hessen, đã gửi thư ngỏ bày tỏ sự trân trọng đối với Cộng Đồng Người Việt tỵ nạn, những công dân hội nhập thành công và có trách nhiệm tại Đức, đồng thời bày tỏ quan ngại sâu sắc trước các dấu hiệu áp chế xuyên quốc gia của chế độ CSVN ngay trên đất Đức, coi đây là hành vi không thể chấp nhận trong một trật tự quốc tế dựa trên pháp quyền. Đại diện ACAT Đức hiện diện tại sự kiện đã nêu rõ các trường hợp tiêu biểu của đàn áp trong nước và xuyên quốc gia, gồm Y Quỳnh Bđắp, Đường Văn Thái, Trương Duy Nhất, Cấn Thị Thêu cùng hai người con, và ông Lê Đình Lượng, coi đây là bằng chứng cho một chiến lược trấn áp có hệ thống của nhà nước Việt Nam. Cuộc biểu tình có sự tham dự của ca nhạc sĩ Gabi Uhl, Chủ tịch một tổ chức quốc tế chống án tử hình, kêu gọi Việt Nam tôn trọng các giá trị nhân bản phổ quát, chấm dứt bạo lực nhà nước và án tử hình. Sau đó, đoàn diễn hành qua trung tâm Frankfurt đến quảng trường Willy-Brandt, hô vang các khẩu hiệu "Tự do – Dân chủ – Nhân quyền cho Việt Nam", đồng thời mời người dân viết thiệp gửi tới các tù nhân lương tâm.

* CỘNG ĐỒNG NGƯỜI VIỆT Ở ĐỨC SINH HOẠT TẾT BÍNH NGỌ 2026

*Hội Người Việt Tỵ Nạn Cộng Sản tại Köln sẽ tổ chức Tết Nguyên đán Bính Ngọ tại Köln vào Thứ bảy 14.2.26. Văn Nghệ Tết Bính Ngọ chủ đề "Tình Xuân". Từ 17:30 Với sự cộng tác của nhóm vũ Dáng Xuân nhiều ca sĩ nổi tiếng trong vùng và ban nhạc Blue sky band. Chương trình Tết qua nhiều tiết mục như: Múa lân, xổ số, các vũ khúc dân tộc, biểu diễn Võ thuật Vovinam đến từ Liege, văn nghệ và dạ vũ … Tại hội trường Hardtgenbuscher Kirchweg 100, 51107 Köln.

* HỘI NGƯỜI VIỆT TỴ NẠN CS HAMBURG

Thứ bảy ngày 28/2/2026 tổ chức văn nghệ mừng xuân chủ đề: 50 Năm Hành Trình Tìm Tự Do tại Grundschule Jenfelder str.252 - 22045 Hamburg. Chương trình văn nghệ chia làm nhiều mục. Từ 17 - 20 giờ văn nghệ Tết cổ truyền VN với sự đóng góp các Hội đoàn, Thân hữu Hamburg và vùng phụ cận Ban vũ Điểm Sáng - Gia đình VOVINAM Hùng Vương. Từ 20 giờ hái lộc đầu năm; 21 - 24 giờ live music và dạ vũ.

* GIÁO XỨ CÁC VÙNG do các Linh mục Tuyên Úy Gioan Baotixita Vũ Chí Thiện, tổ chức Hội Xuân Dân Tộc XXVI vào Thứ bảy 21.2.26 ở Schützenhalle, Schützenstr. 17, 59519 Möhnesee.

* LINH MỤC GIUSE HỒ ANH TUẤN, SVD tổ chức Tết Nguyên đán Bính Ngọ vào Thứ bảy 21.2.26 ở Dòng Ngôi Lời Arnold Janssen Str. 30, 53757 St. Augustin.

* HỘI BẢO TỒN VĂN HÓA VIỆT TẠI ĐỨC sẽ tổ chức Tết vào thứ bảy 28.2.26 tại Bürgerhaus Süd Körner Platz 2, 54661 Recklinghausen.

* HỘI NGƯỜI VIỆT TỴ NẠN TẠI FRANKFURT VÀ VÙNG PHỤ CẬN: Theo truyền thống hằng năm, nhằm tạo dịp gặp gỡ, hàn huyên và cùng nhau vui Xuân của NVTN trên đất khách quê người và cũng là dịp để giới thiệu với người dân bản xứ những nét đặc thù về văn hóa và phong tục tập quán của dân tộc Việt. Được sự hỗ trợ của chính quyền thành phố Frankfurt, Hội NVTN Frankfurt và Vùng phụ cận liên kết với Hội Văn Hóa Phụ Nữ Việt Nam Tự Do tổ chức một chương trình Đại Nhạc Hội Mừng Xuân Bính Ngọ 2026. Từ 16:00 giờ đến 24:00 giờ thứ bảy, 07 tháng 02 năm 2026 tại Saalbau Titus Forum (Frankfurt-Nordweststadt) đường Walter-Möller-Platz 2, 60439 Frankfurt am Main. Chương trình mừng Xuân Bính Ngọ được tổ chức tại hội trường khang trang và vào cửa miễn phí! Hội chợ bắt đầu từ 16:00 giờ với các gian hàng thực phẩm với món ăn thuần túy quê hương trong ngày Tết.

* Hội VAF Chi nhánh Đức Quốc thông báo về việc Trùng Tu Nghĩa Trang Quân Đội Biên Hòa.

Năm 2025 Chi nhánh Hội VAF ở Đức trong tháng 6 đã cho xây hoàn tất vòng đê chặn nước ở khu C3. Vào cuối tháng 12 Hội cũng đã ký hợp đồng và hoàn tất 475 ngôi mộ được quét vôi sạch sẽ ở khu A4 và A5. Xin chân thành cám ơn Quí vị. Mọi đóng góp xin chuyển về Trương Mục (Konto): Sparda-Bank Hamburg eG, Tên: Thi Bich Lien Dam ; IBAN:DE 47 2069 0500 0001 6300 75 ; Verwendungszweck : Nghia Trang QD Bien Hoa. Hoặc gửi tiền mặt qua chúng tôi : Nguyen Tich Phung. Syringenweg 34. 22523 Hamburg. Ghi chú : Ủng hộ Nghĩa Trang QĐ Biên Hòa. Số tiền này chúng tôi sẽ trực tiếp chuyển về cho Đại diện VAF tại Việt Nam thực hiện và sẽ lập Danh sách của Quý vị gởi về Hội VAF tại Hoa Kỳ trên trang mạng www.tinhdongdoi.org và báo Viên Giác. Xin kính chúc Quý vị và Gia Quyến một năm mới Bính Ngọ nhiều Sức khỏe , Hạnh phúc và An lành. Đại diện Hội VAF ở Hamburg Đức Quốc. Nguyễn Tích Phùng, E-mail Phungnguyen34@gmail.com. Tel +49 157 8726 3989. Danh sách những vị ủng hộ tịnh tài từ 1.12.25-10.01.26 xin xem ở cuối mục Phương Danh Cúng Dường (tin: Nguyễn Tích Phùng).

* Đại Hội Hội Đồng Hoằng Pháp GHPGVNTN lần III thành tựu viên mãn

Vào ngày 19.12.2025 trên hệ thống Zoom Meeting, Đại hội HĐHP III đã diễn ra đồng thời tại nhiều múi giờ trên thế giới: 3g sáng tại London, 4 giờ sáng tại Berlin, 9 giờ sáng tại New Delhi, 10 giờ sáng tại Sài Gòn, 11 giờ sáng tại Tokyo, 2 giờ chiều tại Melbourne, Úc Châu, 7 giờ tối tại California, Hoa Kỳ và 9 giờ tối tại Toronto, Canada, với hơn 60 Chư Tôn Đức Tăng Ni, cư sĩ trí thức và Phật tử khắp năm châu về tham dự trong tinh thần hòa hợp, kế thừa và phụng sự. Mở đầu, Thượng Tọa Thích Nguyên Tạng đảm nhiệm vai trò MC, tuyên bố lý do cuộc đại hội. Tiếp theo, trong Lời Khai Mạc, Hòa Thượng Thích Như Điển, Chánh Thư Ký Hội Đồng Hoằng Pháp, kiêm Chủ tịch Hội Đồng Phiên Dịch Tam Tạng Trung Ương, đã thành kính niệm ơn chư Tôn Trưởng Lão Hòa Thượng, chư Tôn Đức Tăng Ni và quý Phật tử xa gần đã hoan hỷ quang lâm tham dự Đại Hội. Hòa Thượng ôn lại dấu mốc hình thành của Hội Đồng Hoằng Pháp, được chính thức thành lập vào năm 2020, dưới sự chứng minh của Trưởng Lão Hòa Thượng Thích Tuệ Sỹ và Thiền Sư Lê Mạnh Thát, trong kỳ Đại Hội trực tuyến trên nền tảng Zoom với sự tham dự của hơn 500 hành giả từ nhiều quốc gia. Đại Hội cũng được nghe đạo từ của Viện Tăng Thống và báo cáo của các Ban Bộ của HĐHP. Đặc biệt Đại Hội lần này có diễn giả Trần Trung Đạo thuyết trình đề tài: “Vị trí của Cố Hòa Thượng Thích Tuệ Sỹ trong dòng sống của Đạo Pháp và Dân Tộc”. Diễn giả Trần Trung Đạo đã làm nổi bật vị trí đặc biệt của Cố Hòa Thượng Thích Tuệ Sỹ trong lịch sử Phật giáo Việt Nam gắn liền với vận mệnh dân tộc. Đại Hội chấm dứt sau ba giờ thảo luận, tổng kết Phật sự và đề ra phương hướng, chương trình làm việc cho năm 2026.

Xin xem chi tiết và hình ảnh ở các trang nhà hoangphap.org; quangduc.com; viengiac.info. ■

(Phóng viên VG ghi tóm lược bản tin tổng hợp của TT Thích Nguyên Tạng)

hộp thư Viên Giác

Trong thời gian qua VIÊN GIÁC đã nhận được những thư từ, tin tức, tài liệu, bài vở, kinh sách, báo chí của các Tổ Chức, Hội Đoàn, Tôn Giáo và các Văn Thi Hữu khắp các nơi gửi đến.

**** THƯ TÍN***

- Đức: HT Thích Như Điển, Ngô Văn Phát, Đại Nguyên, Thi Thi Hồng Ngọc, Tịnh Ý, Nguyên Hạnh HTD, Nguyên Ngọc, Thiện Tâm (GĐPT), Lương Nguyên Hiền, Diệu Danh.

- Pháp: Hoang Phong, Chúc Thanh.

- Bỉ: Nguyên Trí Hồ Thanh Trước.

- Thụy Sĩ: Thích Như Tú, Trần Thị Nhật Hưng, Song Thư TTH.

- Áo: Nguyễn Sĩ Long.

- Hoa Kỳ: Thích Chúc Hiền, Lâm Minh Anh, Nguyễn Minh Tiến, Trần Kiêm Đoàn, Tiểu Lục Thần Phong, Thu Hoài, Khánh Hoàng.

- Việt Nam: Thích Hạnh Giải, Bs. Đỗ Hồng Ngọc, Tịnh Bình, Lê Hứa Huyền Trân, Tôn Nữ Mỹ Hạnh, Đinh Hạ, Phạm Văn Quang, Nguyễn An Bình.

**** THƯ & SÁCH BÁO***

-Đức: Buddhismus aktuell 1/2026.

-Taiwan: Hai Ch'ao Yin Bi – Monthly Volume 106/12-2025.

CẢM TẠ

Nam Mô A Di Đà Phật,

Ngày 04.12.2025 là ngày an táng thân phụ, ông nội, ông ngoại, ông cố của chúng con là:

Ưu Bà Tắc Phạm Văn Mộc,
Pháp danh: Thiện Lâm,

Sinh: 08.09.1933 | Tạ thế: 23.11.2025 (nhằm 04.10 Ất Tỵ) | Thượng thọ: 93 tuổi

Chúng con xin thành tâm kính lễ tri niệm thâm ân

* Chư Tôn Thạc Đức: Trưởng Lão Hòa Thượng thượng Như hạ Điển, Phương trượng Tổ Đình Viên Giác Đức Quốc | HT thượng Quảng hạ Hiền, Trụ trì chùa Trí Thủ tại Bern Thụy Sĩ | TT Thích Quảng Đạo, Trụ trì Đại Tự Khánh Anh Paris, Pháp Quốc | TT Thích Viên Duy, Trụ trì Chùa Pháp Tạng Wienna, Áo Quốc | TT Thích Hạnh Hòa, Trụ trì Chùa Viên Âm (Đức) | TT Thích Viên Ngộ, Trụ trì Khuông Việt Liên Hoa Đạo Tràng Oslo, Nauy | TT Thích Chúc Thành, Trụ trì Chùa Quang Minh, Đan-Mạch | TT Thích Hạnh Định, Trụ trì Tổ Đình Viên Giác; và Thượng Tọa Thích Hạnh Lý | ĐĐ Thích Hạnh Tâm, Trụ trì Chùa Giác Ý (Đức) | Quý ĐĐ Thích Hạnh Bổn, ĐĐ Thích Trung Thành, ĐĐ Thích Thông Triêm | ĐĐ Thích Tâm Thường, Trụ trì Chùa Phước Tường (Đức), ĐĐ Thích Quán Triệt cùng Chúng tại Phổ Môn Đạo Tràng | NS Thích Nữ Minh Hiếu, Trụ trì Chùa Bảo Thành (Đức) cùng Ni chúng, SC Thích Nữ Trung Dung, TX Thích Nữ Tuệ Duyên, đã quang lâm chứng minh, gia bị, hộ niệm cho thân phụ chúng con được trượng thừa Tam Bảo lực siêu sanh cõi Lạc.

Đồng xin kính ngưỡng tạ ân chư Tôn Đức Tăng Ni đã góp lời Cầu nguyện, Phân ưu qua điện thư, tin nhắn.

* Chúng tôi thành tâm niệm ân chư Cư Sĩ, thân hữu, bà con cô bác xa gần đã đến thắp hương tưởng niệm và đưa tiễn cha, ông của chúng tôi; cũng như các vị Cư Sĩ tại Frankfurt & VPC và các Phật tử tại Chùa Viên Âm, Nürnberg đã phát tâm tận tình tiếp tay giúp đỡ chu toàn ẩm thực cúng dường Trai Tăng được viên mãn.

Trong lúc tang gia bối rối, không sao tránh khỏi thiếu sót, ngưỡng mong Quý Ngài cùng chư Liệt Vị niệm tình hoan hỷ bỏ qua để cho tang quyến chúng con/chúng tôi được tròn Hiếu Đạo.

TM Chùa Đại Bi và toàn thể gia đình chúng con/chúng tôi thành tâm kính lễ tạ ân Chư Tôn Đức Tăng Ni và xin tri ân Quý Liệt Vị. Nam Mô A Di Đà Phật.
Tkn. Thích Tịnh Nghiệp

CÁO PHÓ & CẢM TẠ

Gia đình chúng tôi vô cùng thương tiếc báo tin cùng thân bằng quyến thuộc:

Mẹ, Bà và Cụ của chúng con, chúng tôi:

Bà Quả Phụ NGUYỄN NHƯ CƯƠNG
Nhũ danh NGUYỄN THỊ BẠCH KHUÊ
Pháp danh DIỆU NGỌC

Sinh năm Đinh Sửu 1937 tại Hải Dương, Việt nam

Đã từ trần ngày 28 tháng 11 năm 2025 (nhằm ngày 09 tháng 10 năm Ất Tỵ)

tại tư gia ở Mönchengladbach, Đức Quốc. Thượng thọ 89 tuổi.

Tang lễ đã được cử hành trang nghiêm và thân mật lúc 10 giờ ngày 22.12.2025

tại Trauerhalle Westfriedhof II, Vaalser Str. 334, 52074 Aachen.

Đại gia đình tang quyến chúng con xin thành tâm đảnh lễ bái tạ Chư Tôn Đức Tăng, Ni và tri ân quý liệt vị:

- Hòa Thượng Viện Chủ chùa Thiện Hòa Mönchengladbach | Sư Bà Trụ trì Quán Thế Âm Ni Tự Aachen | Ni Sư Trụ trì Tịnh Thất Quan Âm Berlin | Quý thầy, Quý Sư Cô Viện Phật Học Ứng Dụng Châu Âu, Waldbröl | Tăng thân Nắng Mai Hồng, Đạo tràng Từ Nghiêm (Đức);
- Quý Phật tử, thân tộc nội ngoại và thân hữu gần xa | Ban Hộ trì Tam Bảo Quán Thế Âm Ni Tự;
- Các Hội đoàn: Liên minh người Việt Tỵ nạn CS tại Đức | Hội Văn Hóa Phụ Nữ Việt Nam tại Đức | Hội NVTNWI Wiesbaden & Vùng phụ cận.

đã tụng kinh cầu siêu hồi hướng, hành thiền, hộ niệm… - Hoặc đã viếng vòng hoa, phúng điếu, chia buồn, cầu nguyện, đến tham dự tang lễ. Nguyện cầu hương hồn hiền mẫu nương nhờ oai thần Tam Bảo được siêu sanh Phật quốc.

Trong lúc tang gia bối rối, tang lễ không sao tránh khỏi những điều thiếu sót, kính xin chư Tôn Đức và quý liệt vị hoan hỷ niệm tình tha thứ để cho tang quyến chúng con được tròn hiếu đạo.

Tang gia đồng kính bái:

Trưởng nam: Nguyễn Như Kim, vợ và các con ♦ Thứ nam: Nguyễn Nam Huân, vợ, các con và các cháu ♦ Trưởng nữ: Nguyễn-Trần Thị Cẩm Tú, chồng, các con và các cháu ♦ Thứ nam: Nguyễn Long Giang, vợ và các con ♦ Thứ nữ: Nguyễn Thị Minh Châu và con ♦ Thứ nam: Nguyễn Kim Lũy, vợ và các con.

PHÂN ƯU

Nam Mô Tiếp Dẫn Đạo Sư A Di Đà Phật
Vô cùng thương tiếc khi được tin
Phu Quân của chị Lệ Cư Huỳnh Thị Hồng Xuân:

Anh TRẦM THUẬN ĐẠT,
Pháp Danh TRÍ PHÁT

Sanh ngày 28.03.1930 tại Trà Vinh Việt Nam
Mất ngày 16.01.2026 tại Nürnberg Đức Quốc
Nhằm ngày 28.11.năm Ất Tỵ âm lịch.

Xin nhất tâm cầu nguyện cho
Hương Linh Phật tử Pháp Danh TRÍ PHÁT được sanh về Cõi Phật A Di Đà

Thành kính Phân Ưu

Gđ. Châu Bảo Chương, Lê Thị Hoa ♦ Gđ. Châu Bảo Phước ♦ Gđ. Đào Minh Sáng ♦ Gđ. Bà quả phụ Nguyễn Văn Long ♦ Gđ. Lan Phùng

phương danh cúng dường

(Tính đến ngày 31.12.2025))

Trong thời gian gần đây, Chùa Viên Giác có nhận được tiền của quý Đạo Hữu gửi bằng cách chuyển qua Ngân Hàng hay bằng Bưu Phiếu, nhưng không ghi rõ mục đích. Thí dụ như Cúng Dường, Tu Bổ Chùa, Ấn Tống Kinh, Pháp Bảo v.v...

Ngoài ra có Đạo Hữu nhờ người khác đứng tên chuyển tiền nhưng không rõ chuyển tiền giùm cho ai để Cúng Dường hoặc thanh toán vấn đề gì. Do đó khi nhận được tiền, Chùa không thể nào ghi vào sổ sách được.

Để tránh những trở ngại nêu trên, kính xin quý Đạo Hữu khi chuyển tiền hoặc gửi tiền về Chùa nhớ ghi rõ Họ & Tên, địa chỉ đầy đủ và mục đích để Chùa tiện ghi vào sổ sách. Ngoài ra khi quý vị xem Phương Danh Cúng Dường xin đọc phần trên cùng là tính đến ngày?... tháng?.... để biết rằng tiền đã chuyển đi ngày nào và tại sao chưa có tên trong danh sách. Chùa có số Konto mới và Tu Viện Viên Đức cũng đã có số Konto riêng (xin xem phía sau).

Kính xin quý vị thông cảm cho. Thành thật cám ơn quý vị.

Danh sách PDCD của quý Đạo Hữu & Phật Tử, chúng tôi xin phép chỉ đánh máy một lần chữ ĐH (Đạo Hữu) ở bên trên.

TAM BẢO

ĐH. Ẩn danh 100€. Boris Kalba & Lương Lệ Bình Sarah 40€. Bùi Đức Hoàng 10€. Chi Dung 70€. Chị Nhuận Thiền 300€. Chí Thanh Leuchtweis 100€. Cord Tatge (Bhante Sukhacitto) 3.400€. Đại Hội Huynh Trưởng GĐPT Đức Quốc 500€. Đặng Ngọc Thành, Hoa Kim Kühn Nguyễn & Nguyễn Tuyết Mai 50€ HHHL Cha Nguyễn Đức Quý và Chị Nguyễn Thị Thuận. Diệu Cần Nguyễn Thị Tiến 20€ HH cầu an cho Pt Chu Thị Nguyệt đang lâm trọng bệnh. Diệu Khai, Diệu Ngọc & Quảng Tâm 50€. Diệu Tuệ Đinh Thế Linh 20€. Đỗ Đình Bình (Thầy Hạnh Định) 3.372,54€. Đỗ Thị Thu Trà 20€. Doãn Thị Cúc, Quan & Trần Thị Huệ 20€. Đồng Bạch Nguyễn Thị Liên 20€. Đồng Khánh Lê Thị Thanh Lịch 20€. Đồng Tâm Nguyễn Thanh Hải 50€. Đồng Vinh & Đồng Lạc 20€. Dương Quốc Bảo 50€. Dương Thanh Sang Pd Tuệ Tâm Trọng 60€. Fam. Eng & Giang 10€. Fam. Nguyễn 50€. Gđ: Nguyễn Ngọc Lắm, Trần Thị Lan và Nguyễn Luân 150€ HHHL Nguyễn Văn Tâm Pd Chúc An. Gđ. Đặng Xuân Hùng & Ngụy Thùy Linh 400€. Gđ. Dương Công Thắng & Nguyễn Thị Xuân Thảo 50€ HHHL Bố Nguyễn Văn Tâm Pd Chúc An. Gđ. HL Đỗ Văn Hoài Pd Đồng Niệm 50€. Gđ. HL Vương Xieu Len 300€. Gđ. Ngô Thị Thủy 50€. Gđ. Ngọc Hiền Đặng Hải Lâm 50€. Gđ. Nguyễn Thị Kim Ngọc 90€. Gđ. Nguyễn Thị Thùy Linh & Nguyễn Thị Lan Anh 30€. Gđ. Nguyễn Trung Thảo Pd Viên Trung 50€. Gđ. Phạm Vân Anh, Phan Ng. Bảo Hoàng & Phạm An 20€. Gđ. Tang quyến Hương Linh Nguyễn Văn Tâm Pd Chúc An 200€. Gđ. Thiện Học 100€. Gđ. Thiện Học, Thiện Chi, Thiện Hậu & Thiện Thảo 200€. Gđ. Trịnh & Phạm 200€ Ký tự HL Lê Thị Kim Phan và Phạm Bá Chí. Gđ. HL Dương Thị Út 500€ HHHL Dương Thị Út Pd Đồng Kim. Gđ. Pt Đặng Hải Lâm Pd Ngọc Hiền 70€. Gđ. Pt Đồng Thanh & Đồng Tịnh 500€. Gđ. Pt Lê Thị Thanh Hiền 200€. Gđ. Pt. Ngọc Cẩn Trần Thị Lan 50€. Giang Vương 50€. Henrik Stadnischenko 10€. HHHL Nguyễn Thị Hà Pd Thiện Hải 500€. Hồ Phi Kevin 5.000€. Hồ Xuân Ngộ 50€. Hoàng Dung Nguyen 15€. Hoàng Tuấn Kiệt 2.000€. Hoàng Văn Thái 50€. Hồng Thu Kaiser & Leon Kaiser 30€. Hùng Đỗ 10€. Kim Blumenthal 30€. Kim L. Blumenthal 20€. Kim Loan Blumenthal 30€. Lê Minh Hà 50€. Lê Nguyễn Hương Trà 80€. Lê Thị Hoa Hậu 100€. Mme Nguyễn Thị Thu Thủy 50€. Nguyễn Ánh Tuyết 10€. Nguyễn Hồng Thu, Mama Leon Kaiser 20€. Nguyễn Ngọc Châu & Đồng Lạc Nguyễn Hùng Anh 50€ HHHL La Thị Buối Pd Đồng Sanh và Nguyễn Văn Tiềng Pd Đồng Sanh. Nguyễn T.T. Nhung 10€. Nguyễn Thị Phương Loan 20€. Nguyễn Thị Thanh 50€. Nguyễn Trung Miêu 300€. Nguyễn Văn Tây 20€. Như Nguyện Đoàn Thị Kim Liên 50€. Phi Tom Eitner 20€. Phương Thảo Vân 30€. Pt. Đồng Kim 20€ HHHL Lâm Hy Cường Pd Đồng Sanh. Pt. Viên Chơn 50€. PT. Thiện Như & Thiện Bảo 50€ HHHL Đỗ Thị Sáu Pd Huệ Hiền & Nguyễn Thị Tý Pd Giác Chơn. Quốc Tô 20€. Son Nguyen 1.124,36€. Stephan Tomaszewski 20€. Thi Nga Peikent 50€. Thu Hiền Wittkowsky 20€. Trần Đức Minh 10€. Trần Thị Hương Lan 30€. Trang Kim Anh 20€. Trịnh Trường Giang, Nguyễn Thị Kiều Liên & Nguyễn Vinh Huấn 20€. Trung & Chi 50€. Trung Minh Đức 30€. Trương Minh Đức 30€. Vũ Quốc Khánh 20€. Vũ Thị Thanh Huyền 50€. Vũ Thị Thu Huyền 20€. Vũ Trọng Anh (Thầy Hạnh Lý) 1.130€. William Thai & Gaging 60€. Chị Thiện Hảo (Aurich) 50€. Gđ. Diệu Tịnh & Hằng Tuấn (Berlin) 400€. Gđ. Vũ Trọng Huy & Nguyễn Thị Bình 10€. Huệ Lương Thu Hiền Wittkowsky (Bielefeld) 30€. Nguyễn Thị Hương (Braunschweig) 20€. Gđ. Nguyễn Quốc Ninh (Celle) 50€. Nguyễn Thị Ngọc Liên (Darmstadt) 30€. Nguyễn Thị Thu Hồng (Donaueschingen) 20€. Bùi Ngọc Phước (Düsseldorf) 50€ HHHL Cha Bùi Việt Hùng và cửu huyền thất tổ. Hứa Hiền Pd Ân Đức 50€. Hứa Mỹ Hiền 60€. Đào Thị Hồng Nguyên (Edewecht) 50€. Chùa Đại Bi (Egelsbach/FFM) 100€. Nguyễn Chí Cương, Lê Thanh Bình, Nguyễn Hoàng Minh & Nguyễn Minh Hoàng (Elsfleth) 25€. Phạm Kỳ Lân 50€. Vũ Ngọc Hiền 70€. Chị Thiện Đức (Frankfurt) 100€. Diệu Hòa Trần Nương Bảo (Frankfurt/M) 20€. Thanh Tran Thi Tran 50€. Bùi Thị Lý & Nguyễn Trác Tú (Gifhorn) 50€. Phan Thị Bé 10€. Chu Thị Giang (Göttingen) 500€. Nguyễn Thiện Lộc (Groß-Gerau) 40€. Lo Hing Tai (Hamburg) 20€. Lữ Thục Trinh 60€ HH công đức cha Lữ Quốc Thọ Pd Quảng Phước, Mẹ Trần Ngọc Pd Quảng Châu và Cháu Lâm Yến Ni Pd Viên Hạnh. Phạm Thế Tùng & Phan Lam Phương 100€. Ngô Thị Thủy (Hameln) 20€. Gđ.Pt Ngọc Cẩn Trần Thị Lan (Hannover) 150€. Kaiser Hồng Thu 50€. Pt. Trần Hoàng Việt 20€. Ngô Thị Ngọc Oanh (Hildesheim) 10€. Nguyễn Kim Chi 20€. La Nguyen (Ibbenbüren) 50€. Vũ-Nguyễn Thị Ngọc Dung (Vũ Văn Nam) (Kamen) 120€. Lý Phách Mai (Kempten) 50€. Hồ Vĩnh Giang (Laatzen) 2.500€. Phan Thi Kim Lan 50€. Hoàng Thị Sen (Ludwigshafen) 40€. Bùi Thị Thủy (Mainz) 50€. Hue Wollenberg (Moers) 20€. Viên Hảo Hồ Thị Thu Hà (Münster) 100€. Bành Tâm Sơn (Niddatal-Assenheim) 10€. Li, Trần Thúy Phượng (Pforzheim) 70€. Ma Tu Phan 20€. Nguyễn Thị Diệp Thanh (Schorndorf) 30€. Gđ. Lan Phương Lâm & Đoàn Việt Cường (Stuttgart) 200€. Đỗ Thu Thủy & Nguyễn Thị Phương Lan (Wab.) 20€. Hoàng Thị Năm Pd Diệu Tâm (Wilhelmshaven) 100€.

Khóa Huân tu Tịnh Độ: Diệu Nghĩa Lý Hồng Đào 40€. Đồng Bạch Liên Pahlke 30€. Đồng Bảo Trần Minh Ngọc 40€. Đồng Bình Bùi Thị Thái 20€. Đồng Chiếu Đặng Hồng Vinh & Đồng Mai Đặng Hoài Phương 50€. Đồng Chiếu Nguyễn Thị Minh 20€. Đồng Hạnh Bùi Thị Thu Dung 20€. Đồng Hiền & Đồng Tánh 30€. Đồng Kim Ngụy Minh Thúy 50€. Đồng Liên (Hoa Dương) 50€. Đồng Liên Nguyễn Thị Kim Hoa 20€. Đồng Mai Đặng Hoài Phương 50€. Đồng Nguyệt Đặng Thị Minh 50€. Đồng Nhi Bạch Yến 20€. Đồng Pháp Diem Taal 40€. Đồng Tâm Nguyễn Thanh Hải 100€. Đồng Tánh Lee Lục Nhan Khanh 20€. Đồng Vinh Đinh Thị Ngọc Diệp 50€. Hứa Hiền (Ân Đức) 70€. Huệ Phương Trần Ngọc Khuê 100€. Khánh Chi 50€. Maja Taal Pd Đồng Nien 20€. Ngọc Cầm Huỳnh Lệ Vân 70€. Ngọc Cảnh Trần Thị Lam 20€. Ngọc Tâm Tạ Thị Hường 70€. Nguyên Trí Nguyễn Văn Tâm 50€. Nguyên Tuệ Lưu Thị Phúc 50€. Phi Oanh, Chơn Bích 100€. Phúc Minh Lý Trường An 100€. Thanh Lan Vũ Thị Thanh Huyền 50€. Thiện Đồng Đức Vũ Thị Thu Hà & Đồng Phượng Hoàng Khánh Nguyên 70€. Thiện Đức Huỳnh Lê Diệu Phước 70€. Viên Hảo Hồ Thị Thu Hà 80€.

* HHHL Đồng Niệm Đỗ Văn Hoài (Hannover) 100€. Diệu Trí Kiều Mộng Hà (USA) 100€. GĐPT Chánh Giác (Bremen) 300€. Đồng Hạnh (Hannover) 50€ HHHL Nguyễn Thị Diệu Linh. HHHL Nguyễn Thị Hà Pd Thiện Hải (Hannover) 110€. Ni Sư TN Tịnh Nghiệp (Chùa Đại Bi) (Frankfurt) 1.000€ HHHL Thân phụ Phạm Văn Mộc Pd Thiện Lâm. Quý Phật Tử Chùa Đại Bi (Frankfurt) 110€. Ẩn danh 2.000€. Chùa Khánh Anh (Evry/France) 1.000€. Chùa Phổ Hiền (Straßburg/France) 1.000€. HHHL Chánh Tín Ngô Quang Thịnh (Holland) 100€. Chùa Trí Thủ (Schweiz) 100€. Sư Cô Giác Mãn (Sweden) 100€. Diệu Tiên (France) 200€. ĐH. Thanh Thắng (Hamburg) 100€. Hồ Huệ Phương (Frankfurt) 10€. Ni Sư TN Tịnh Nghiệp (Egelsbach) 200€. Cháu Ni Sư Như Quang (France) 50€. Juliette Manaribatcha (France) 200€. Sư Cô Từ Thanh (France) 110€.-

* BÁO VIÊN GIÁC

Quốc Tô 30€. Trần Thế Hùng 20€ tặng 1 năm báo cho Kiều Trinh Phi Vân ở Berlin. Vũ Đình Hải 20€. Oliver & Nhu Hecker (Babenhausen) 50€. Trương Vũ Thái (Barsbüttel) 50€. Trương Tuyết Anh (Belgique) 30€. Dr. Ngô Ngọc Hiếu (Berlin) 60€. Trần Văn Sang Pd Tâm Thứ 50€. Bùi Xuân Thảo (Bietigheim Bissingen) 30€. Nguyễn Long Gia (Binzen) 20€. Nguyễn Thị Hương (Braunschweig) 20€. Đặng Thị Tuyết (Cuxhaven) 20€. Hoàng Thị Ngọc Bích (Dillingen) 25€. Nguyễn Thị Thu Hồng (Donaueschingen) 20€. Wolfgang-Dung Lotz (Dörentrup) 20€. Dương Hạnh Nhơn (Düsseldorf) 100€. Vương Tấn Phong 20€. Phạm Kỳ Lân (Elsfleth) 50€. Nguyễn Văn Đức (Essen) 20€. Trịnh Văn Thịnh & Nguyễn Thị Tám 30€. Trần Thị Bạch Huệ (Filderstadt-Harthausen) 30€. Bà QP Lê Đình Nho (France) 30€. Mr. Nguyễn Jean 100€. Nguyễn Minh Ngà 47,50€. Diệu Hòa Trần Nương Bảo (Frankfurt/M) 30€. Hang Trần Pd Đồng Thiện Tiên 100€ Đặt Báo VG cho Mẹ Võ Thị Hồng Trung. Bành Hên (Friedrichshafen) 30€. Dương Huỳnh Nga (Göttingen) 30€. Nguyễn Thiện Lộc (Groß-Gerau) 20€. Dr. Hoàng Cương Nguyên & Dr. Nguyễn Thị Minh Ngọc (Hamburg) 20€. Lữ Thục Trinh 40€. Nguyễn Hữu Huấn 20€. Nguyễn Thị Tiến (Hannover) 25€. Nguyễn Thị Thu (Ihlow) 20€. Vũ-Nguyễn Thị Ngọc Dung (Vũ Văn Nam) (Kamen) 30€. Châu Thanh Hoa (Koblenz) 20€. Phạm Lạc 30€. Nguyễn Thị Hương (Laatzen) 30€. Nguyễn Công Khai (Landstuhl) 50€. Lê Thọ Hạng & Tôn Nữ Thị Gái (Langen) 30€. Thiện Hà Đặng Thị Hằng Teickner (Langenhagen) 30€. Nguyễn Thị Phương (Lorsch) 20€. Nguyễn Thị Thọ (Lünen) 20€. Hang Trần- Limpext Verpackung GmbH (Mörfelden-Walldorf) 100€. Viên Hảo Hồ Thị Thu Hà (Münster) 20€. Đỗ Thị Lan (Neustadt) 20€. Hoàng Bích Nga (Nieder-Olm) 25€. Gina Bạch (Oberkirchen) 60€. Phan Hồng Chúc (Oberthausen) 100€. Dương Vực (Oldenburg) 50€. Li, Trần Thúy Phượng (Pforzheim) 30€. Nguyễn Văn Thạch (Plochingen) 50€. Nguyễn Hùng Việt (Recklinghausen) 20€. Châu Thanh Quang (Regensburg) 30€. Lê Trần Hưng (Quỳnh Thư) (St.Gallen/ Schweiz) 50€. Lâm Kiên (Stadthagen) 20€. Bành Văn Phong (Wiesbaden) 30€.

* ẤN TỐNG: Neang Kim Liêu & Nguyễn Thị Hồng Thủy (Sweden) 10€.

* TƯỢNG PHẬT

-Quan Thế Âm: Lý Trung Hà Pd Ngawang Samdrup (Osnabrück) 80€. Lâm Kim Khánh (M'Gladbach) 270€.

-Thiên Thủ Thiên Nhãn: Thiện Hà Đặng Thị Hằng Teickner (Langenhagen)

60€.

* TẾT & RTG: Bà QP Lê Đình Nho (France) 50€. Võ Thị Hoa (Hannover) 30€.

* ĐÈN DƯỢC SƯ: Nguyễn Thị Thu Hồng (Donaueschingen) 20€. Hứa Hiền Pd Ân Đức 50€. Lữ Thục Trinh (Hamburg) 20€ HH công đức cha Lữ Quốc Thọ Pd Quảng Phước, Mẹ Trần Ngọc Pd Quảng Châu và Cháu Lâm Yến Ni Pd Viên Hạnh.

* TRAI TĂNG: Đào Thị Hồng Nguyên (Edewecht) 50€. Thiện Hà Đặng Thị Hằng Teickner (Langenhagen) 20€. Nguyễn Thị Bảo Khuyên (Minden) 100€.

* SỬA CHÙA: Nguyễn Thị Thanh 50€. Dương Vực (Oldenburg) 20€.

* HỌC VIỆN PHẬT GIÁO VIÊN GIÁC HANNOVER
Cao Dương Ly 10€. Diễm Quỳnh Phan 6€. Diệp Chi Lan 120€. Gđ. Cô Liễu 87€. Nguyễn Thị Thu Hương 100€. Nguyễn Văn Phát 2.000€. Nha Xanh GmbH 600€. Pt. Đồng Tâm 500€. Thái An Giang 100€. Tùng Huỳnh Giang Tuyết Đoàn 100€. Nguyễn Phan Hoàng Tùng (Sinh nhật) (Berlin) 1.000€. Sư Cô Khánh Đức (Chùa Khánh Anh) (France) 100€. Nguyễn Thiện Lộc (Groß-Gerau) 40€. Lâm Ý Xuân (Leer) 50€. Bành Tâm Sơn (Niddatal-Assenheim) 10€. Burkhard Walther Pd Quang Minh & Nguyễn Thị Khánh Ly Pd Giác Hồng Cát (Nienburg) 50€. Phan Hồng Chúc (Oberthausen) 200€. Tâm Từ Bi (San José/USA) 4.322,27€. SC Thích Nữ Hạnh Trì (USA) 4.322,27€. Lê Ngọc Liễu & Ngọc Đăng (Việt Nam) 100€. Bành Tâm Sơn (Wiesbaden) 10€. Dr. Ngô Phương Quyên Gina Bạch (Oberkirchen) 1.500€ Hồi hướng công đức cho Ba Mẹ, Thầy Tổ, Quốc Gia Xã Hội và Chúng sanh.

* TỪ THIỆN & XÃ HỘI
-Cô nhi, Cùi, Mù & Dưỡng lão: Lê Thị Hoe 40€. Nguyễn Thị Thanh 100€. Hoàng Thị Ngọc Bích (Dillingen) 100€. Đào Thị Hồng Nguyên (Edewecht) 100€. Dr. Hoàng Cương Nguyên & Dr. Nguyễn Thị Minh Ngọc (Hamburg) 50€. Thiện Hà Đặng Thị Hằng Teickner (Langenhagen) 20€. Võ Thị Ánh Tuyết & Võ Thanh Tùng (Moers) 500€.
-Giúp người nghèo: Van Khanh Werner 200€.
-Cứu trợ nạn nhân bão lụt Việt Nam: Avi Nail Spa Inc (Nguyên Hùng & Nguyên Ứng) 1.691,05€. Chùa Viên Âm 350€. Diệu Trí Huỳnh Thị Ngọc Hà 100€. Dr. Bao Thanh Thy Chau 50€. Gđ. Đồng Tâm & Thị Dũng 435€. Gđ.Pt Diệu Yên Nguyễn Thị Bình 50€. Gđ.Pt Đồng Phước Phạm Thị Lanh, Đồng Hiếu, Đồng Nhã, Đồng Trí & Đồng Huệ 500€ HHHL Ngô Văn Thịnh sinh 12.4.1993 mất 25.10.25 nhằm mồng 5 tháng 9 Ất Tỵ. Gđ.Pt Đồng Viên Hoàng Thị Phương Phi 30€. Gđ.Pt Minh Đức Huỳnh Văn Thương & Gđ.Pt Diệu Phượng Huỳnh Ngọc Châu 100€. Gđ.Pt Ngọc Cẩn Trần Thị Lan, Thiện Lộc, Ngọc Hiền, Thiện Phước & Đặng Hường 100€. Gđ.Pt Phúc Minh Lý Trường An 20€. Gđ.Pt Tâm Mỹ Trần Thị Mỹ Châu 50€. Gđ.Pt Thái Thị Khánh Hồng 50€. Gđ.Pt Thiện Hảo Đào Thị Thanh Dung 50€. Gđ.Pt Thiện Hỷ Lê Thị Ngọc Hân & Tiền Dân Quyền và Đồng Lệ Tiền-Lê Quỳnh My, Đồng Tráng Tiền-Lê Khang 300€. Gđ.Pt Thiện Hỷ Lê Thị Ngọc Hân & Tiền Dân Quyền 100€. Gđ.Pt Từ Hậu Trương Thị Diệu Linh 50€. Gđ.Pt Viên Trang Nguyễn Trung Thảo 50€. Gia Nghi Hồng 100€. Lương Thị Kim Phụng 50€. Lý Hồng Tiên 100€. Nguyễn Ngọc Châu 20€. Nguyễn Thị Thanh 100€. Nguyễn Văn Hùng 50€. Nhuận Trung 50€. Ô.Bà Hồ Phạm Nhu 50€. Phan Văn Hòa 30€. Pt Cát Tường - Đồng Ngọc 15€. Pt Ngọc Hiền - Đồng Sinh 20€. Thích Hạnh Lý & Gđ.Pt Diệu Hoa Nguyễn Thị Hằng 100€. Thích Nữ Hạnh Bình, Gđ.Pt Thiện Hậu, Thiện Đức, Thiện Huy, Thiện Xuân & Thiện Mỹ 200€. Thiện Hà Đặng Thị Hằng Teickner (Langenhagen) 70€. Ngọc Bình Ô Thị Hai (Meppen) 100€. Nguyễn Thị Diệp Thanh (Schorndorf) 50€. Trương Văn Ký (VS. Villingen) 100€.
-Nồi cháo tình thương: Neang Kim Liêu & Nguyễn Thị Hồng Thủy (Sweden) 10€.
-Xe lăn: Thiện Hà Đặng Thị Hằng Teickner (Langenhagen) 10€.
-Mổ mắt tìm lại ánh sáng: Thiện Hà Đặng Thị Hằng Teickner (Langenhagen) 10€. Trương Văn K ý (VS. Villingen) 50€.
-Phóng sanh: Lý Hồng Tiên 100€. Đào Thị Hồng Nguyên (Edewecht) 50€. Trương Văn Ký (VS. Villingen) 50€.

* HỌC BỔNG TĂNG NI VN: Bành Tâm Sơn (Niddatal-Assenheim) 20€.

* KÝ TỰ * HƯƠNG LINH: Gđ. Pt Lê Thị Thanh Hiền 70€.

ĐỊNH KỲ (Tháng 11 & 12/2025)
An Duyên Nguyễn Thị Nhứt 20€. Chöling 700€. Christian Leupold 60€. Đặng Quốc Minh 20€. Đào Thị Hiền 40€. Diệu Khai, Diệu Ngọc & Quảng Tâm 50€. Đỗ Thái Bằng 60€. Đỗ Thị Hồng Hạnh 10€. Đoàn Thanh Vũ Phước 20€ HHHL Bà Võ Thị Hai Pd Đồng Phước. Đồng Giới Nguyễn Thị Thu 20€. Dương Anh Tuấn & Đinh Thị Hồng Đoàn 20€. Gđ. Nguyên Huệ & Diệu Mẫn 100€. Gđ. Thị Thiện Phạm Công Hoàng 50€. Gđ. Thiện Nam & Thiện Hồng 50€. Hà Ngọc Kim 50€ HHHL Đinh Thị Hợi Pd Diệu Hạnh. Hồ Thị Nguyệt 50€. Hoàng Thị Nhung 20€ HHHL Bố Hoàng Văn Lịch. Hoàng Thị Phúc 20€. Hoàng Thị Tân 120€. Hồng Nghiệp Phan Quỳnh Trâm 10€. Hứa Thiện Cao 10€. Hue Wollenberg 20€. Lâm Thành (Lingen) 50€. Lâm Thị San 20€. Lê Minh Sang 60€. Lê Thị Ngọc Hân 100€. Lê Thị Tiến 50€. Lê Thùy Dương 20€. Lê Văn Đức 20€. Lý Kiến Cường 30€. Lý Quốc Kinh & Lý Trúc Phương 20€. Manuela Horn 20€. Ngô Thị Thắng 20,46€. Nguyễn Hoàng Vũ & Nguyễn Thị Thanh Phương 20€. Nguyễn Liên Hương 40€. Nguyễn Ngọc Đương 10€. Nguyễn Quang Hùng 30€. Nguyễn Quốc Định 30€. Nguyễn Thị Diệu Hạnh 40€. Nguyễn Thị Hiền 20€. Nguyễn Thị Hồng Quyên 20€. Nguyễn Thị Kim Lệ 20€. Nguyễn Thị Minh Sáu 40€. Nguyễn Thị Ngọc Thảo 50€. Nguyễn Thị Thắm 20€. Nguyễn Thiện Đức 100€. Phạm Thị Mai & Minh Trương 40€. Phạm Văn Dũng & Đỗ Thị Cúc 12€. Phan Đình Du 100€. Phan Thị Lan 40€. Phan-Thi Dương 25,56€. Phùng Văn Thanh 30€. Quách-Lê Thị Kim Thu 50€. Quảng Thiện Nguyễn Trọng Bình 40€. Sabine & Phan Trương Trần Vũ 100€. Tạ Thị Ngọc Dung 60€. Thái Kim Sơn 80€. Thái Quang Minh 200€. Thị Bích Lan Nguyễn-Erhart 30€. Thiện Chơn Ngô Quang Vinh 40€. Thiện Độ Ngô Quang Đức 80€. Thiện Thủy Vũ Thị Xuyến 30€. Tôn Thúy 40€. Trần Mạnh Thắng 100€. Trần Tân Tiếng 22€. Trần Thị Kiều Nga 20€. Trần Thị Kim Lệ 10€. Trần Thị Ngọc Anh (Trần Lăng Hía) 20€. Trần Thị Thanh 30€. Trần Thị Thu Thủy 10,22€. Trần Văn Dân 15€. Trương Ngọc 100€. Uông Minh Trung 20€. Võ Thị My 20,46€. Võ Thị Mỹ 20€. Võ Văn Hùng 30€. Vũ Đình Đức 30€. Vũ Quang Tú 100€. Vũ Thị Tường Nhân 20,46€. Young Thị Thanh 30€.

Tu Viện VIÊN ĐỨC
(Tháng 10, 11 & 12/2025)
Tam Bảo: Trần Mạnh Thắng 150€. Phạm Thái Hùng 15€. Hồ Thị Thanh Bình 60€. Nguyễn Thị Kim Dung 150€ HHHL Trần Hữu Phúc Pd Thanh Tran. Lai Trung Việt & Lo Thị Phương 60€. Bành Hên 60€. Trần Hoàng Minh 90€. Lê Thúy Hà 30€. Vũ Đình Đức 45€. Quách Thị Phương & Văn Khanh 30€. Nguyễn Thị Thúy Hà 30€. Diệu Ngọc & Quảng Tâm 60€. Đỗ Văn Vinh 30€. Trần Thị Nga 30€. Trần Thị Nở 60€. Nguyễn Thị Lan Anh (Neu-Ulm) 30€. Dương Thị Ngọc Liên 130€. Lê Ngọc Phương 1.020€. Diệu Đức Hoàng Bích Nga 50€. Triệu Hoàng Minh 30€. Nguyễn Thị Minh Phương 90€. Thanh Hương Bauer 30€. Võ Đình Trọng & Huệ 2.000€. Chú Sơn & Cô Tâm 2.000€. Quý Phật Tử ẩn danh cúng dường xây dựng vách tường 1.350€. Thiện Giáo Nguyễn Văn Lý 400€ HHHL Nguyễn Thị Vân Pd Thiện Thủy. HHHL Lê Thị Bé 300€. Đồng Ngọc Đào Thúy Uyên 200€ định kỳ. Cô Quảng Thanh & Chú Thiện Kính 500€. Gđ. Hia Hón & Gđ. Hóa và vợ con 170€. Diệu Chơn Lê Thị Ngọc Mai 140€. Thiện Viên 100€. Gđ. Bình Hà (Meckenbeurer) 100€. Gđ. Mười & Hương (Österreich) 100€. Chú Lộc & Cô Huệ, Đồng Phúc & Đồng Hậu 100€. Gđ. Vy Huy 100€. Gđ. Thái Dũng & Thu Dung 50€. Toàn & Dung 50€. Gđ. Diệu Như Phan Thị Kim Nhung 50€. HHHL Nhật Mỹ Từ Thị Cúc 50€. Tiệm Beauty Nails (Österreich) 50€. Gđ. Tuệ Mạnh & Nguyên Phúc 50€. Chị Kiều 50€. Lan (Lindau) 20€. Lan Nguyen (Lindau) 20€. Loan & Hà 20€. Trịnh Thành Công 20€. Gđ. Tuệ Mạnh & Nguyên Phúc 20€. Quách Kim Trinh (Konstanz) 20€. Mai Thị Ngọc (Kontanz) 20€. Yamak Metin (Kreuzlingen) 20€. Đồng Kim Ngụy Minh Thúy (Hannover) 20€. Đồng Quý 20€. Gđ. Ngô Văn Chia & Hồ Thị Thu Hồng (Österreich) 50€. Pt. Đào (Österreich) 10€. Đh Huỳnh Anh Kiệt (Tettnang) 10€. ./.

Hội VAF Chi nhánh Đức Quốc nhờ đăng: Danh sách ủng hộ việc Trùng Tu Nghĩa Trang Quân Đội Biên Hòa, từ ngày 01.12.25 đến ngày 10.01.2026: Ngô văn Phát 100€; Nguyễn Văn Công 100€; Dương Anh Dũng 100€; Lê Văn Hiệp 50€; Nguyễn Mạnh Thưởng 50€; Quách Xuân Hương 20€; Ánh Vân 10€; Đinh Mạnh Chí 50€; Ôn Thị Hai 100€; Đoàn Thị Khanh 100€; Nguyễn Tích Phùng 200€; NS Phương Quỳnh 50€; Võ Thị Ni 50€; Bùi Thị Trúc 20€; Trần Thị Ngọc Hương 30€ ./.

* * *

Khi chuyển tịnh tài cúng dường, xin quý vị vui lòng ghi vào „Verwendungszweck = mục đích cho việc gì" để văn phòng dễ tổng kết. Quý vị ở xa ngoài nước Đức cũng có thể gửi tiền mặt hoặc Check trong thư, gửi thường hoặc bảo đảm về chùa. Xin thành thật cám ơn quý vị.

Tất cả mọi sự Cúng Dường, hoặc định kỳ hoặc những lễ lạc khác cho Chùa, quý vị đều có thể lấy Giấy Khai Thuế lại (bằng tiếng Đức) để cuối năm khai khấu trừ thuế với Chính Phủ. Quý vị nào cần, xin liên lạc về Chùa qua Email: pagodevg2020@gmail.com, hoặc bằng thư hay điện thoại, cho đến cuối tháng 4 mỗi năm; chúng tôi sẽ gửi giấy đến quý vị.

Quý vị chuyển tịnh tài về Chùa Viên Giác, tùy từng mục xin chuyển vào Konto như sau (Lưu ý: tên rút ngắn Pagode Vien Giac áp dụng từ đầu năm 2026):

1. Tổ Đình Viên Giác
(Congr.d.Verein Vietn.Buddh.Kirche Abteilung i.d)
Tên (Kontoinhaber): Pagode Vien Giac
Bank: Sparkasse Hannover
IBAN: DE40 2505 0180 0910 4030 66
BIC: SPKHDE2HXXX

2. Học Viện Phật Giáo Viên Giác
Tên (Kontoinhaber): Pagode Vien Giac
Bank: Sparkasse Hannover
IBAN: DE902505 0180 0910 5706 55
BIC: SPKHDE2HXXX.

3. Tu Viện Viên Đức ở Ravensburg
Tên (Kontoinhaber): Kloster Vien Duc
Bank: Kreissparkasse Ravensburg
IBAN: DE53 6505 0110 0111 3020 68
BIC: SOLADES1RVB

VIÊN GIÁC

Tạp chí Viên Giác
Tri thức Phật học truyền thống & hiện đại.

- Gìn giữ đạo lý, chuyển tải ánh sáng Phật pháp giữa lòng phương Tây
- Duy trì tiếng Việt và văn hóa Việt trong cộng đồng hải ngoại
- Phổ biến tri kiến Phật học – từ nghi lễ truyền thống đến tư tưởng hiện đại
- Diễn đàn chia sẻ về nếp sống tỉnh thức, hòa hợp và bảo vệ môi trường sống thiên nhiên.

Bước sang năm 2026, Tạp chí Viên Giác ghi dấu đoạn đường suốt 48 năm phát hành, liên tục từ số đầu tiên 01.01.1979 đến nay. Đứng trước nhiều thách thức của báo điện tử, chúng tôi vẫn cố gắng duy trì ấn bản in với tâm nguyện bảo tồn tiếng Việt ở hải ngoại, phát huy truyền thống Văn Hóa Phật Giáo và Dân Tộc Việt Nam.

Từ tháng cuối năm 2023, Tạp chí Viên Giác đã có những đổi mới về hình thức và nội dung với phong cách trẻ trung, sinh động. Đặc biệt, chúng tôi bổ sung thêm chuyên mục tiếng Đức "Tuổi Trẻ & Đạo Phật", "Thế Hệ 2+"... cho phù hợp mọi lứa tuổi và mọi gia đình.

Kính mong quý độc giả tiếp tục ủng hộ bằng cách:

- Đọc báo, đặt báo dài hạn và giới thiệu đến thân hữu.

- Tặng báo Viên Giác cho người thân (1 năm = 6 số): Phí tượng trưng tại Đức: 20,- €/ năm (cho cả ấn & bưu phí); ngoài Đức: 30,- €/ năm (gửi bằng đường thủy)

Để đặt báo hoặc tặng báo:

Xin vui lòng gửi thư hoặc email về Chùa Viên Giác, hoặc chuyển khoản theo thông tin ở trang đầu tờ báo. Khi gửi, vui lòng ghi rõ: Họ tên, địa chỉ, email/số điện thoại người nhận + số tiền ủng hộ.

Kính tri ân sự hỗ trợ quý báu của quý độc giả gần xa trong suốt thời gian qua. Ban Biên Tập – Báo Viên Giác.

VIÊN GIÁC TÙNG THƯ GIỚI THIỆU 2 TÁC PHẨM MỚI XUẤT BẢN 2025-2026

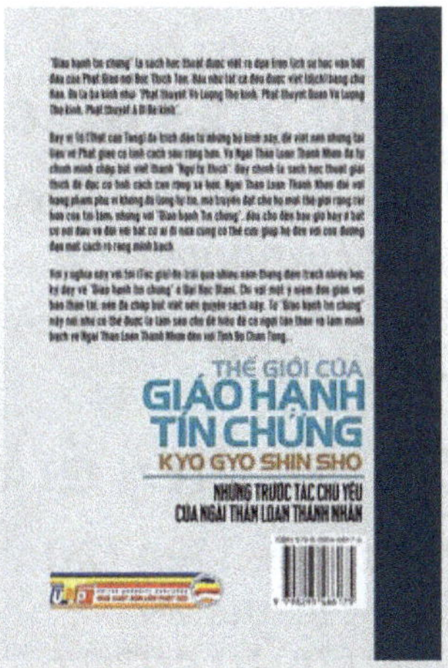

*** Thế giới của Giáo Hạnh Tín Chứng Kyo Gyo Shin Sho: Những trước tác chủ yếu của ngài Thân Loan Thánh Nhân.**

Nguyên tác Nhật ngữ: Giáo Sư TOMOMICHI NOBUTSUKA | Sưu khảo và Việt dịch: Hòa Thượng THÍCH NHƯ ĐIỂN.

Đây là tác phẩm thứ 74 của toàn bộ sáng tác hay phiên dịch của Hòa Thượng Thích Như Điển.

"Giáo hạnh tín chứng" là sách học thuật được viết ra dựa trên lịch sử học vấn bắt đầu của Phật Giáo nơi Đức Thích Tôn (Đức Thích Ca). Đó là ba kinh: "Phật thuyết Vô Lượng Thọ kinh"; "Phật thuyết Quán Vô Lượng Thọ kinh" và "Phật thuyết A Di Đà kinh". Bảy vị Tổ đã trích dẫn từ những bộ kinh này, để viết nên những tài liệu về Phật giáo bắt đầu có tính cách sâu rộng hơn; và Ngài Thân Loan Thánh Nhơn đã tự chính mình chấp bút viết thành "Ngự tự thích". Đây chính là sách học thuật giải thích có tính cách cao rộng xa hơn. Ngài Thân Loan Thánh Nhơn thương xót hạng phàm phu không đủ lòng tự tin, mà Ngài truyền đạt cho họ một thế giới rộng rãi hơn của tín tâm. Với "giáo hạnh tín chứng", dẫu cho đến bao giờ hay ở bất cứ nơi đâu và đối với bất cứ ai đi nữa cũng có thể cứu giúp họ đến với con đường đạo một cách rõ ràng minh bạch. Với ý nghĩa ấy với tôi (tác giả) đã trải qua nhiều năm tháng đảm trách nhiều học kỳ dạy về "Giáo hạnh tín chứng" ở Đại Học Otani (Đại Cốc). Chỉ với một ý niệm đơn giản với bản thân tôi, nên đã chấp bút viết nên quyển sách này (…) [Lược trích: Lời Ngỏ]

Xuất bản và phát hành vào quý IV/2025. Sách dày 286 tr,. Khổ 23x15 cm. trên mạng toàn cầu Amazon. ISBN: 979-8295466175.

https://www.amazon.com/Giao-hanh-tin-chung/dp/B0G6CVMC8F/

*** Mong manh một hơi thở | Tản văn, Truyện ngắn. Tác giả: Nguyên Đạo. Lời Giới Thiệu: HT Thích Như Điển. Bạt: Nguyên Minh.**

(…) Anh [tác giả] kể về những con tàu lênh đênh trên biển, khi sự sống và cái chết đều mong manh chẳng khác gì nhau; về những cảm xúc cũng mong manh, ngụp lặn giữa biển âm thanh trong hành trình tìm kiếm chân thiện mỹ của người nhạc sĩ, hành trình mà anh gọi là đi "từ hỗn loạn đến thức tỉnh"; và anh cũng nhắc nhở chúng ta về một trái đất tưởng chừng như rất to lớn này, thật ra đang lơ lửng chênh vênh với độ nghiêng hơn một phần tư góc vuông. Anh bộc lộ những những ưu tư về thế giới hữu hình, như sự mất dần của rừng cây, núi đá... cho đến những giá trị vô hình cũng đang ngày càng mai một trên quê hương như văn hóa đọc sách, khi tuổi trẻ trong thời hiện đại gần như không biết đến thú vui đọc sách.

(...) Điều thú vị là khi anh suy niệm về những thứ mong manh trong cuộc đời này để nhắc chúng ta rằng sự mất còn của sơn hà đại địa, cho đến văn minh cơ khí hay công nghệ, điện thư... hết thảy đều chỉ gói gọn trong khoảnh khắc của một hơi thở, thì ngay đó chúng ta bất chợt nhận biết rằng trong tất cả những điều mong manh đó, hóa ra hơi thở này của chúng ta lại là thứ bền bỉ, kiên trì nhất. [Trích: Lời Bạt của Nguyễn Minh Tiến].

Xuất bản và phát hành vào quý I/2026. Sách dày 227 tr. Khổ 23x15 cm. trên mạng toàn cầu Amazon. ISBN: 979-8-2955-1307-7. ■

https://www.amazon.com/Mong-manh-m%E1%BB%99t-h%C6%A1i-Vietnamese/dp/B0GDS38952/

* CÚNG DƯỜNG XÂY DỰNG HỌC VIỆN PHẬT GIÁO VIÊN GIÁC

Tên (Kontoinhaber): Pagode Vien Giac
Bank: Sparkasse Hannover
IBAN: DE902505 0180 0910 5706 55
BIC: SPKHDE2HXXX.

* CÚNG DƯỜNG TỔ ĐÌNH VIÊN GIÁC

Tên (Kontoinhaber): Pagode Vien Giac
Bank: Sparkasse Hannover
IBAN: DE40 2505 0180 0910 4030 66
BIC: SPKHDE2HXXX

* CÚNG DƯỜNG TU VIỆN VIÊN ĐỨC
Ở RAVENSBURG

Tên (Kontoinhaber): Kloster Vien Duc
Bank: Kreissparkasse Ravensburg
IBAN: DE53 6505 0110 0111 3020 68
BIC: SOLADES1RVB

---

* PHIẾU ỦNG HỘ BÁO VIÊN GIÁC

Số hiệu độc giả (SH) . . . .
Họ và tên . . . .
Địa chỉ . . . .
. . . .
Tel./Email . . . .
Số tiền: . . . .
Giấy chứng nhận khai thuế: Có ☐ / Không ☐
Độc giả mới ☐ / Độc giả cũ ☐

Nếu thay đổi địa chỉ nhận báo, xin ghi rõ địa chỉ cũ dưới đây:
. . . .
. . . .

Konto:
Tên (Kontoinhaber): Pagode Vien Giac
Bank: Sparkasse Hannover
IBAN: DE40 2505 0180 0910 4030 66

www.ingramcontent.com/pod-product-compliance
Lightning Source LLC
LaVergne TN
LVHW082045051026
849532LV00011B/3482
* 9 7 9 8 2 9 5 5 8 1 9 4 6 *